ಡಾ. ಡಿ.ಎಸ್. ಶ್ರೀನಿವಾಸ ಪ್ರಸಾದ್

ಡಾ. ಡಿ.ಎಸ್. ಶ್ರೀನಿವಾಸ ಪ್ರಸಾದ್ ಹುಟ್ಟಿದ್ದು ಬೆಂಗಳೂರಿನಲ್ಲಿ. 1977ರಲ್ಲಿ ಜನಿಸಿದ ಇವರ ತಾಯಿ ದಿ. ಇಂದುಮತಿ ಸಂಗೀತ ಕಲಿತಿದ್ದು ಚೆನ್ನಾಗಿ ಹಾಡುತ್ತಿದ್ದರು. ತಂದೆ ಶ್ರೀಧರರಾವ್, ಅಕ್ಕ ಡಿ.ಎಸ್. ಸುಧಾರಾಣಿ.

ಬಾಲ್ಯದಿಂದಲೇ ಬರೆವಣಿಗೆಯಲ್ಲಿ ತೊಡಗಿಕೊಂಡಿದ್ದ ಶ್ರೀನಿವಾಸ ಪ್ರಸಾದ್ ಅವರು 10ನೇ ವಯಸ್ಸಿನಲ್ಲೇ ಬೆಂಗಳೂರು ಆಕಾಶವಾಣಿಯಲ್ಲಿ ಬಾಲಕಲಾವಿದನಾಗಿ 'ಒಗ್ಗಟ್ಟಿನಲ್ಲಿ ಬಲವಿದೆ', 'ಸಮುದ್ರದಲ್ಲಿ ಆಹಾರ...' ಸೇರಿದಂತೆ 10 ನಾಟಕಗಳಲ್ಲಿ ಅಭಿನಯಿಸಿದ್ದರು. 10ನೇ ವಯಸ್ಸಿಗೇ ಇವರು 'ಜಮೀನ್ದಾರನ ಮಗನ ಪಾಂಡಿತ್ಯ' ಎಂಬ ಕಥೆಯನ್ನು ಬರೆದಿದ್ದರು.

ನಂತರ ಆಚಾರ್ಯ ಪಾಠಶಾಲೆಯಲ್ಲಿ ವಿದ್ಯಾಭ್ಯಾಸ ಮಾಡಿ ಅಲ್ಲಿ ಪದವಿಯನ್ನು ವ್ಯಾಸಂಗ ಮಾಡುವಾಗ ಆಶುಭಾಷಣ, ಪ್ರಬಂಧ, ಚರ್ಚಾಸ್ಪರ್ಧೆಗಳಲ್ಲಿ ಭಾಗವಹಿಸಿ 3 ವರ್ಷದಲ್ಲಿ ಸುಮಾರು 155 ಅಂತರಕಾಲೇಜು ಬಹುಮಾನಗಳನ್ನು ಪಡೆದು ಕಾಲೇಜಿನಿಂದ ಸತತ 3 ವರ್ಷ ಪ್ರತಿಭಾವಂತ ವಿದ್ಯಾರ್ಥಿ ಪ್ರಶಸ್ತಿಗೆ ಭಾಜನರಾದರು.

ಶೇಷಾದ್ರಿಪುರಂ ಕನ್ನಡ ಸ್ನಾತಕೋತ್ತರ ಕೇಂದ್ರದಲ್ಲಿ ಕನ್ನಡ ಎಂ.ಎ./ಪದವಿಯನ್ನು ವ್ಯಾಸಂಗ ಮಾಡುವಾಗ ಇವರು ಮಂಡಿಸಿದ **'ಬೇಂದ್ರೆ ಕಾವ್ಯದ ನೆಲೆ ಬೆಲೆ ಅತ್ಯುತ್ತಮ ಪ್ರಬಂಧವೆಂದು ಸಂಚಯ ಪತ್ರಿಕೆಯಲ್ಲಿ ಪ್ರಕಟವಾಯಿತು.'**

ನಾಡಿನ ವಿವಿಧ ಪತ್ರಿಕೆಗಳಲ್ಲಿ ಕಲೆ, ಸಂಸ್ಕೃತಿ, ವಿಜ್ಞಾನ ಸಾಮಾಜಿಕ, ಚಿತ್ರರಂಗ... ಇವುಗಳ ಕುರಿತು 33 ವರ್ಷದಿಂದ **ಒಟ್ಟು 1000ಕ್ಕೂ ಅಧಿಕ ಲೇಖನಗಳನ್ನು ಬರೆದಿದ್ದು ಇಂಗ್ಲಿಷ್‌ನಲ್ಲೂ 250 ಲೇಖನಗಳನ್ನು ಬರೆದಿದ್ದಾರೆ.**

ಕರೆಂಟಾಯಣ ಎಂಬ ಇವರ ಹಾಸ್ಯ ಬರೆಹಕ್ಕೆ ಬೀchi ವಿದ್ಯಾಕೇಂದ್ರದ ಪ್ರಶಸ್ತಿ ಅಲ್ಲದೆ, ಪ್ರತಿಭಾಶ್ರೀ, ಕಲಾಶ್ರೀ ಪ್ರಶಸ್ತಿಗಳೂ ದೊರೆತಿವೆ. ದೂರದರ್ಶನ ಚಂದನ ವಾಹಿನಿಯ ಜನಪ್ರಿಯ ಕಾರ್ಯಕ್ರಮ **ಥಟ್ ಅಂತ ಹೇಳಿ**ಯಲ್ಲಿ ಭಾಗವಹಿಸಿ 130 ಅಂಕಗಳೊಂದಿಗೆ ಪ್ರಥಮಸ್ಥಾನ ವಿಶೇಷ ಸಿ.ಡಿ. ಬಹುಮಾನ ಪಡೆದಿರುತ್ತಾರೆ.

ಇವರ ಬಗ್ಗೆ ಪ್ರಶಸ್ತಿಗಳ ಸರದಾರ, ಬಹುಶ್ರುತ ಶ್ರೀನಿವಾಸ... ಎಂಬ ಲೇಖನಗಳು ಪ್ರಕಟವಾಗಿವೆ. **ಈವರೆಗೆ 452 ಉಪನ್ಯಾಸಗಳನ್ನು ನೀಡಿದ್ದಾರೆ.**

ದ್ರಾವಿಡ ವಿಶ್ವವಿದ್ಯಾಲಯ ದಿಂದ **'ಕನ್ನಡ ಚಿತ್ರರಂಗಕ್ಕೆ ಚಿ. ಉದಯಶಂಕರ್ ಕೊಡುಗೆ'** ಎಂಬ ಸಂಪ್ರಬಂಧ ಮಂಡಿಸಿ **ಎಂ.ಫಿಲ್**. ಪಡೆದುದಲ್ಲದೇ ಚಿ. ಉದಯಶಂಕರ್ ಅವರ ಕುರಿತೇ ಎರಡು ಕೃತಿಗಳನ್ನೂ ಬರೆದಿದ್ದು ಆ ಎರಡೂ ಕೃತಿಗಳೂ ಮುದ್ರಣವಾಗಿವೆ. **ವಿಶ್ವಶಕ್ತಿ ವಿವೇಕಾನಂದ** ಎಂಬ ಇವರು ಬರೆದ ಕೃತಿ 5 ಮುದ್ರಣಗಳನ್ನು ಕಂಡಿದೆ.

'ಸಿನಿಪಯಣ ನಿಲ್ಲದು...' ಮತ್ತು **'ಸಮಾಜವೆಂದರೆ ಹೀಗೆ ನಮ್ಮ ನಿಮ್ಮ ಹಾಗೆ'** ಎಂಬ 2 ಕೃತಿಗಳೂ ಬಿಡುಗಡೆಯಾಗಿವೆ.

ಇತ್ತೀಚೆಗೆ ಸಂಗೀತಕ್ಕೆ ಸಂಬಂಧಿಸಿದ **'ಸ್ವರ ರಾಗ ಸುಧಾ'** ಎಂಬ ಕೃತಿಯೂ ಲೋಕಾರ್ಪಣೆ ಆಗಿದ್ದು, 45 ವರ್ಷದ ಶ್ರೀನಿವಾಸ ಪ್ರಸಾದ್ ಅವರು 46 ಕೃತಿಗಳನ್ನು ರಚಿಸಿದ್ದಾರೆ.

ದ್ರಾವಿಡ ವಿಶ್ವವಿದ್ಯಾಲಯದಿಂದ **'ನವೋದಯದ ಹಿನ್ನೆಲೆಯಲ್ಲಿ ದೊಡ್ಡರಂಗೇಗೌಡರ ಕಾವ್ಯ ಒಂದು ಅಧ್ಯಯನ'** ಎಂಬ ಮಹಾಪ್ರಬಂಧಕ್ಕೆ **ಡಾಕ್ಟರೇಟ್ ಪದವಿಯನ್ನು** ಪಡೆದಿರುವ ಡಾ. ಶ್ರೀನಿವಾಸ ಪ್ರಸಾದ್ ಈ ವರ್ಷದ **ಕೋಲಾರ ಜಿಲ್ಲಾ ರಾಜ್ಯೋತ್ಸವ ಪ್ರಶಸ್ತಿಗೆ** ಭಾಜನರಾಗಿದ್ದಾರೆ.

15 ನಾಟಕಗಳನ್ನು ರಚಿಸಿರುವ ಡಾ. ಶ್ರೀನಿವಾಸ ಪ್ರಸಾದ್ ಅವರು ಕೆ.ಜಿ.ಎಫ್.ನ ಶ್ರೀ ಭಗವಾನ್ ಮಹಾವೀರ ಜೈನ್ ಕಾಲೇಜಿನಲ್ಲಿ ಕನ್ನಡ ಉಪನ್ಯಾಸಕರಾಗಿ 18 ವರ್ಷದಿಂದ ಸೇವೆ ಸಲ್ಲಿಸುತ್ತಿದ್ದಾರೆ.

200ಕ್ಕೂ ಹೆಚ್ಚು ಗೀತೆಗಳನ್ನು ಬರೆದು, ತಾವೇ ರಾಗಸಂಯೋಜಿಸಿದ್ದಾರೆ.

ಬದುಕೇ ಭಗವಂತ

(ಇರುವಿಕೆ ಕಾಣಬೇಕು, ಇಲ್ಲದಿರುವಿಕೆ ಕಾಡಬೇಕು)

ಡಾ. ಡಿ.ಎಸ್. ಶ್ರೀನಿವಾಸ ಪ್ರಸಾದ್

ವೀರಲೋಕ
ಇದು ಪುಸ್ತಕ ಪ್ರಪಂಚ

ವೀರಲೋಕ ಬುಕ್ಸ್ ಪ್ರೈ.ಲಿ.
207, 2ನೇ ಮಹಡಿ, 3ನೇ ಮೇನ್, ಚಾಮರಾಜಪೇಟೆ
ಬೆಂಗಳೂರು–560018. ಮೊಬೈಲ್: 70221 22121
ಇಮೇಲ್: veeralokabooks@gmail.com
ವೆಬ್‌ಸೈಟ್: www.veeralokabooks.com

BADUKE BAGHAVANTA
A book written by **Dr. D.S. Srinivasa Prasad**

Published by:
VEERALOKA BOOKS PVT. LTD.
207, 2nd Floor, 3rd Main
Chamarajpet, Bengaluru - 560018

Mobile : 70221 22121
E-mail : veeralokabooks@gmail.com
Website: www.veeralokabooks.com

Price : Rs. 170/-
Pages : 152
First Impression : 2022
Second Impression : 2022

Paper used : 80 GSM NS Maplitho
Book size : 1/8th Demy

Cover page illustration by : Prashanth Vitla
Inner pages illustration by : Vijaya Vikram

ಅರ್ಪಣೆ

ನನ್ನ ಸಹೃದಯೀ ಗೆಳೆಯರೂ, ಉತ್ತಮ
ಅನುವಾದಕರೂ ಆದ ಪತ್ರಕರ್ತ
ಶ್ರೀ ಜಯಪ್ರಕಾಶ್ ನಾರಾಯಣ (ಜೆಪಿ)
ಅವರಿಗೆ 'ಬದುಕೇ ಭಗವಂತ' ಎಂಬ ಈ
ನನ್ನ ಕೃತಿಯನ್ನು ಬಾಂಧವ್ಯಪೂರ್ವಕವಾಗಿ
ಅರ್ಪಿಸುತ್ತಿದ್ದೇನೆ.

ಮುನ್ನುಡಿ

ಈ ಹೊತ್ತು ಕನ್ನಡ ಸಾಹಿತ್ಯ ಕ್ಷೇತ್ರದಲ್ಲಿ ವೈಚಾರಿಕತೆ ಹೆಚ್ಚು ಹೆಚ್ಚು ಕಾಣಿಸಿಕೊಳ್ಳುತ್ತಿದೆ. ಇವುಗಳನ್ನು ಗಂಭೀರವಾಗಿ ಚರ್ಚಿಸುವ ಕಾಲ ಬಂದಿದೆ. ಕಥೆ, ಕಾದಂಬರಿ, ಕವಿತೆಗಳನ್ನು ಬರೆಯುತ್ತಿರುವ ಯುವಲೇಖಕರು ನಮ್ಮ ಬದುಕಿನ ಬಗ್ಗೆ, ಸಮೂಹ ಮಾಧ್ಯಮಗಳ ಕಡೆಗೆ ಅಭಿಮುಖರಾಗುತ್ತಿರುವುದು ಗಮನಾರ್ಹ ಸಂಗತಿಯಾಗಿದೆ.

ಈ ಹಿನ್ನೆಲೆಯಲ್ಲಿ ನನ್ನ ವಿದ್ಯಾರ್ಥಿಮಿತ್ರ ಡಾ. ಡಿ.ಎಸ್. ಶ್ರೀನಿವಾಸ ಪ್ರಸಾದ್ ಬಗ್ಗೆ ನನಗಂತೂ ಹೆಮ್ಮೆ. ನನ್ನ ಕಣ್ಮುಂದೆ ಬೆಳೆದ ಹುಡುಗ. ಈಗ ಯುವಸಾಹಿತಿ. ಅಭಿರುಚಿಗೆ ಹೆಸರಾದವರು. ಚೆನ್ನಾಗಿ ಸಾಹಿತ್ಯ ಓದಿಕೊಂಡವರು. ಸಂಗೀತ ಪ್ರೇಮಿ. ನಮ್ಮ ಪೂರ್ವಪರಂಪರೆಯನ್ನು ಚೆನ್ನಾಗಿ ಅರ್ಥ ಮಾಡಿಕೊಂಡವರು. ಈ ಬಗ್ಗೆ ಕುತೂಹಲ–ಆಸಕ್ತಿ ತಳೆದವರು. ಮಾಹಿತಿ ಸಂಗ್ರಹಣೆ, ವಿಶ್ಲೇಷಣೆ, ನಿರೂಪಣೆಯ ವಿಧಾನದಲ್ಲಿನ ಕಲಾತ್ಮಕತೆ, ಓದಿಸಿಕೊಂಡು ಹೋಗುವಂತೆ ಬರೆಯುವ ಸಂವಹನ ಶಕ್ತಿ, ಶ್ರದ್ಧೆ. ಕನ್ನಡ ಪರಿಚಾರಿಕೆ ನಮ್ಮ ಹುಡುಗ ಡಾ.ಡಿ.ಎಸ್. ಶ್ರೀನಿವಾಸ ಪ್ರಸಾದ್ ಅವರ ವ್ಯಕ್ತಿತ್ವದ ಇತ್ಯಾತ್ಮಕ ಗುಣ.

ಶ್ರೀನಿವಾಸ ಪ್ರಸಾದ್ ಬರೆವಣಿಗೆಯನ್ನು ಯಾವತ್ತೂ ಹಗುರವಾಗಿ ಪರಿಗಣಿಸಿದವರೇ ಅಲ್ಲ. ಸಾಹಿತ್ಯಕ್ಕೆ ಎಷ್ಟು ಒತ್ತು ಕೊಡುತ್ತಾರೋ ಅಷ್ಟೇ ಬಗೆಯಲ್ಲಿ ಸಂಗೀತಕ್ಕೂ ಒತ್ತುಕೊಟ್ಟಿದ್ದಾರೆ. ಇವರು ಚಿತ್ರಗೀತೆಗಳಲ್ಲಿ ಅಳವಡಿಕೆಯಾಗಿರುವ ರಾಗಗಳನ್ನು ಗುರುತಿಸಬಲ್ಲ ಅಪೂರ್ವ ಸಾಮರ್ಥ್ಯ ಪಡೆದಿದ್ದಾರೆ. ಅಧ್ಯಯನ ಇವರ ಅಂತರಂಗದ ಹಸಿವು, ಆಲಿಸಿ ಅವುಗಳ ಬಗ್ಗೆ ನಿರ್ಮಮವಾಗಿ ನಿಷ್ಠೆಯಿಂದ ಬರೆಯುವುದು ಶ್ರೀನಿವಾಸ ಪ್ರಸಾದ್ ಅವರ ಅಂತರಾಳದ ಒಲವು. ನನ್ನ ಸಾಹಿತ್ಯದ ಕುರಿತು ಪಿಎಚ್.ಡಿ. ಪದವಿ ಪಡೆದು ಈಗ ಡಾ.ಶ್ರೀನಿವಾಸ ಪ್ರಸಾದ್ ಅವರ ಬಗ್ಗೆ ವೈಯಕ್ತಿಕವಾಗಿ ಸಹ ನನಗೆ ಅಕ್ಕರೆ, ಅಭಿಮಾನ.

'ಬದುಕೇ ಭಗವಂತ' ಕೃತಿ ಸಮಾಜದ ಎಲ್ಲ ಪರಿಚಲನೆ, ಚಲನವಲನಗಳನ್ನೂ ಆಮೂಲಾಗ್ರವಾಗಿ ಅವಲೋಕಿಸುವ ಪ್ರಾಮಾಣಿಕ ಪ್ರಯತ್ನದ ಅಭಿವ್ಯಕ್ತಿ. ಲೇಖಕ ಡಾ. ಶ್ರೀನಿವಾಸ ಪ್ರಸಾದ್‌ಗೆ ಒಳಿತಾಗಲಿ, ಒಳಿತು ಕಾಣಿಸಲಿ ಕಂಗಳಿಗೆ, ಒಳಿತು ಕೇಳಿಸಲಿ ಕಿವಿಗಳಿಗೆ, ಒಳಿತು ನುಡಿಯಲಿ ನಾಲಿಗೆ, ಚಿಂತಿಸಲಿ ಮಮದೀವಿಗೆ.

ಡಾ. ಶ್ರೀನಿವಾಸ ಪ್ರಸಾದ್‌ಗೆ ಮತ್ತೊಮ್ಮೆ ಹೃದಯಾಂತರಾಳದಿಂದ ಶುಭಾಶೀರ್ವಾದಗಳು. ಶುಭಂ ಬ್ರೂಯಾತ್.

–ಡಾ. ದೊಡ್ಡರಂಗೇಗೌಡ

(ಖ್ಯಾತ ಕವಿಗಳು, ಪದ್ಮಶ್ರೀ ಪ್ರಶಸ್ತಿ ಪುರಸ್ಕೃತರು)

ಕೃತಜ್ಞತೆಗಳು

ನನ್ನ ತಾಯಿ ತಂದೆ ಹಾಗೂ ಅಕ್ಕನ ಆಶೀರ್ವಾದಗಳನ್ನು ಸದಾ ಕಾಪಿಟ್ಟುಕೊಂಡಿರುತ್ತೇನೆ.

ನನ್ನ ಎಲ್ಲ ಗುರುಗಳಿಗೂ ಬಂಧು-ಮಿತ್ರರಿಗೂ ನಲುಮೆಯ ಧನ್ಯವಾದಗಳು.

ಈ ಕೃತಿಗೆ ಚಂದದ ಮುನ್ನುಡಿ ಬರೆದು ಸದಾ ನನ್ನ ಬರೆಹಗಳನ್ನು ಹೃದಯಪೂರ್ವಕವಾಗಿ ಮೆಚ್ಚುವ ನಾಡಿನ ಹಿರಿಯ ಕವಿಗಳೂ, ನನ್ನ ಗುರುಗಳೂ ಆದಂಥ ಡಾ. ದೊಡ್ಡರಂಗೇಗೌಡ ಅವರ ಸಪ್ರೇಮದ ನುಡಿಗಳಿಗೆ ನಾನು ತಲೆಬಾಗಿ ನಮಿಸುತ್ತೇನೆ.

ನನ್ನ ಬಹಳ ಆಪ್ತ ಸ್ನೇಹಿತರೂ, ಪ್ರಸಿದ್ಧ ಚಿತ್ರನಟರೂ ಆದ ಪ್ರಣಯರಾಜ ಶ್ರೀ ಶ್ರೀನಾಥ್ ಅವರು ಸುಂದರವಾದ ಬೆನ್ನುಡಿ ಬರೆದು ಆಶೀರ್ವದಿಸಿದ್ದಾರೆ. ಅವರ ತುಂಬು ಮನಸ್ಸಿನ ಸಹೃದಯತೆಗೆ ನಾನು ಸದಾ ಆಭಾರಿ.

ಈ ಕೃತಿಯನ್ನು ಪ್ರಕಟಿಸುತ್ತಿರುವ ವೀರಲೋಕ ಪ್ರಕಾಶನದ ಗೆಳೆಯ ಶ್ರೀ ವೀರಕಪುತ್ರ ಶ್ರೀನಿವಾಸ ಅವರಿಗೆ ಪ್ರೀತಿಪೂರ್ವಕ ವಂದನೆ. ಈ ಕೃತಿಯನ್ನು ಅಂದವಾಗಿ ಒಳಪುಟ ವಿನ್ಯಾಸ ಮಾಡಿದ ವಿಜಯ ವಿಕ್ರಮ್ ಅವರಿಗೂ ವಂದನೆಗಳು.

ಕೋಲಾರದ ಡಿ.ಸಿ.ಸಿ. ಬ್ಯಾಂಕ್‌ನ ಅಧ್ಯಕ್ಷರಾದ ಶ್ರೀ ಬ್ಯಾಲಹಳ್ಳಿ ಗೋವಿಂದೇಗೌಡ ಅವರ ಸಹಕಾರಕ್ಕೆ ನಾನು ಆಭಾರಿ. ನನ್ನ ಹಿರಿಯ ಮಿತ್ರರಾದ ಸತ್ಯನಾರಾಯಣ ರಾವ್ ಅವರ ವಿಶ್ವಾಸಕ್ಕೆ ನಾನು ಸದಾ ಕೃತಜ್ಞ, ನಿಡುಗಾಲದ ಗೆಳೆಯರಾದ ವಾಗೀಶ, ಪ್ರಕಾಶ, ಗೋಪಿಕೃಷ್ಣ, ಪ್ರಶಾಂತ, ಅಸಿತ, ರಘು ಇವರೆಲ್ಲರ ವಿಶ್ವಾಸ ಮಾತಿಗೆ ಮೀರಿದ್ದು. ಇವರಿಗೆ ನನ್ನ ಹೃದಯಪೂರ್ವಕ ಧನ್ಯವಾದಗಳು.

ನನ್ನ ಅತ್ಯಂತ ಆಪ್ತ ಗೆಳೆಯನಾದ ವೈ. ಭಾಸ್ಕರ್, ಶ್ರೀಮತಿ ನಾಗರತ್ನ ಅವರಿಗೂ, ವಿಜಯಮಾಲಾ ಅವರಿಗೂ ಹಿರಿಯ ಮಿತ್ರರಾದ ಶ್ರೀ ಹೊನ್ನನೀಲಕಂಠೇಗೌಡರ ಸ್ನೇಹಕ್ಕೂ ನಾನು ನಿರಂತರವಾದ ಧನ್ಯವಾದಗಳನ್ನು ಅರ್ಪಿಸುವೆ.

ಪ್ರಕಾಶಕರ ಮಾತು

ಪ್ರಿಯ ಓದುಗ ದೊರೆಗಳೆ, ಅತ್ಯಂತ ಪ್ರಾಚೀನ ಭಾಷೆಗಳಲ್ಲಿ ಒಂದಾದ ಕನ್ನಡಕ್ಕೆ ಭಾರತೀಯ ಭಾಷೆಗಳಲ್ಲೇ ವಿಶೇಷ ಸ್ಥಾನವಿದೆ. ಈ ನೆಲದ ಮಣ್ಣಿನ ಕಣಕಣದಲ್ಲೂ ಸಾಹಿತ್ಯದ ಘಮಲಿದೆ. ಸಾಂಸ್ಕೃತಿಕ ಹುಡಿಯಿದೆ. ಎಂಟೆಂಟು ಜ್ಞಾನಪೀಠ ಪ್ರಶಸ್ತಿಗಳನ್ನು ಪಡೆದ ಹೆಮ್ಮೆಯೂ ಜತೆಗಿದೆ. ಆದರೆ, ಸಾಹಿತ್ಯವನ್ನು ದಾಟಿಸುವ ವಿಷಯದಲ್ಲಿ ನಾವು ಹಿಂದೆ ಇದ್ದೇವೆ. ಸಂಕಟ ಪಡುವಷ್ಟು ಓದುಗರ ಸಂಖ್ಯೆಯನ್ನು ಹೊಂದಿದ್ದೇವೆ. ಕನ್ನಡದಲ್ಲಿ ವರ್ಷಕ್ಕೆ ಸಾವಿರಾರು ಶೀರ್ಷಿಕೆಯ ಪುಸ್ತಕಗಳು ಮುದ್ರಣವಾದರೂ ಕೆಲವೇ ಕೆಲವು ಸಾಹಿತಿಗಳನ್ನು ಹೊರತುಪಡಿಸಿ, ಹೆಸರಾಂತ ಸಾಹಿತಿಗಳ ಪುಸ್ತಕಗಳ ಪ್ರತಿಗಳು ಖರ್ಚಾಗುವುದು ಕೇವಲ ಐನೂರು, ಸಾವಿರ ಮಾತ್ರ. ಹೊಸಬರದ್ದು ಇನ್ನೂ ಘೋರ. ಕರ್ನಾಟಕದ ಏಳೂವರೆ ಕೋಟಿ ಜನಸಂಖ್ಯೆಯಲ್ಲಿ, ಒಬ್ಬ ಲೇಖಕನ ಪುಸ್ತಕವು ಸಾವಿರ ಜನರಿಗೂ ತಲುಪುತ್ತಿಲ್ಲ ಎನ್ನುವುದು ಖೇದಕರ. ಆದರೆ, ಇದನ್ನು ನಂಬಲು ಸಾಧ್ಯವಾ?

ನಿಜವಾಗಿಯೂ ಓದುಗರು ಇಲ್ಲವಾ? ಅಥವಾ ಓದುಗರಿದ್ದರೂ ಅವರಿಗೆ ಕೃತಿಗಳನ್ನು ತಲುಪಿಸುವಲ್ಲಿ ಸೋಲುತ್ತಿದ್ದೇವಾ? ಎನ್ನುವ ಪ್ರಶ್ನೆಯೊಂದಿಗೆ ನಾನು ನಿಮ್ಮಂಥ ಓದುಗರ ಬೆನ್ನುಹತ್ತಿದೆ. ಲಕ್ಷಾಂತರ ಓದುಗರಿದ್ದಾರೆ. ಆದರೆ ಅವರನ್ನು ತಲುಪುವಲ್ಲಿ ನಾವು ಸೋಲುತ್ತಿದ್ದೇವೆ ಎಂಬುದು ನನಗೆ ಮೇಲ್ನೋಟಕ್ಕೆ ಹೊಳೆದ ಸತ್ಯ. ಆ ಕಾರಣದಿಂದಲೇ ನಾನೀಗ ಓದುಗ ಮತ್ತು ಲೇಖಕರ ನಡುವಿನ ಸೇತುವೆಯೊಂದರ ನಿರ್ಮಾಣಕ್ಕೆ ಮುಂದಾಗಿದ್ದೇನೆ. ಆ ಸೇತುವೆಯ ಹೆಸರು 'ವೀರಲೋಕ ಬುಕ್ಸ್.'

ಕುಗ್ರಾಮವೊಂದರಲ್ಲಿ ತಯಾರಾದ ಮಡಿಕೆಯೊಂದು ಇವತ್ತು ಕಾರ್ಪೋರೇಟ್ ಅಂಗಳದಲ್ಲಿ ಮಾರಾಟಕ್ಕಿದೆ. ಪದವಿ, ಪುರಸ್ಕಾರಗಳನ್ನು ಪಡೆದುಕೊಂಡ ಬರಹಗಾರನೊಬ್ಬನ ಕೃತಿಯು ಸುಸಜ್ಜಿತ ಪುಸ್ತಕ ಮಳಿಗೆಯನ್ನೂ ತಲುಪುವಲ್ಲಿ ಸೋತಿದೆ. ಹಾಗಾಗಿ 'ವೀರಲೋಕ ಬುಕ್ಸ್' ಕನ್ನಡ ಪುಸ್ತಕ ಲೋಕಕ್ಕೆ ಕಾರ್ಪೋರೇಟ್ ಟಚ್ ನೀಡುವ ಉದ್ದೇಶ ಹೊಂದಿದೆ. ಕೇವಲ

ಪಟ್ಟಣದಲ್ಲಿ ಮಾತ್ರವಲ್ಲ, ಹಳ್ಳಿಗಾಡಿನ ಕಟ್ಟಕಡೆಯ ಓದುಗನಿಗೂ ಕನ್ನಡ ಪುಸ್ತಕವನ್ನು ತಲುಪಿಸುವ ದೃಢ ಸಂಕಲ್ಪ ನಮ್ಮದಾಗಿದೆ. ಒಬ್ಬ ಓದುಗ ತಾನು ಇಷ್ಟಪಡುವ ಪುಸ್ತಕ ಕೊಳ್ಳಬೇಕಾದರೆ ನಿಗದಿತ ಪುಸ್ತಕ ಅಂಗಡಿಗೆ ಬಂದರೆ ಮಾತ್ರ ಸಿಗುತ್ತದೆ ಎಂಬುದು ನಿಜಕ್ಕೂ ಓದುಗನಿಗೆ ಮಾಡುತ್ತಿರುವ ಮೋಸ. ಆದ್ದರಿಂದ ಅವನಿರುವ ಕಡೆಯೇ ಪುಸ್ತಕ ಸಿಗುವಂತೆ ಮಾಡುವ ಉದ್ದೇಶ ನಮ್ಮ ಪ್ರಕಾಶನದ್ದು. ಅದಕ್ಕಾಗಿ ಒಂದು ದೊಡ್ಡ ನೆಟ್‌ವರ್ಕ್ ಸಿದ್ಧ ಮಾಡಿದ್ದೇವೆ. ಊರೂರಲ್ಲಿ ಪುಸ್ತಕ ಸಿಗುವಂತೆ ಮಾಡುತ್ತಿದ್ದೇವೆ. ಇನ್ನೂ ಏನೇನೋ ಯೋಜನೆಗಳಿವೆ...

ಈ ಹೊಸ ರೀತಿಯ ಕಾರ್ಯಶೈಲಿಯ ಮೂಲಕ ನಾವು ನಮ್ಮ ವೀರಲೋಕ ಪ್ರಕಾಶನವನ್ನು ಆರಂಭಿಸಿದ್ದೇವೆ. ಇದಕ್ಕೆ ನಾಡಿನ ಖ್ಯಾತ ಸಾಹಿತಿಗಳಾದ ಡಾ. ಡಿ.ಎಸ್. ಶ್ರೀನಿವಾಸ ಪ್ರಸಾದ್, ಶ್ರೀ ಜೋಗಿ, ಶ್ರೀ ವಿಶ್ವೇಶ್ವರ ಭಟ್, ಶ್ರೀ ಕುಂ. ವೀರಭದ್ರಪ್ಪ, ಶ್ರೀ ಗಣೇಶ್ ಕಾಸರಗೋಡು, ಶ್ರೀ ರೋಹಿತ್ ಚಕ್ರತೀರ್ಥ, ಶ್ರೀ ರಂಗಸ್ವಾಮಿ ಮೂಕನಹಳ್ಳಿ, ಶ್ರೀ ಕೆ.ಎಲ್. ಕೃಷ್ಣಮೂರ್ತಿ, ಡಾ. ಶರಣು ಹುಲ್ಲೂರು, ಶ್ರೀಮತಿ ದೀಪಾ ಹಿರೇಗುತ್ತಿ, ಶ್ರೀ ರವಿ ಕೃಷ್ಣಾರೆಡ್ಡಿ, ಶ್ರೀ ಸಂತೋಷಕುಮಾರ ಮೆಹೆಂದಳೆ, ನರೇಂದ್ರ ರೈ ದೇರ್ಲ, ಡಾ. ಗವಿಸ್ವಾಮಿ ಎನ್., ಎನ್. ಧನಂಜಯ, ಶುಭಶ್ರೀ ಭಟ್ಟ ಮತ್ತು ಖ್ಯಾತ ಕಲಾವಿದರಾದ ಶ್ರೀ ರಮೇಶ್ ಅರವಿಂದ್ ಅವರು ವೀರಲೋಕಕ್ಕೆ ತಮ್ಮ ಕೃತಿಗಳನ್ನು ಕೊಟ್ಟು ಪ್ರೋತ್ಸಾಹಿಸುತ್ತಿದ್ದಾರೆ. ಓದುಗನಿರುವ ಕಡೆಯೇ ಪುಸ್ತಕಗಳನ್ನು ಒದಗಿಸುವ ಈ ಮಹತ್ಕಾರ್ಯಕ್ಕೆ ನಿಮ್ಮ ಬೆಂಬಲವೂ ಇರಲೆಂದು ಪ್ರಾರ್ಥಿಸುವೆ.

'ಬದುಕೇ ಭಗವಂತ' ಕೃತಿ ಓದುವ ಸುಖ ನಿಮ್ಮದಾಗಲಿ.

ನಿಮ್ಮ,
–ವೀರಕಪುತ್ರ ಶ್ರೀನಿವಾಸ
ವೀರಲೋಕ ಬುಕ್ಸ್

ಪರಿವಿಡಿ

ಶ್ರೀ ಜಯಚಾಮರಾಜೇಂದ್ರ ಒಡೆಯರ್ ಅವರಿಗೆ ನೂರೊಂದು ನಮನ

- **ಜನನ:** 1919, ಜುಲೈ 18 ಶುಕ್ರವಾರ
- **ನಿಧನ:** 1974, ಸೆಪ್ಟೆಂಬರ್ 23 ಸೋಮವಾರ (55 ವರ್ಷ)

ಕರ್ನಾಟಕದ ಸಾಂಸ್ಕೃತಿಕ ನಗರಿ ಮೈಸೂರು ಎಂದಾಕ್ಷಣ ಒಡೆಯರ್ ವಂಶದ ರಾಜಮನೆತನ, ದಸರೆ, ನೆನಪಾಗದೆ ಇರದು. ಅಂಥ ಶ್ರೀಮಂತ ಮೈಸೂರಿನ ಧೀಮಂತ ಶಕ್ತಿ. ಮಹಾರಾಜರಾದ ಶ್ರೀ ಜಯಚಾಮರಾಜೇಂದ್ರ ಒಡೆಯರ್ ಅವರು ನಮ್ಮೊಂದಿಗೆ ಇದ್ದಿದ್ದರೆ 102 ವರ್ಷವಾಗುತ್ತಿತ್ತು.

ಜನಪರ ಕಾಳಜಿ, ವಿಶ್ವಭ್ರಾತೃತ್ವ ಮತ್ತು ಔದಾರ್ಯಗಳ ತ್ರಿವೇಣಿ ಸಂಗಮವಾಗಿ ನಾಡಿನ ಕೀರ್ತಿಶಿಖರವಾಗಿದ್ದ ಶ್ರೀ ಜಯಚಾಮರಾಜೇಂದ್ರ ಒಡೆಯರ್ ಅವರಿಗೆ, ಅವರ ಸಾಮಾಜಿಕ ಕಳಕಳಿ, ಬದ್ಧತೆಗೆ ಸಾಷ್ಟಾಂಗ ನಮಸ್ಕಾರಗಳು.

ಶ್ರೀ ಜಯಚಾಮರಾಜೇಂದ್ರ ಒಡೆಯರ್ ಅವರ ಜನಾನುರಾಗಿ ವ್ಯಕ್ತಿತ್ವ ಮತ್ತು ಸಾಧನೆಗಳು

ಸರಳತೆ, ಸಜ್ಜನಿಕೆ, ದಾನಶೀಲತೆಯನ್ನು ಮೈಗೂಡಿಸಿಕೊಂಡು ಬೆಳಗಿದ ಚೇತನ ಅರಸರು ಶರಾವತಿ ಜಲವಿದ್ಯುತ್ ಯೋಜನೆ ಪೂರ್ಣಗೊಂಡ ನಂತರ ತಮ್ಮ ಹೆಸರನ್ನು ಅದಕ್ಕೆ ಇಡದೆ, ಮಹಾತ್ಮಾ ಗಾಂಧಿಯವರ ಹೆಸರನ್ನು ಸೂಚಿಸಿ, ಅದನ್ನು ಪಾಲಿಸಿದವರು. ಇಷ್ಟೇ ಅಲ್ಲದೆ, ಪರಿಶಿಷ್ಟ ವರ್ಗದವರ

ಏಳಿಗೆಗೆ ಶ್ರಮಿಸಿದ ಶ್ರೀ ಮಹಾರಾಜರು ದೇವಸ್ಥಾನಗಳಿಗೆ ದಲಿತರ ಪ್ರವೇಶಕ್ಕೆ ಅನುವಾಗುವಂತೆ ರಾಜಾಜ್ಞೆಯನ್ನು ಹೊರಡಿಸಿ, ಜಮೀನು ವಂಚಿತರಾದ ದಲಿತರಿಗೆ ಅದನ್ನು ನೀಡಿಸುವಲ್ಲಿ ಯಶಸ್ವಿಯಾದವರು. ಭಿಕ್ಷಾಟನೆಯ ನಿಷೇಧ, ಮರುವಸತಿ ಕೇಂದ್ರಗಳ ಸ್ಥಾಪನೆ, ಶ್ರೀ ಜಯಚಾಮರಾಜೇಂದ್ರ ಒಡೆಯರ್ ಅವರ ಮಹತ್ಕಾರ್ಯ ಮಾತ್ರವಲ್ಲ, ಸ್ವಾವಲಂಬಿ, ಬಡತನ ನಿರ್ಮೂಲನೆ ಮಾಡುವ ಬಗ್ಗೆ ಅವರಿಗಿದ್ದ ದೂರದೃಷ್ಟಿಯನ್ನು ಎತ್ತಿ ಹಿಡಿಯುತ್ತದೆ.

ಮಹಿಳಾ ಕಾರ್ಮಿಕರಿಗೆ ಉಚಿತ ವೈದ್ಯಕೀಯ ಸೌಲಭ್ಯ, ಗಣಿ ಕಾರ್ಮಿಕರಿಗೆ ಕಾರ್ಮಿಕ ಸೌಲಭ್ಯ, ಕಬ್ಬು ಬೆಳೆಯ ನುಸಿರೋಗದ ಸಮಸ್ಯೆಯನ್ನು ನಿವಾರಿಸಲು ಜಯಚಾಮರಾಜೇಂದ್ರ ಒಡೆಯರ್ ಅವರು ಕೈಗೊಂಡ ಪರಾವಲಂಬಿ ಪ್ರಯೋಗಾಲಯದ ಸ್ಥಾಪನೆ ಕರ್ನಾಟಕದಲ್ಲಿ ಅಷ್ಟೇ ಅಲ್ಲ, ಭಾರತದಲ್ಲೇ ಮೊಟ್ಟಮೊದಲೆನ್ನುವುದು ಹೆಗ್ಗಳಿಕೆ.

ಅರಮನೆಯ ಕೋಟೆಯ ಭುವನೇಶ್ವರಿ, ಗಾಯತ್ರಿ ದೇವಸ್ಥಾನಗಳ ನಿರ್ಮಾಣ, ಕೋಟೆಯ ಹೊರ ಆವರಣದಲ್ಲಿರುವ ಕಾಮ ಕಾಮೇಶ್ವರೀ ದೇವಸ್ಥಾನದ ನಿರ್ಮಾಣ ಮಾಡಿದ ಧರ್ಮಭೀರು ದೊರೆ ನಮ್ಮ ಹೆಮ್ಮೆಯ ಶ್ರೀ ಜಯಚಾಮರಾಜೇಂದ್ರ ಒಡೆಯರ್, ಚಾಮುಂಡೇಶ್ವರಿ ದೇಗುಲಕ್ಕೆ ರಜತದ್ವಾರವನ್ನು ಮಾಡಿಸಿಕೊಟ್ಟ ಉದಾರಿ. ಮಲೈಮಹದೇಶ್ವರ ಬೆಟ್ಟಕ್ಕೆ ಸುಗಮ ಸಂಚಾರದ ಅಪೇಕ್ಷೆಯಿಂದ ಸಮರ್ಥವಾದ ದಾರಿ ಉಚಿತ ಧರ್ಮಶಾಲೆಗಳನ್ನು ಕಟ್ಟಿಸಿದ ಮಹಾನ್ ಚೇತನ ಶ್ರೀ ಜಯಚಾಮರಾಜೇಂದ್ರ ಒಡೆಯರ್ ಅವರ ಈ ಸಾಮಾಜಿಕ, ಸಾರ್ವತ್ರಿಕ ಜನೋಪಕಾರೀ ಕೆಲಸಗಳಿಗೆ ತಲೆಬಾಗಿ ನಮಸ್ಕಾರ ಹೇಳುವುದೂ ಸಹ ಬಹಳ ಕಡಿಮೆಯಾದ ಕೃತಜ್ಞತೆಯೇ ಸರಿ.

ಉತ್ತಮ ಕ್ರೀಡಾಪಟುವಾಗಿ, ಪದವಿಯನ್ನು ಒಂದು ಚಿನ್ನದ ಪದಕ, ಐದು ಬಹುಮಾನಗಳನ್ನು ಪಡೆದ ಮಹಾರಾಜರು ಭಾರತೀಯ ಸಂಗೀತವನ್ನು ಉತ್ತುಂಗಕ್ಕೇರಿಸುವಲ್ಲಿ ವಹಿಸಿದ ಶ್ರಮ-ಪರಿಶ್ರಮ ಅಪಾರವಾದದ್ದು. 97 ಕೀರ್ತನೆಗಳನ್ನು ಶ್ರೀ ವಿದ್ಯಾ ಎಂಬ ಅಂಕಿತನಾಮದಲ್ಲಿ ರಚಿಸಿರುವ ಹಿರಿಮೆ, ಪ್ರೌಢಿಮೆಯ ಮಹಾರಾಜರು ಕನ್ನಡ ಸಾಹಿತ್ಯ ಪರಿಷತ್ತಿನ ಅಧ್ಯಕ್ಷರಾಗಿಯೂ ಸೇವೆ ಸಲ್ಲಿಸಿದ್ದ ಪ್ರಾತಃಸ್ಮರಣೀಯ ಶಕ್ತಿ. ಇಂಗ್ಲಿಷ್‌ನಲ್ಲಿ 13 ಗ್ರಂಥಗಳನ್ನು ರಚಿಸಿರುವ ಶ್ರೀ ಜಯ ಚಾಮರಾಜೇಂದ್ರ ಒಡೆಯರ್ ಅವರು ತಮ್ಮ

"ಜಯಚಾಮರಾಜೇಂದ್ರ ಗ್ರಂಥ ರತ್ನಮಾಲೆ"ಯ 35 ಸಂಪುಟಗಳ ಋಗ್ವೇದ ಸಂಪುಟವು ಅಸಾಧಾರಣ ವಾದ ಸಾಗರೋಪಾದಿಯ ಧಾರ್ಮಿಕ ಶ್ರದ್ಧೆಯ ಅಮೋಘ ಕೊಡುಗೆ ಎನ್ನುವುದು ನಿಸ್ಸಂದೇಹ ಸತ್ಯ.

ಬದಲಾದ ರಾಜಕೀಯ ಸಂದರ್ಭದಲ್ಲಿ ಮಹಾರಾಜ ಪದವಿಯಿಂದ ನಿರ್ಗಮಿಸಿದರೂ ಸಹ ಅದನ್ನು ಎಲ್ಲೂ ತ್ಯಾಗವೆಂದು ಹೇಳಿಕೊಳ್ಳಲೂ

ಬಯಸದ ಈ ನಿಸ್ವಾರ್ಥಿ ಅರಸರನ್ನು ಕುರಿತು ಕುವೆಂಪು ಅವರು "ಸಿಂಹಾಸನವೇರಿ ಅರಸರೆನ್ನಿಸಿಕೊಂಡವರಿದ್ದಾರೆ.ಆದರೆ ನಮ್ಮ ಶ್ರೀ ಜಯ ಚಾಮರಾಜೇಂದ್ರ ಒಡೆಯರ್ ಅವರು ಅದನ್ನು ಬಿಟ್ಟೂ ಮಹಾರಾಜ ಎನ್ನಿಸಿದ್ದಾರೆ" ಎಂದು ನುಡಿದಿರುವುದು ನಾಡಿನ ಅರಸರಿಗೆ ಸಂದ ಶ್ರೇಷ್ಠ ಗೌರವವಾಗಿದೆ. ಗಾಂಧೀಜಿಯವರು ಶ್ರೀ ಜಯಚಾಮರಾಜೇಂದ್ರ ಒಡೆಯರ್ ಅವರ ವ್ಯಕ್ತಿತ್ವವನ್ನು ಬಣ್ಣಿಸಿ "ರಾಜರ್ಷಿ" ಎಂದಿರುವುದೂ ಸಹ ಅರಸರಿಗೆ ಅರಸರ ವ್ಯಕ್ತಿತ್ವದ ಮೌಲ್ಯಗಳಿಗೆ ದೊರಕಿದ ಅರ್ಹ ಮನ್ನಣೆ.

ಭಾರತವು ಸ್ವಾತಂತ್ರ್ಯ ಪಡೆದ ನಂತರ ಕರ್ನಾಟಕದ ರಾಜಪ್ರಮುಖರಾಗಿ, ರಾಜ್ಯದ ರಾಜ್ಯಪಾಲರಾಗಿ ಅಷ್ಟೇ ಅಲ್ಲದೆ, ಆಗಿನ ಮದ್ರಾಸ್‌ನ ರಾಜ್ಯಪಾಲರೂ ಆಗಿದ್ದ ಶ್ರೀ ಜಯಚಾಮರಾಜೇಂದ್ರ ಒಡೆಯರ್ ಅವರು 55ನೇ ವಯಸ್ಸಿನಲ್ಲಿಯೇ 1974ರ ಸೆಪ್ಟೆಂಬರ್ 23ರಂದು ಅಕಾಲಿಕವಾಗಿ ಬದುಕು ಮುಗಿಸಿದ್ದು ಅರಸರ ಮನೆತನಕ್ಕೆ ಅಷ್ಟೇ ಅಲ್ಲದೆ, ಇಡೀ ನಾಡಿನ ಸಮಷ್ಟಿ ಪ್ರಜ್ಞೆಯ ದೇದೀಪ್ಯಮಾನವಾದ ದಿವ್ಯಜ್ಯೋತಿಯ ಬೆಳಕು ನಂದಿಹೋದಂತಾಯಿತು. ಭೌತಿಕವಾಗಿ, ದೈಹಿಕವಾಗಿ ಇಹಜಗದಿಂದ ಶ್ರೀ ಜಯಚಾಮರಾಜೇಂದ್ರ ಒಡೆಯರ್ ಅವರು ನಿರ್ಗಮಿಸಿ 46 ವರ್ಷಗಳೇ ಆಗಿಹೋಗಿದ್ದರೂ ಕನ್ನಡಿಗರ, ಮತ್ತು ನಾಡಿನ ಸಮಸ್ತ ಪ್ರಜಾಸಮುದಾಯದಲ್ಲಿ ಮಹಾನುಭಾವರಾದ ಶ್ರೀ ಜಯಚಾಮರಾಜೇಂದ್ರ ಒಡೆಯರ್ ಅವರು ಎಂದೆಂದಿಗೂ ಆರದ ನಂದಾದೀಪ ಎನ್ನುವುದು ಆಚಂದ್ರಾರ್ಕ ಸತ್ಯ.

ನಾಡಿನ ಅವಿಸ್ಮರಣೀಯ, ಸವಿಸ್ಮರಣೀಯ ಚೈತನ್ಯವಾದ ಮಹಾರಾಜ ಶ್ರೀ ಜಯಚಾಮರಾಜೇಂದ್ರ ಒಡೆಯರ್ ಅವರಿಗೆ ಹೃದಯಾಂತರಾಳದ ಭಾವಪೂರ್ಣ ಪ್ರಣಾಮಗಳು.

ಭಗವಂತ

ಭಗವಂತನೇ ನಿರ್ಮಾಪಕ, ಬದುಕೇ ನಿರ್ದೇಶಕ

(ಅರ್ಥಪೂರ್ಣ ಬಾಳಿನಿಂದ ಅರ್ಥಪೂರ್ಣ
ಬದುಕಿನೆಡೆಗಿನ ಪಯಣ ನಿರಂತರ...)

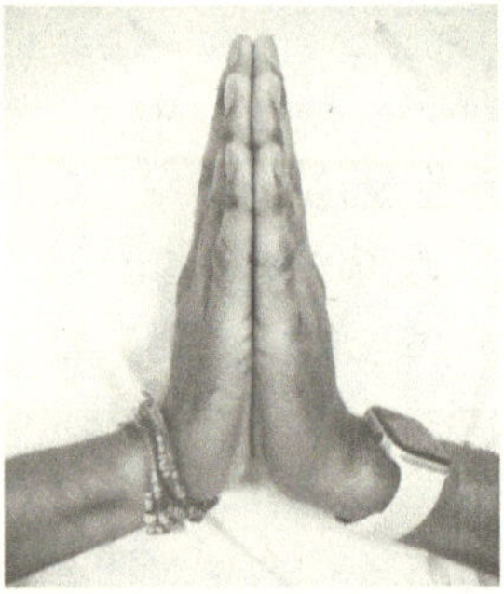

ವಿಶ್ವದಲ್ಲಿ ಬದುಕುವ ಜನಜೀವನ ಹಲವರಿಗೆ ಹಲಬಗೆಯಲ್ಲಿ ಕಾಣಿಸುತ್ತದೆ. ಒಬ್ಬೊಬ್ಬರ ಗ್ರಹಿಕೆಯೂ ಭಿನ್ನ ಮತ್ತು ವಿಭಿನ್ನ. ಪ್ಲೇಟೋ ಎಂಬ ಚಿಂತಕ ಹೇಳುವ ಹಾಗೆ ದತ್ತವನ್ನು ಸಮಗ್ರವಾಗಿ ಕಾಣಲು ಸಾಧ್ಯವಿಲ್ಲ. ಆದರೆ ಈ ಪ್ರಾಪಂಚಿಕ ಜೀವನದ ಹಾದಿಯಲ್ಲಿ ಬದುಕು ಸೃಷ್ಟಿಸುವ, ಉಂಟು ಮಾಡುವ ಪ್ರಯಾಣ ಬಹಳ ಗಹನ ಮತ್ತು ವಿಶಿಷ್ಟವಾದುದು.

ಭಗವಂತನನ್ನು ಯಾವ ರೂಪ–ಸ್ವರೂಪಗಳಲ್ಲಿಯಾದರೂ ಆರಾಧಿಸಬಹುದು, ಪೂಜಿಸಬಹುದು. ಕೃಷ್ಣನಾದರೇನು, ಕ್ರಿಸ್ತನಾದರೇನು ಪೈಗಂಬರನಾದರೇನು ಬುದ್ಧನಾದರೇನು ದೇವರಿರುವ ಸ್ಥಾನವೇ ದೇವಸ್ಥಾನ ಎನ್ನುವುದು ನನ್ನ ಬಲವಾದ ನಂಬಿಕೆ. ಲೋಕದ ಕೆಲವು ಅವಿವೇಕಿಗಳ ಕಣ್ಣಿನಲ್ಲಿ ಹುಚ್ಚನಂತೆ ಕಂಡು ಬಂದ ಮಹಾನ್ ಕಾಳಿಭಕ್ತ ರಾಮಕೃಷ್ಣ ಪರಮಹಂಸರು ನರೇಂದ್ರನಾಥದತ್ತನಿಗೆ ನಿನ್ನಲ್ಲಿಯೂ ದೇವರನ್ನು ಕಾಣುತ್ತೇನೆ ಎಂದಿದ್ದಾಗಲೀ, ಕಂಬದಲ್ಲೂ ನಾರಸಿಂಹನನ್ನು ಕಂಡ ಪ್ರಹ್ಲಾದನ ಭಕ್ತಿ ಹೀಗೆ ಶ್ರೇಷ್ಠವಾಗಿ ಉಳಿಯುತ್ತದೆ. ಆದರೆ ಚಂಚಲತೆಗೆ ನಿಷ್ಠೆ ಪ್ರಾಪ್ತವಾಗುವುದಿಲ್ಲ. ಬದಲಿಗೆ ಅದು ಚಿತ್ತವಿಲ್ಲದೆ ಗುಡಿಯ ಸುತ್ತಿದರೆ ಫಲವೇನು? ಎಂಬಂತಾಗುತ್ತದಷ್ಟೇ.

ಬದುಕು ಇಡಿಯಾಗಿ ಅನಂತವಾದದ್ದು ಮತ್ತು ಅಚ್ಯುತವಾದದ್ದು. ಅದರ ನಿರ್ದೇಶನದ ಶಕ್ತಿಯೇ ನಮ್ಮನ್ನು ಬಿಂದುವಿನಿಂದ ಸಿಂಧುವಿನೆಡೆಗೆ

ಕರೆದೊಯ್ಯುತ್ತದೆ. ಭಗವಂತನೆಂಬ ನಿರ್ಮಾಪಕ ಸೃಷ್ಟಿಸಿರುವ ಈ ಲೋಕದಲ್ಲಿ ಬದುಕೆಂಬ ನಿರ್ದೇಶಕ ನಾನಾ ರೀತಿಯಲ್ಲಿ ಬಗೆಬಗೆಯ ಕ್ರಮವಿನ್ಯಾಸದಲ್ಲಿ ನಮ್ಮ ಬದುಕನ್ನು ರೂಪಿಸುತ್ತಿರುತ್ತದೆ. ಅದರ ಆಂತರ್ಯ ಮತ್ತು ಸತ್ವವನ್ನರಿಯುವುದು ನಮ್ಮ ಅವಗಾಹನೆ ಮತ್ತು ವಿಚಕ್ಷಣೆಗೆ ಬಿಟ್ಟ ಸಂಗತಿಯಾಗಿರುತ್ತದೆ.

ಹಣೆ ನಮ್ಮದಾದರೂ ಹಣೆಬರೆಹ ನಮ್ಮದಲ್ಲ ಎಂದು ಕೊರಗುವ, ಮರುಗುವ ಮನಸ್ಥಿತಿಯಲ್ಲಿ ಆಲೋಚಿಸುವವರಿದ್ದಾರೆ. ಆದರೆ ಇದರ ಜೊತೆ ಜೊತೆಗೇ ನಿನ್ನ ಹಣೆಬರೆಹದ ಶಿಲ್ಪಿ ನೀನೇ "Man is the Master of his own destiny" ಎನ್ನುವುದೂ ಸತ್ಯವಲ್ಲವೇ.

ಭಗವಂತನಿಂದ ತಾಯ್ತಂದೆಯಿಂದ ಹುಟ್ಟಿ ಬಂದ ಈ ದೇಹಕ್ಕೆ ಬದುಕು ಪ್ರತಿ ಕ್ಷಣವೂ ಮಾರ್ಗದರ್ಶನ ಮಾಡುತ್ತಲೇ ಇರುತ್ತದೆ. ಅದನ್ನು ತಿಳಿದುಕೊಳ್ಳುವ ಪ್ರಯತ್ನವೇ ಜೀವನದ ನಿಜವಾದ ತಿರುಳು ಮತ್ತು ನೈಜ ಜೀವನ್ಮುಖಿತ್ವ. ತೇನವಿನಾ ತೃಣಮಪಿನ ಚಲತಿ ಎಂಬಂತೆ ಯೋ ಅಥವಾ ಎಲ್ಲವೂ ಪರಮಾತ್ಮನ ಲೀಲಾ ವಿಶೇಷ ಎನ್ನುತ್ತಾ ಬದುಕು ದೂಡುವವರಿದ್ದಾರೆ.

"ರಂ ಕಂ ಕರೋತಿ ರಾಜಾನಾಂ ರಾಜಾನಾಂ ರಂಕಮೇವಚ
ಧನಿಕಂ ನಿರ್ಧನಂ ಚೈವ ನಿರ್ಧನಂ ಧನಿಕಂ ತಥಾ"

ರಾಜನನ್ನು ದೀನನನ್ನಾಗಿ, ದೀನನನ್ನು ರಾಜನನ್ನಾಗಿಸಿ, ಧನಿಕನನ್ನು ಬಡವನನ್ನಾಗಿಯೂ, ಬಡವನನ್ನು ಧನಿಕನನ್ನಾಗಿಯೂ ಮಾಡುವುದು ಪರಮಾತ್ಮನ ಲೀಲೆ ಎನ್ನುವ ಭಾವ ತಪ್ಪಲ್ಲ. ಆದರೆ ಬದುಕು ನೀಡಿದ ಹಲವು ಸವಾಲುಗಳನ್ನು ಎದುರಿಸಿ ಹೊಸ ವ್ಯಕ್ತಿತ್ವ, ಶಕ್ತಸಮರ್ಥ ಸಾಮಾಜಿಕ ಸ್ಥಾನಮಾನವನ್ನು ಹೊಂದಿದ ಮಹತ್ಸಾಧಕರ ಬಾಳಿಗೆ ಪಾಲಿಗೆ ಬದುಕೇ ಭಗವಂತ.

ಸಿನಿಮಾದ ನಿರ್ಮಾಪಕ-ನಿರ್ದೇಶಕರ ರೀಲು ಎಂದಿದ್ದರೂ ಅವರ ಅಧೀನದಲ್ಲಿ ಆಣತಿ ಆಕ್ಷನ್-ಕಟ್‌ಗಳ ಮೂಲಕ ಹಿಗ್ಗಿ-ಕುಗ್ಗಿ ಮುಕ್ತಾಯವಾಗುತ್ತದೆ. ಆದರೆ ರಿಯಲ್‌ಬದುಕಿನ ರೀಲ್‌ಗಳು ನೇಪಥ್ಯದಲ್ಲಿರುವ ಪರಮಾತ್ಮನ ವಿಶ್ವ ನಿರ್ಮಾಪಕತ್ವದ ನಿಯಂತ್ರಣದಲ್ಲಿರುತ್ತದೆ. ಬದುಕಿನ ದಿಗ್ದರ್ಶಕತ್ವದಡಿಯಲ್ಲಿ ಜೀವಿಗಳಾದ ನಮ್ಮ ನಿಮ್ಮೆಲ್ಲರ ಜೀವನದ ವಿನ್ಯಾಸ ಬೆಳವಣಿಗೆಯನ್ನು, ಪರಿವರ್ತನ ಶೀಲತೆಯನ್ನು ಹೊಂದುತ್ತಲೇ ಇರುತ್ತದೆ.

ಕಾಲ ಬದಲಾಗಿ ಹೋಯಿತು ಎಂದು ಮಾತನಾಡುವ ನಾವು ಹಾಗನ್ನುವಾಗ ಯೋಚಿಸಬೇಕಾಗಿದೆ. ದಿನದರ್ಶಿಕೆಗಳು ಇಸವಿಗಳು ಬದಲಾದರೂ ಚಳಿಗಾಲ, ಮಳೆಗಾಲ, ಬೇಸಿಗೆ, ಗಾಳಿ ಕಾಲಗಳಾಗಲೀ, ಪ್ರಕೃತಿಯ ಚಿರಂತನತೆ ಯಾಗಲಿ ಬದಲಾಗುವುದಿಲ್ಲ. ವೈವಿಧ್ಯಮಯ ಮತ್ತು ವರ್ಣರಂಜಿತ ವಾದ ನಿಸರ್ಗದ

ಶಕ್ತಿಯು ರೂಪಾಂತರದ ಪ್ರಕ್ರಿಯೆಗಳಿಗೆ ಒಳಪಡುತ್ತಲೇ ತನ್ನದರ್ಶನ ಶಕ್ತಿಯನ್ನು ಸಮೃದ್ಧಗೊಳಿಸಿಕೊಳ್ಳುತ್ತಿರುತ್ತದೆ. ನನ್ನ ದೃಷ್ಟಿಯಲ್ಲಿ ಕಾಲ ಯಾರೂ ತೀರಿಸಲಾಗದ ಸಾಲ. ಅದನ್ನು ನಮ್ಮ ತೊಟ್ಟಿಲಿನಿಂದ ಕೊನೆಯ ಮೆಟ್ಟಿಲು ಮುಟ್ಟುವ ತನಕ ಹೇಗೆಲ್ಲ ನಿರ್ವಹಿಸಿ ಒಡನಾಡುವೆವೋ ಅದರಲ್ಲಿ ನಮ್ಮ ಬದುಕಿನ ಸಫಲತೆ–ವಿಫಲತೆಗಳು ಅಡಕವಾಗಿರುತ್ತವೆ.

ಕುವೆಂಪು ಅವರು ಆನಂದಮಯ ಈ ಜಗಹೃದಯ ಎಂಬ ನೆಲೆಯಲ್ಲಿ ಬದುಕನ್ನು ಕಂಡುಕೊಂಡವರು. "ಉದಯದೊಳೇನ್ ಹೃದಯವ ಕಾಣ್ ಅದೇ ಅಮೃತದ ಹಣ್ಣೋ" ಎನ್ನುವುದು ಕೇವಲ ಸೂರ್ಯೋದಯಕ್ಕೆ ಮಾತ್ರ ಸೀಮಿತವಾದ ವರ್ಣನೆಯಲ್ಲ. ಪ್ರತಿ ಹುಟ್ಟಿನಲ್ಲೂ ಹೃದಯಸ್ಥವಾದ ಅರಿವಿರುತ್ತದೆ. ಅದನ್ನು ನಮ್ಮದಾಗಿಸಿ ಕೊಂಡಾಗ ಮೃತವಾಗದ (ಅಮೃತ= ಮೃತ್ಯುವಿಲ್ಲದ) ಬದುಕಿನ ಸ್ವಾದಿಷ್ಟಫಲ ನಮ್ಮದಾಗುತ್ತದೆ.

ಭಗವಂತ ನಮ್ಮನ್ನು ಅಮ್ಮ ಅಪ್ಪನ ಮೂಲಕ ನಿರ್ಮಿಸಿ, ಸೃಷ್ಟಿಸಿ ಜಗತ್ತಿಗೆ ಬಿಟ್ಟಿದ್ದಾನೆ. ಇರುವಷ್ಟು ಕಾಲದಲ್ಲಿ ಬದುಕೆಂಬ ನಿರ್ದೇಶಕ ತೋರಿಸುವ ಜೀವನದ ಪಥಗಳನ್ನರಿತು ಮುನ್ನಡೆಯುವುದೇ ಜೀವನಧರ್ಮ. ವೈಯಕ್ತಿಕವಾಗಿ ಜೀವ ಅಲ್ಪ. ಆದರೆ ವಿಶ್ವಾತ್ಮಕವಾಗಿ ಜೀವನಧರ್ಮ ಸುದೀರ್ಘ ಮತ್ತು ಅವಿನಾಶಿ.

> **"ಅನ್ನಬಹುದೇನಯ್ಯ ಹಾಡು ಮುಗಿಯಿತೆಂದು**
> **ಜನ್ಮದಾಕಾಶದಲ್ಲದರ ಬೇರು."**
> **–ದ.ರಾ. ಬೇಂದ್ರೆ**

ಕೆ.ಎಸ್. ನರಸಿಂಹಸ್ವಾಮಿ

ಕೆ.ಎಸ್. ನರಸಿಂಹಸ್ವಾಮಿ ಮತ್ತು ಅಡಿಗರ ಕವಿತೆಗಳಲ್ಲಿ ಕವಿಯ ಸ್ವಂತಿಕೆ ಮತ್ತು ಅದರ ಮನೋಧರ್ಮ ಒಂದು ನೋಟ.

ಕವಿಯದ್ದು ನೂರಕ್ಕೆ ನೂರರಷ್ಟು ಸ್ವತಂತ್ರ ಮತ್ತು ಸ್ವಾತಂತ್ರ್ಯವನ್ನು ಬಯಸುವ ಅವನ ಸ್ವಾಯತ್ತ ಜಗತ್ತು. ಆತ್ಮಕೇಂದ್ರಿತವಾದ ಕವಿಯ ಕಾವ್ಯ ಜಗತ್ತಿನಲ್ಲಿ ಕವಿಯು ತನ್ನದೇ ಆದ ಮುಕ್ತ ಪ್ರಪಂಚದಲ್ಲಿ ವಿಹರಿಸುತ್ತಾನೆ. ಅದು ಅವನ ಹಕ್ಕೂ ಹೌದು. ತನ್ನ ಕಾವ್ಯ ಪರಿಧಿಯಲ್ಲಿ ಆ ಸ್ವಾತಂತ್ರ್ಯ, ಸ್ವತಂತ್ರ ಮನೋಧರ್ಮ ಮತ್ತು ಸ್ವೋಪಜ್ಞತೆಯನ್ನು ಬಹಳ ಅಚ್ಚುಕಟ್ಟಾಗಿ ಪ್ರತಿಪಾದಿಸಿ ಕೊಂಡವರು ಕೆ.ಎಸ್.ನ. ಮತ್ತು ಗೋಪಾಲಕೃಷ್ಣ ಅಡಿಗರು. ಬಸವಣ್ಣನವರು ಹೇಳುವಂಥ “ಆನು ಒಲಿದಂತೆ ಪಾಡುವೆ” ಎನ್ನುವ ಸ್ವತಂತ್ರ ಭಾವ ಪ್ರಕಟಣೆಯನ್ನು ಕೆ.ಎಸ್.ನ. ಅವರಲ್ಲಿ ಸಹ ವಿಶಿಷ್ಟವಾಗಿ ಕಾಣಬಹುದು.

ಕೆ.ಎಸ್.ನ. ಅವರ ಮುಕ್ತ ಕಾವ್ಯಧರ್ಮ ಮತ್ತು ಸ್ವಂತಿಕೆ

ಹೀಗೇ ಬರೆಯಬೇಕೆಂಬ ಕಟ್ಟಳೆ–ಆಜ್ಞೆಗಳನ್ನು ಸ್ಪಷ್ಟವಾಗಿ ಧಿಕ್ಕರಿಸಿ ತಮ್ಮೊಳಗಿನ ಕವಿ–ಕಾವ್ಯವನ್ನು ಕಾಪಿಟ್ಟುಕೊಂಡವರು ಕೆ.ಎಸ್.ನ.

ಅದನಿದನು ಹಾಡೆಂಬ ಕಡ್ಡಾಯವೇಕೆ?
ವೇದಿಕೆಯ ಮೇಲಿನಿಂದುಪದೇಶವೇಕೆ?
ಕಬ್ಬಿಗನು ಬೆದರುವನೆ ಸ್ವಾತಂತ್ರ್ಯ ಪ್ರೇಮಿ
ತಾರೆಗಳನಾಳುವನು ಸಾಲದೇ ಭೂಮಿ

ಎಂದು ಹೇಳಿ ತಮ್ಮೊಳಗಿನ ಕವಿಯ ಆತ್ಮ ಪ್ರಜ್ಞೆ ಮತ್ತು ತಮ್ಮ ಕಾವ್ಯದ ಶೈಲಿಯನ್ನು ಸುಸ್ಥಿರವಾಗಿ ನೆಲೆಗೊಳಿಸಿಕೊಂಡವರು.

ಸಂಕೀರ್ಣವಾದ ಸಂಗತಿಗಳನ್ನು ಸರಳವಾಗಿ ಹೇಳುವ ಕೌಶಲ ನಾವು ಅಂದುಕೊಂಡಷ್ಟು ಸುಲಭವಲ್ಲ, ಆದರೆ ಕೆ.ಎಸ್.ನ. ಅಂಥ ಸವಾಲನ್ನು ಸ್ವೀಕರಿಸಿ ಗೆದ್ದರು.

"ಆಳದನುಭವವನ್ನು ಮಾತು ಕೈ ಹಿಡಿದಾಗ
ಕಾವು ಬೆಳಕಾದಾಗ ಒಂದು ಕವನ"

ಎಂಬ ಕೆ.ಎಸ್.ನ. ಅವರಿಗೆ ಹಿತಮಿತವಾದ ಮತ್ತು ಔಚಿತ್ಯ ಮೀರದ ಮಾತಿನ ಬಗ್ಗೆ ದೃಢವಾದ ನಂಬಿಕೆ ಮತ್ತು ವಿಶ್ವಾಸಬಹಳ ಪ್ರಬಲವಾಗಿದೆ.

"ಮಾತು ಬರುವುದು ಎಂದು ಮಾತಾಡುವುದು ಬೇಡ;

ಒಂದು ಮಾತಿಗೆ ಎರಡು ಅರ್ಥವುಂಟು.
ಎದುರಿಗಿರುವವ ಕೂಡ ಮಾತು ಬಲ್ಲವ ಗೆಳೆಯ;
ಬರಿದೆ ಆಡುವ ಮಾತಿಗರ್ಥವಿಲ್ಲ."
(ಮಾತು ಮುತ್ತು, ಕವನ ಸಂಕಲನ–ನವಿಲದನಿ)

ಮಾತಿಗಿರುವ ಅಂತಃಶಕ್ತಿ ಮತ್ತು ಆಲಿಸುವಿಕೆ, ಗ್ರಹಿಸುವಿಕೆಯನ್ನು ಅನುಲಕ್ಷಿಸಿ ನಂತರ ಪ್ರತಿಕ್ರಿಯೆಗೆ ಒಳಪಡಬೇಕಾದ ವಿಶ್ಲೇಷಣೆಯ ಮಹತ್ವವನ್ನು ಹೇಳುವ ಕೆ.ಎಸ್.ನ. ಮಾತಿಗಿರುವ ಗಟ್ಟಿ ಬುನಾದಿ, ಪರಂಪರೆಯನ್ನು ಬಲವಾಗಿ ಪ್ರತಿಪಾದಿಸಿದವರು.

"ಇಂಥ ಅಂಗಡಿಯಲ್ಲಿ ಈ ಮಾತಿಗಿಷ್ಟೇ ಬೆಲೆ
ಎನ್ನುವುದು ಮೊದಲು ಗೊತ್ತಾಗಲಿಲ್ಲ
ಒಂದೊಂದುಶಬ್ದಕ್ಕೂ ಇತಿಹಾಸವಿದೆ
ನಾನು ಬೇರಿನ ತನಕ ಹೋಗಲಿಲ್ಲ."

ಆದರೆ ಇದೇ ಕವಿಯನ್ನು ಕೇವಲ ಮೈಸೂರು ಮಲ್ಲಿಗೆಗೆ ಸೀಮಿತಗೊಳಿಸಿ ನೋಡುವ ಪರಿಪಾಠ ಅಂದೂ ಇತ್ತು, ಇಂದೂ ಇದೆ. ಅದು ಈ ಕವಿಗೆ ಗೊತ್ತಿಲ್ಲದ ವಿಚಾರವೇನಾಗಿ ರಲಿಲ್ಲ. ಮಲ್ಲಿಗೆಯೇ ನನ್ನಾಯ್ಕೆ ಎಂಬ ದೀಪಸಾಲಿನ ನಡುವೆ ಎಂಬ ಅವರ ಕವನಸಂಕಲನದ ಕವಿತೆ ಇದಕ್ಕೆ ಸ್ಪಷ್ಟವಾಗಿ ಉತ್ತರಿಸಿದೆ.

"ಚೆಲುವ ಕಂಡೆನು ನಾನು ಮಲ್ಲಿಗೆಯ ತೋಟದಲಿ,
ಒಲವ ಕಂಡೆನು ನಾನು ಬದುಕಿನಲ್ಲಿ;

ಚೆಲುವು ಒಲವುಗಳಲ್ಲಿ ಬಾಳ ಹಾದಿಯ ಕಂಡೆ,
ಹೂವ ಪರಿಮಳದಲ್ಲಿ ಧನ್ಯನಾದೆ."

ಇದೇ ಕವನಸಂಕಲನದ "ನನ್ನ ಕವಿತೆ" ಎಂಬ ಕವಿತೆಯಲ್ಲಿ ಈ ನಿಲುವು ಮತ್ತಷ್ಟು ದೃಢವಾಗಿದೆ.

"ಕಲ್ಪನಾ ರಾಜ್ಯದಲಿ ನೀವು ಸಂಚರಿಸದಿರಿ,
ಕೆಂಪು ಕುದುರೆಯ ಸಾಲು ನನ್ನ ಕವಿತೆ;
ಅರಳಿದರೆ ಮಲ್ಲಿಗೆ ಕೆರಳಿದರೆ ಸಂಪಿಗೆ,
ಹೂಗಳನು ತೂಗುವುದು ನನ್ನ ಕವಿತೆ.

ಆದರೆ ಮಲ್ಲಿಗೆಯ ಲೋಕದಿಂದ ಹೊರತಾದ ತೆರೆದ ಬಾಗಿಲು, ಶಿಲಾಲತೆ ಮನೆಯಿಂದ ಮನೆಗೆ ಕವನ ಸಂಕಲನಗಳ ಮೂಲಕ ಕೆ.ಎಸ್.ನ. ತಮ್ಮದು ಕೇವಲ ಮಲ್ಲಿಗೆಯ ಲೋಕವಲ್ಲ ಎಂದೂ ಋಜುವಾತುಪಡಿಸಿದ್ದಾರೆ.

ಗೋಪಾಲಕೃಷ್ಣ ಅಡಿಗರು–ಕೆ.ಎಸ್.ನ.

ಅಡಿಗರು ಕೆ.ಎಸ್.ನ. ಅವರನ್ನು ಪುಷ್ಪಕವಿಯ ಪರಾಕು ಎಂಬ ಕವನದ ಮೂಲಕ ವಿಡಂಬಿಸಿದಾಗ ಕೆ.ಎಸ್.ನ. ಅವರೂ ಪ್ರತಿಕ್ರಿಯಿಸುತ್ತಾರೆ.ಕವಿಗಳದ್ದು ಆತ್ಮಕೇಂದ್ರಿತವಾದ ಸ್ವಾಯತ್ತ ಜಗತ್ತು. ಅವರವರ ಲೋಕದಲ್ಲಿ ಅವರ ಭಾವಾಭಿವ್ಯಕ್ತಿ ಸ್ವಾನುಭವ–ಪರಾನುಭವ ಎರಡೂ ನೆಲೆಗಳಿಂದ ಕೂಡಿರುತ್ತವೆ. ಆದರೆ ಕವಿಯಾಗಿ ತನಗೆ ಅನ್ನಿಸಿದ ಸಂವೇದನೆಗಳ ಭಾವಕೋಶ ಗಳಿಂದಲೇ ಕಾವ್ಯಕ್ಕೊಂದು ರೂಪುರೇಷೆ ಕಲ್ಪಿಸಿಕೊಳ್ಳುವ ಕವಿಯ ಮಾರ್ಗ ಅಬಾಧಿತ ಮತ್ತು ಸ್ವಯಂನಿರ್ಮಿತ ಲೋಕ.

ಭಾರತೀಯ ಕಾವ್ಯಮೀಮಾಂಸೆಯ ಮಹತ್ವದ ಲಾಕ್ಷಣಿಕನಾದ ಆನಂದವರ್ಧನ ತನ್ನ "ಧ್ವನ್ಯಾಲೋಕದಲ್ಲಿ ಬಹಳ ಸ್ಪಷ್ಟವಾಗಿ ಹೇಳಿದ್ದಾನೆ. ಅದು ಹೀಗಿದೆ.

"ಅಪಾರೇ ಕಾವ್ಯಸಂಸಾರೇ ಕವಿರೇವ ಪ್ರಜಾಪತಿಃ
ಯಥೇಸ್ಮೈ ರೋಚತೆ ವಿಶ್ವಂ ತಥೇದತ್ ಪರಿವರ್ತತೆ"

ಅಪಾರವಾದ ತನ್ನ ಕಾವ್ಯಜಗತ್ತಿನಲ್ಲಿ ಕವಿಯೇ ಬ್ರಹ್ಮ. ತನಗೆ ಅನ್ನಿಸಿದಂತೆ ವಿಶ್ವವನ್ನು ಕಾವ್ಯಲೋಕದಲ್ಲಿ ಪರಿವರ್ತಿಸಿಕೊಳ್ಳುವ ಸೌಲಭ್ಯ ಅವನದ್ದೇ ಆಗಿರುತ್ತದೆ.

ವಿ.ಸೀ. ಅವರು ಕೆ.ಎಸ್.ನ. ಅವರಿಗೆ "ಎಷ್ಟು ದಿನ ಹೀಗೆ ಗಂಡ ಹೆಂಡತಿ ಬಗ್ಗೆ ಯೇ ಬರೀತೀರಿ, ಹೊಸ ಆಲೋಚನೆ, ಕಾವ್ಯದಾರಿಯ ಕಡೆಗೆ ಯೋಚಿಸಿ"

ಎಂದ ಸಹೃದಯ ಸಲಹೆ ಕೆ.ಎಸ್.ನ. ಅವರಸುದೀರ್ಘ ಕಾವ್ಯಚಿಂತನೆಯ ಹೊರಳು ಹಾದಿಗೆ ತೆರೆದ ಬಾಗಿಲು ಶಿಲಾಲತೆ ಮೊದಲಾದ ವಿಭಿನ್ನ ರೀತಿಯ ಕಾವ್ಯಸಂಕಲನಗಳ ರಚನೆಗೆ ಪ್ರೇರಕವಾದವು.

ಗೋಪಾಲಕೃಷ್ಣ ಅಡಿಗರು ಮತ್ತು ಕೆ.ಎಸ್.ನ.

ಪುಷ್ಪಕವಿಯ ಪರಾಕು ಎಂಬ ಅಡಿಗರ ಟೀಕೆಗೆ ಕೆ.ಎಸ್.ನ. ತಣ್ಣಗೆ

"ಗೋಪಾಲಕೃಷ್ಣ ಅಡಿಗರು ಒಮ್ಮೆ ಹೇಳಿದರು
ನನ್ನ ಅನುಭವವೆ ತೆಳುವೆಂದುಒಪ್ಪುತ್ತೇನೆ.
ಅವರವರ ಪ್ರತಿಭೆ ಅವರವರದಾಗಿರುವಾಗ
ನನ್ನ ದನಿ ಅಡಿಗರದು ಎಂತು ಆದೀತು, ಬಿಡಿ.
ಅವರ ದನಿ ಯಕ್ಷಗಾನದ ರೀತಿ; ನನ್ನ ದನಿ
ತಂಪಾದ ಸಂಜೆಯಲಿ ಗೆಳೆಯರಿಬ್ಬರು ಕುಳಿತು
ಎತ್ತರಕ್ಕೇರದೆಯೆ ಮಾತನಾಡುವ ರೀತಿ.
ಅವರವರ ಅನುಭವದ ಆಯ್ಕೆ ಅವರವರಿಷ್ಟ.
ಅವರ ನಂಬಿಕೆ ಅವರ ದೇವರಾಗಿರುವಾಗ,
ಅದ ಹೊತ್ತು ಮುಂದುವರಿಯುವುದು ಸೌಜನ್ಯ.
ಕವಿತೆಯುತ್ಸಾಹದಲಿ ಡೊಂಕು ನುಡಿಗಳುಬೇಡ;
ಅಡ್ಡದಾರಿಯ ಹಿಡಿದು ಮಾತಾಡುವುದು ಬೇಡ."
–ಅಡಿಗರ ಮಾತು (ಕವನ ಸಂಕಲನ–ಸಂಜೆ ಹಾಡು)

ಅಡಿಗರು ಭೂಮಿಗೀತದಲ್ಲಿ ಕೋಶಾವಸ್ಥೆ ಮಣ್ಣು ಎಂದ ನೆಲವನ್ನು ನರಸಿಂಹ ಸ್ವಾಮಿಯವರು ಕುಂಕುಮಭೂಮಿ ಕವನದಲ್ಲಿ,

"ಅಗೆದಾಗ ನಕ್ಕದ್ದು ನುಣುಪು ಕೆಂಪು ಭೂಮಿ;
ಗುದ್ದಲಿಯ ಕೆಲಸ ಅಲ್ಲಿಗೆ ನಿಂತಿದೆ.
ಪಂಚಾಂಗದಂತೆ ಮಳೆಯೂ ಬಿತ್ತು ಹತ್ತು ಹನಿ;
ಬೆವರಿಳಿದು ಬೊಗಸೆ ಹಾಗೂ ತುಂಬಿದೆ.

ಹೀಗೆ ಮುಂದುವರೆಯುತ್ತಾ...

ಚೆಲ್ಲಿದಷ್ಟೂ ಕಾಳು ಪಯಿರಾಗಲಿಲ್ಲೆನುವ
ಚಿಂತೆ ಚಪ್ಪರದೊಳಗೆ ಚಿನ್ನದ ಕಿಡಿ;
ಬಿತ್ತ ಚೆಲ್ಲದೆ ಬೆಳೆದ ಹಳೆಯ ಮಾತಿನ ಭೂತ.
ಯಾರ ಅಬ್ಬರವಿಲ್ಲಿ ನಿಲ್ಲುವ ನುಡಿ?

ಎಂದು ಅಡಿಗರ ಕಾವ್ಯ, ಕಾವ್ಯಶೈಲಿಯನ್ನೇ ಮನದಲ್ಲಿರಿಸಿ ಮೂಡಿಸಿದ್ದಾರೆ.

ಅಡಿಗರು ಹಂಬಲಿಸಿದ ಸ್ವಂತಿಕೆಯ ಹಂಬಲ–

ನವ್ಯಕಾವ್ಯದ ದೀರ್ಘಕಾಲೀನ ಪರಂಪರೆಗೆ ಅಡಿಗರ ಕೊಡುಗೆ ಬಹಳ ಗಾಂಭೀರ್ಯಪೂರ್ಣವಾದುದು. ಗೋಕಾಕರಿಗಿಂತ ಅಡಿಗರು ನವ್ಯಕಾವ್ಯದ ಹೊಸಹೊಸ ಮತ್ತುಅತ್ಯಂತ ಪ್ರಯೋಗಶೀಲವಾದ ಕಾವ್ಯದ ಕಸುವನ್ನು ತುಂಬಿದ ಶ್ರೀಮಂತ–ಧೀಮಂತ ಕವಿ ಎನ್ನುವುದು ನಿಜ.

ಸ್ವಂತಿಕೆಯಿಂದಲೇ ಅನನ್ಯತೆ ಸಾಧ್ಯವೆಂಬ ಗಟ್ಟಿ ನಂಬುಗೆಯ ಕಾವ್ಯ ಪಥಿಕ ಗೋಪಾಲಕೃಷ್ಣ ಅಡಿಗರು. ಅವರ ಕವನಗಳ

ಈ ಆಶಯಗಳು ತೆಳುವಾಗಿ ಮೂಡದೆ, ಗಾಢವಾಗಿ ವ್ಯಕ್ತಿಸ್ವಂತಿಕೆ, ವ್ಯಕ್ತಿತ್ವದ ಅಸ್ತಿತ್ವದ ಮೇಲ್ಮೆಯನ್ನು ಎತ್ತಿ ಹಿಡಿಯುತ್ತದೆ.

ಭಾವತರಂಗ ಕವನಸಂಕಲನದ “ನನ್ನ ನುಡಿ” ಎಂಬ ಕವನವು,

ಅನ್ಯರೊರೆದುದನೆ, ಬರೆದುದನೆ ನಾ ಬರೆ ಬರೆದು
ಭಿನ್ನವಾಗಿದೆ ಮನವು, ಬಗೆಯೊಳಗನೇ ತೆರೆದು
ನನ್ನ ನುಡಿಯೊಳೆ ಬಣ್ಣಬಣ್ಣದಲಿ ಬಣ್ಣಿಸುವ
ಪನ್ನತಿಕೆ ಬರುವ ತನಕ ನನ್ನ ಬಾಳಿದು ನರಕ.

ಅಡಿಗರ ಹೊಸ ಹಾದಿ ಕವನವೂ ಸಹ ಇಂಥ ಸ್ವಂತಿಕೆಗೆ ಹಂಬಲಿಸುವ ಕಾಳಜಿಯನ್ನು ಬಯಸುತ್ತದೆ.

“ಹೊಸ ಹಾದಿಯನು ಹಿಡಿದು ನಡೆಯಣ್ಣ ಮುಂದೆ
ಹೊಸಜೀವ ಹೊಸ ಭಾವ ಹೊಸ ವೇಗದಿಂದೆ.”

ಹುತ್ತಗಟ್ಟದೆ ಚಿತ್ತ ಮತ್ತೆ ಕೆತ್ತಿತೇನು... ಎನ್ನುವ ಅವರ ಕಾವ್ಯದೊಳಗಿನ ಈ ತನ್ನತನದ ಅವಲೋಕನ ಸತ್ವಾನುಭವದ ಆಸಕ್ತಿ, ಕಳಕಳಿ ಸಕಾರಾತ್ಮಕ ಮತ್ತು ವಾಸ್ತವವಾಗಿ ಆಗಬೇಕಾದ ಚಲನಶೀಲತೆ.

“ಹನುಮದ್ವಿಕಾಸಕೆ ಇಲ್ಲ ಎಲ್ಲೆ” ಎನ್ನುವ ಅಡಿಗರ ಕಾವ್ಯ ಸಂಕಲ್ಪಬಲದ ಕಾವ್ಯ. ಅಡಿಗರು ನಡೆಸುವ ಅನನ್ಯತೆಯ ಹೋರಾಟ–ಹೊಯ್ದಾಟ, ಸ್ವೋಪಜ್ಞತೆಗಾಗಿನ ತುಡಿತ, ಛಲ ಅಸಾಮಾನ್ಯವಾದುದು.

ಅಡಿಗರ ಕಾವ್ಯದ ಮನುಷ್ಯ ಮತ್ತು ಅಡಿಗರ ಅನನ್ಯತೆಯ ಆಶಯ ಹೀಗಾಗಿಯೇ ಸದಾ ಚಿರಂತನವಾದುದು.

ಭಿನ್ನ–ವಿಭಿನ್ನ ಹಾದಿಯಲ್ಲಿದ್ದರೂ ಹೀಗಾಗಿಯೇ ಕೆ.ಎಸ್.ನ. ಮತ್ತು ಗೋಪಾಲಕೃಷ್ಣ ಅಡಿಗರ ಕಾವ್ಯಭೂಮಿಕೆ ಮತ್ತು ಮನೋಧರ್ಮಗಳು ಸದಾ ಚಲನಾತ್ಮಕತೆಯ ಸಾರ್ಥಕ ಸೃಜನಶೀಲತೆಯೂ ಹೌದು.

ಅ.ನ.ಕೃ.

ಕನ್ನಡಿಗರ ಧೀಮಂತ ಆತ್ಮಶಕ್ತಿ–ಅ.ನ.ಕೃ.
(ಅರಕಲಗೂಡು ನರಸಿಂಗರಾವ್ ಕೃಷ್ಣರಾಯರು)

- **ಜನನ:** 1908, ಮೇ 9 ಶನಿವಾರ.
- **ನಿಧನ:** 1971 ಜುಲೈ 8 ಗುರುವಾರ ರಾತ್ರಿ. 10:30ಕ್ಕೆ

ನಿನ್ನೆ ಅ.ನ.ಕೃ. ಅವರ 51ನೇ ವರ್ಷದ ಸಂಸ್ಮರಣೆ. ಅದರ ಅಂಗವಾಗಿ ಈ ಲೇಖನ.

"ಕನ್ನಡಕ್ಕಾಗಿ ಹೋರಾಡಲು ಅನೇಕರಿದ್ದಾರೆ, ಆದರೆ ನನಗಿರುವುದು ಒಂದೇ ಕನ್ನಡ" ಹೀಗೆ ಹೇಳಿ ಕನ್ನಡ–ಕನ್ನಡಿಗ–ಕರ್ನಾಟಕ ಎನ್ನುವುದರ ಭೀಮ ಶಕ್ತಿಯಾಗಿ ಕನ್ನಡಿಗರ ಸ್ವಾಭಿಮಾನಕ್ಕೆ ಧಕ್ಕೆ ತರುವವರಿಗೆ ಹಿಮಾಲಯದಂತೆ ರಕ್ಷಾಶೃಂಗವಾಗಿನಿಂತ ಕನ್ನಡಿಗರು ಎಂದೆಂದೂ ಮರೆಯಲಾರದ, ಮರೆಯಬಾರದ ಹಚ್ಚಹಸಿರಾದ ಹೆಸರೇ ಅ.ನ.ಕೃ.

1908ಮೇ 9ರ ಶನಿವಾರ ಕೋಲಾರದಲ್ಲಿ ಜನಿಸಿದ ಅ.ನ.ಕೃ. ಮುಂದೆ ಕನ್ನಡಿಗರ ಗೌರವವನ್ನುಳಿಸಲು ಸೆಟೆದು ನಿಂತ ಮಹನೀಯರಾದರು. ಅರಕಲಗೂಡು ಹಾಸನ ಜಿಲ್ಲೆ. ಆದರೆ ತಂದೆ ನರಸಿಂಗರಾಯರು ಕೋಲಾರದಲ್ಲಿದ್ದಾಗ ಕೃಷ್ಣರಾಯರ ಜನನವಾಯಿತು. ಇದರ ಬಗ್ಗೆ ಗೊಂದಲವೇ ಬೇಡ.

ಜುಲೈ8, 1971ರಂದು ತಮ್ಮ 63ನೇ ವಯಸ್ಸಿನಲ್ಲಿ ಕಣ್ಮರೆಯಾದ ಅ.ನ.ಕೃ. ಅವರ ಶವದ ಮುಂದೆ ದುಃಖಿಸುತ್ತಿದ್ದ ಮಾಸ್ತಿ "ಅಯ್ಯೋ ಚಿಕ್ಕ ಹುಡುಗ ಹೋಗ್ಬಿಟ್ನೆ, ಎಂದು ಕನ್ನಡ ಹೋರಾಟಗಾರನ ಹೆಣಕ್ಕೆ ಬಿಸಿಲು ತಾಗದಿರಲಿ ಎಂದು ಅ.ನ.ಕೃ. ಅವರ ಪಾರ್ಥಿವ ಶರೀರಕ್ಕೆ ಛತ್ರಿಯನ್ನು ಅಡ್ಡವಾಗಿ

ಹಿಡಿದರು. ಇಂಥ ಮಹಾಚೇತನಗಳಿಗೆ ಜನ್ಮವಿತ್ತಕೋಲಾರದ ಭೂಮಿ ಮತ್ತು ಕನ್ನಡನಾಡಿನ ನೆಲ ಧನ್ಯ ಮತ್ತು ಸಾರ್ಥಕ.

ಅ.ನ.ಕೃ. ಅವರ ಹೋರಾಟ, ಸಾಹಿತ್ಯಕೃಷಿ ವಿಶಾಲ ಮತ್ತು ವೈವಿಧ್ಯಮಯ ವಾದುದು. ಕಾದಂಬರಿ ಸಾರ್ವಭೌಮರೆಂದು ಮುಂದೆ ಪ್ರಸಿದ್ಧರಾದರೂ ಸಹ ಅ.ನ.ಕೃ. ಅವರ ಸಾಹಿತ್ಯಕೃಷಿ ಆರಂಭವಾಗಿದ್ದು ನಾಟಕರಚನೆಯಿಂದ ಎನ್ನುವುದು ಮುಖ್ಯ.

ತಂದೆ ನರಸಿಂಗರಾಯರ ಆತ್ಮೀಯ ಮಿತ್ರ ಪ್ರಖ್ಯಾತ ನಟ ಎ.ವಿ. ವರದಾಚಾರರೊಮ್ಮೆ ಕನ್ನಡದಲ್ಲಿ ಸಾಮಾಜಿಕ ನಾಟಕಗಳ ರಚನೆಯ ಕುರಿತು ಮಾತನಾಡಿದಾಗ ಒಂದೇ ರಾತ್ರಿಯಲ್ಲಿ ಅ.ನ.ಕೃ. ಮದುವೆಯೊ ಮನೆಹಾಳೋ ಎಂಬ ನಾಟಕ ರಚಿಸಿ ವರದಾಚಾರ್ ಅವರಿಂದಲೇ ಭೇಷ್ ಎನ್ನಿಸಿಕೊಂಡಿದ್ದು 1924ರಲ್ಲಿ ಆಗ ಅ.ನ.ಕೃ. ಅವರಿಗೆ ಕೇವಲ 16ವರ್ಷ ಮಾತ್ರ.

ಬಂಗಾಲದಲ್ಲಿ ಚಿತ್ತರಂಜನ್ ದಾಸ್ ಅವರನ್ನು ಭೇಟಿ ಮಾಡಿ ಬಂದಾಗ ಅವರ ಪತ್ನಿಯ ಹೆಸರನ್ನೇ ತಮ್ಮ ಪತ್ನಿಗೂ ಇಟ್ಟಾಗ ವಿಶಾಲಾಕ್ಷಿ ಎಂಬ ಅ.ನ.ಕೃ. ಅವರ ಪತ್ನಿಯ ಹೆಸರು ವಸಂತಾದೇವಿಯಾಯಿತು. ಅ.ನ.ಕೃ. ಅವರ ಮನೆಯ ಹೆಸರು ಅವರ ತಾಯಿಯ ಹೆಸರು–ಅನ್ನಪೂರ್ಣ ನಿಲಯ.

ಧರ್ಮಸಂಕಟ, ಬಣ್ಣದ ಬೀಸಣಿಗೆ ಇವರ ಸಾಮಾಜಿಕ ನಾಟಕಗಳಲ್ಲಿ ಕೆಲವಾದರೆ, ಸ್ವರ್ಣಮೂರ್ತಿ ಮತ್ತು ಹಿರಣ್ಯ ಕಶಿಪು ಪೌರಾಣಿಕ ನಾಟಕದ ಮೂಲಕ ಸಾಮಾಜಿಕತೆಗೆ ಒತ್ತು ನೀಡಿರುವ ನಾಟಕ. ರಜಪೂತ ಲಕ್ಷ್ಮಿ/ಯೋಷಿ ಮೊಘಲ್ ಸಾಮ್ರಾಜ್ಯದ ಸುತ್ತ ಹೆಣೆದಿರುವ ನಾಟಕ. ಜಗಜ್ಯೋತಿ ಬಸವೇಶ್ವರವೂ ಬಹಳ ಹೆಸರಾಂತ ನಾಟಕ.

ಅ.ನ.ಕೃ. ಅವರ ಕಥಾಲೋಕ

ಆಹಾರದ ಸಂಕಟದ ಅನ್ನದ ಕೂಗು, ವಿಧವೆಯ ಬದುಕಿನ ದಾರುಣತೆಯನ್ನು ಅ.ನ.ಕೃ. ಅವರ ಸಾವಿತ್ರಿಯ ಸೌಭಾಗ್ಯ ಕಥೆ ಬಿಚ್ಚಿಡುತ್ತದೆ. ಹುಸಿತಕ್ಕತನದ ಜನರ ದರ್ಶನ ಹಳದಿ ಬಾಗಿಲು ಕಥೆಯಲ್ಲಾದರೆ ಮಧುರಸ್ವಪ್ನ, ಆ ನನ್ನ ತಂಗಿ, ಪ್ರತಿರೂಪ ಬೂಬಮ್ಮ, ಪೈಗಸ್ತಿ, ಸಾಮಾಜಿಕ ಆವರಣಗಳನ್ನು ನಿಕಷಕ್ಕೊಡ್ಡಿ ನೋಡಿ ಪರಿಣಾಮಕಾರಿಯಾಗಿವೆ. ಜಯ ಮಹಾಕಾಳಿ ಮಾಟ ಮಂತ್ರಗಳ ಸುತ್ತಬೆಸೆದುಕೊಂಡ ಕಥೆಯಾಗಿದೆ.

20ರ ಹರೆಯದಲ್ಲೇ (1928) ಅ.ನ.ಕೃ. ಕಥಾಂಜಲಿ, 1936ರಲ್ಲಿ (28ರ ವಯಸ್ಸಿನಲ್ಲಿ) ವಿಶ್ವವಾಣಿ ಎಂಬ ಅಂತಾರಾಷ್ಟ್ರೀಯ ಪತ್ರಿಕೆಗಳನ್ನುಹೊರತಂದಿದ್ದ ಸಾಹಸಿ ವಿಶ್ವೇಶ್ವರಯ್ಯನವರೇ ಈ ಪ್ರಯತ್ನವನ್ನು ಮೆಚ್ಚಿದ್ದರು. ಇಷ್ಟೇ ಅಲ್ಲದೆ, ಕ್ರಾನಿಕಲ್, ಇಲ್ಲಸ್ಟ್ರೇಟೆಡ್ ವೀಕ್ಲಿಗಳಿಗೆ ಪ್ರೌಢ ಆಂಗ್ಲ ಲೇಖನಗಳನ್ನು

ಬರೆಯುತ್ತಿದ್ದ ಅ.ನ.ಕೃ. ಕಲೆ, ಸಂಗೀತ ರಾಗನಬದ್ಧತೆಗಳ ಬಗ್ಗೆ ಅಗಾಧ ತಿಳಿವಳಿಕೆ ಹೊಂದಿದ್ದವರು. ಅವರು ರಚಿಸಿದ "ಭಾರತೀಯ ಚಿತ್ರಕಲೆಯಲ್ಲಿ ರಾಜ ರವಿವರ್ಮನ ಸ್ಥಾನ"ಕೃತಿ ಚಿತ್ರಕಲೆ ವಿಭಾಗದಲ್ಲಿ ಬಂದ ಅತ್ಯುತ್ತಮ ಕೃತಿಗಳ ಪೈಕಿ ಒಂದೆನ್ನಿಸಿದೆ. ವೀರಶೈವ ಸಂಸ್ಕೃತಿ ಸಹ ಅ.ನ.ಕೃ. ಅವರ ಗಮನಾರ್ಹ ಕೃತಿ.

ಜೀವನಯಾತ್ರೆ ಅ.ನ.ಕೃ. ಅವರ ಮೊದಲ ಕಾದಂಬರಿ. ಸಂಜೆಗತ್ತಲು, ಶನಿಸಂತಾನ, ನಗ್ನಸತ್ಯ ಕಾದಂಬರಿಗಳಲ್ಲಿ ವೇಶ್ಯಾವಾಟಿಕೆಯ ಜೀವನವನ್ನು ಹೇಳಲಾಗಿದೆ.ಈ ಕಾದಂಬರಿಗಳಲ್ಲಿ ಅಶ್ಲೀಲತೆಯಿದೆ ಎಂಬ ಮಾತುಗಳು ವಿಮರ್ಶಕ ವಲಯದಿಂದ ಕೇಳಿಬಂದಾಗ ಆ ನಿಲುವುಗಳಿಗೆ ಉತ್ತರವಾಗಿ ಅ.ನ.ಕೃ."ಸಾಹಿತ್ಯ ಮತ್ತು ಕಾಮ ಪ್ರಚೋದನೆ" ಎಂಬ ಕೃತಿಯ ಮೂಲಕ ಉತ್ತರಿಸಿದವರು. ಧರ್ಮಪತ್ನಿ ಉದಯರಾಗ, ನಟಸಾರ್ವಭೌಮ, ಸಂಧ್ಯಾರಾಗ, ತಪೋಬಲ ಪ್ರೌಢಪ್ರತಾಪಿ, ಯಲಹಂಕ ಭೂಪಾಲ ಪುಣ್ಯ ಪ್ರಭಾವ, ಕಿತ್ತೂರು ಚನ್ನಮ್ಮ ಇತರ ಸುಪ್ರಸಿದ್ಧ ಕಾದಂಬರಿಗಳು.

ದೌಲತ್ ಕಾದಂಬರಿಯ ಮೂಲಕ ಹೆಸರಾದ ಸೀತಾರಾಮ ಶಾಸ್ತ್ರಿಗಳ ಮಗ ಮ.ರಾಮಮೂರ್ತಿ(ಬಾವಿ ತೋಡುವಾಗ ಮಣ್ಣು ಕುಸಿದು ಅಕಾಲಿಕವಾಗಿ ತೀರಿಕೊಂಡ ಕನ್ನಡ ಹೋರಾಟಗಾರ)ಯವರ ಜೊತೆ ರೂಪಿಸಿದ ಕನ್ನಡ ಬಾವುಟ, ರಂ.ರಾ.ದಿವಾಕರರ ಹಿಂದಿ ಪ್ರೇಮವನ್ನು ವಿರೋಧಿಸಿ, ಕ.ಸಾ.ಪ.ದ ಪರಿಷತ್ಪತ್ರಿಕೆ ಕನ್ನಡನುಡಿಯ ಸಂಪಾದಕತ್ವಕ್ಕೇ ರಾಜೀನಾಮೆ ನೀಡಿ ಹೊರಬಂದ ನಿರ್ಭಿಡೆಯ, ನಿಷ್ಠುರ ವ್ಯಕ್ತಿತ್ವದ ಅ.ನ.ಕೃ., ಎಂ.ಎಸ್. ಸುಬ್ಬುಲಕ್ಷ್ಮಿಯವರು ಬೆಂಗಳೂರಿನ ಶ್ರೀ ರಾಮಸೇವಾ ಮಂಡಳಿಯ ಸಂಗೀತ ಕಾರ್ಯಕ್ರಮದಲ್ಲಿ ಹಾಡಲು ಬಂದಾಗ ಅವರು ಕನ್ನಡ ನಾಡಿನಲ್ಲಿ ಕನ್ನಡದ ಕೀರ್ತನೆಗಳನ್ನು ಹಾಡಲಿ ಎಂದು ಪ್ರತಿಭಟಿಸಿದ್ದರು. ಆಗ ಮಂಡಳಿಯ ಅಧ್ಯಕ್ಷರಾಗಿದ್ದವರು ಅ.ನ.ಕೃ. ಅವರಅಣ್ಣ ಎ.ಎನ್. ರಾಮ ರಾಯರು.

ಮಣಿಪಾಲದಲ್ಲಿ ನಡೆದ 42ನೇ ಅಖಿಲಭಾರತ ಕನ್ನಡ ಸಾಹಿತ್ಯ ಸಮ್ಮೇಳನದ ಅಧ್ಯಕ್ಷರಾಗಿದ್ದ ಅ.ನ.ಕೃ. ಅವರ ಸಂಧ್ಯಾರಾಗ ಕೃತಿ ಬೀಚಿಯವರನ್ನು ಆರ್ದ್ರಗೊಳಿಸಿ ಕನ್ನಡದಲ್ಲಿ ಅವರ ಮುಂದಿನ ಸಾಧನೆಗೆ ನಾಂದಿ ಹಾಡಿತ್ತು. ಕಾಂಚಿತಲೈವಾ ಎನ್ನುವ ತಮಿಳು ಚಿತ್ರದಲ್ಲಿ ಇಮ್ಮಡಿ ಪುಲಿಕೇಶಿಯನ್ನು ಅವಮಾನಕಾರಿಯಾಗಿ ತೋರಿಸಲಾಗಿದೆ ಎಂದು ಸಿಡಿದೆದ್ದ ಅಪ್ರತಿಮ ಕನ್ನಡಿಗ ಅ.ನ.ಕೃ.

ಇವರ ವ್ಯಕ್ತಿತ್ವಕ್ಕೆ ಭಾರತೀಯ ಚಿತ್ರರಂಗದ ಶ್ರೇಷ್ಠ ಕಲಾವಿದರಲ್ಲಿ ಒಬ್ಬರಾಗಿದ್ದ ಪೃಥ್ವಿರಾಜ್ ಕಪೂರ್ ಸಹ ಮನಸೋತು ಅ.ನ.ಕೃ. ಅವರ ಆತ್ಮೀಯ ಸ್ನೇಹಿತರಾಗಿದ್ದರು.

"ಕಲೆ ಎಲ್ಲರನ್ನೂ ಕೈಬೀಸಿ ಕರೆಯುತ್ತದೆ, ಆದರೆ, ಕೆಲವರನ್ನು ಮಾತ್ರ ಆರಿಸಿ ಪೋಷಿಸಿ ಬೆಳೆಸುತ್ತದೆ"ಎಂದ ಅ.ನ.ಕೃ. ಅವರು ಕನ್ನಡದ ಖ್ಯಾತ ಚಿತ್ರಸಾಹಿತಿ ಚಿ. ಉದಯಶಂಕರ್ ಅವರ ತಂದೆ ಚಿ.ಸದಾಶಿವಯ್ಯನವರ ಸಹಪಾಠಿ. "ರಾಜ್‌ಕುಮಾರ್ ಅವರು ಪಾತ್ರಗಳ ಆಯ್ಕೆಯಲ್ಲಿ ಜಾಗರೂಕರಾಗಿರಬೇಕು" ಎಂದು ನೀಡಿದ ಸೂಚನೆ ನಮ್ಮ ಆತ್ಮಾವಲೋಕನಕ್ಕೆ ದಾರಿಮಾಡಿಕೊಟ್ಟಿತು ಎಂದು ಪಾರ್ವತಮ್ಮನವರೇ ದಾಖಲಿಸಿದ್ದಾರೆ. ತುಂಬಿದಕೊಡ ಜಿ.ಕೆ. ವೆಂಕಟೇಶ್ ನಿರ್ಮಿಸಿದ ಚಿತ್ರದಲ್ಲಿ ಅ.ನ.ಕೃ. ತೆರೆಯ ಮೇಲೆ ಕಾಣಿಸಿಕೊಂಡು ಭಾಷಣ ಮಾಡುತ್ತಾರೆ.ಇದೇ ಚಿತ್ರದಲ್ಲಿ ಪಿ. ಕಾಳಿಂಗ ರಾಯರು ವೇದಿಕೆಗೆ ಬಂದು "ಅಂತಿಂಥ ಹೆಣ್ಣು ನೀನಲ್ಲ"ಎಂಬ ಕೆ.ಎಸ್.ನ. ಅವರ ಗೀತೆಯನ್ನು ಹಾಡುತ್ತಾರೆ.

1936ರಲ್ಲಿ ಮುನ್ಷಿ ಪ್ರೇಮ್‌ಚಂದರ ಅಧ್ಯಕ್ಷತೆಯಲ್ಲಿ ಲಕ್ನೋದಲ್ಲಿ ನಡೆದ ಅಖಿಲ ಭಾರತ ಪ್ರಗತಿಶೀಲ ಸಾಹಿತ್ಯದ ಲೇಖಕರ ಪ್ರಪ್ರಥಮ ಸಮ್ಮೇಳನದಲ್ಲಿ ಅ.ನ.ಕೃ. ಅವರ ಭಾಷಣ ತ.ರಾ.ಸು. ಅವರ ಮೇಲೆ ಗಾಢ ಪ್ರಭಾವ ಬೀರಿತು. ಅ.ನ.ಕೃ. ಅವರಂತೆಯೇ ಹರಿತ ಶೈಲಿಯ ಭಾಷಾಧಾಟಿಯಲ್ಲಿ ಸುಬ್ಬರಾಯರು ಪಳಗುತ್ತಾ ಸಾಗಿದರು. ಅ.ನ.ಕೃ.-ತ.ರಾ.ಸು. ಪರಸ್ಪರ ಆಪ್ತರೂ ಆದರು. ಮುಂದೊಂದು ದಿನ ಸಾಹಿತ್ಯ ವಲಯದ ಕಿಟ್ಟಣ್ಣ (ಅ.ನ.ಕೃ.) ಸುಬ್ಬಣ್ಣ (ತ.ರಾ. ಸುಬ್ಬರಾವ್) ಮಧ್ಯೆ ವೈಚಾರಿಕಭಿನ್ನಾಭಿಪ್ರಾಯ ಬಂದಾಗ ಅದನ್ನು ಇಬ್ಬರಿಗೂ ಆತ್ಮೀಯರಾಗಿದ್ದ ಕನ್ನಡ ಚಿತ್ರರಂಗದ ಹಿರಿಯ ಕಲಾವಿದ ಟಿ.ಎನ್. ಬಾಲಕೃಷ್ಣ ನಿವಾರಿಸಿದ್ದರು.

ತ.ರಾ.ಸು.-ಅ.ನ.ಕೃ.ಅವರೊಳಗಿನ ಅಪರೂಪದ ಸಾಮ್ಯತೆ

ಇಬ್ಬರೂ ಕಾದಂಬರಿಕಾರರಾಗಿಯೇ ಬಹಳ ಹೆಸರಾದರೂ ಸಹ ಅ.ನ.ಕೃ. ಅವರ ಕುಟುಂಬ ಮಿತ್ರರಾಗಿದ್ದ ಎ.ವಿ. ವರದಾಚಾರ್ಯರು ಕಿಟ್ಟನನ್ನು ಬರೆಯಲು ರೇಗಿಸಿದಾಗ ಅ.ನ.ಕೃ. ಒಂದೇ ರಾತ್ರಿಯಲ್ಲಿ "ಮದುವೆಯೋ ಮನೆಹಾಳೋ" ಎಂಬ ನಾಟಕ ಬರೆದು ಸೈ ಎನ್ನಿಸಿಕೊಂಡಂತೆ ವೆಂಕಣ್ಣಯ್ಯ ನವರು ತುಸುಹಾಸ್ಯದಲ್ಲಿ ಬಾಲಕ ಸುಬ್ಬಣ್ಣನನ್ನು ಕೆಣಕಿದ್ದರ ಫಲವಾಗಿ ತ.ರಾ.ಸು."ಪುಟ್ಟನ ಚೆಂಡು" ಎಂಬ ಕಥೆ ಬರೆದು ಶಹಬ್ಬಾಷ್ ಎನ್ನಿಸಿಕೊಂಡ.

ಅ.ನ.ಕೃ. ಅವರಿಗೆ ಚಲನಚಿತ್ರದ ನಂಟು 1942ರ ಜೀವನ ನಾಟಕ ಕಾಲದಿಂದಲೇ ಇತ್ತು. "ಸಂಧ್ಯಾರಾಗ" ಚಲನಚಿತ್ರಕ್ಕೆ ಇವರದ್ದೇ ಕೃತಿ ಆಧಾರ.ಹಾಗೇ ತ.ರಾ.ಸು. ಸಹ "ಚಕ್ರತೀರ್ಥ", "ಚಂದವಳ್ಳಿಯ ತೋಟ", "ಆಕಸ್ಮಿಕ" ಚಿತ್ರಗಳಿಗೆ ಅವರ ಕೃತಿಗಳೇ ಆಧಾರವಾಗಿತ್ತು. ಪುಟ್ಟಣ್ಣನವರು ಅಪೂರ್ಣಗೊಳಿಸಿದ ಕೊನೆಯ ಚಿತ್ರ "ಮಸಣದ ಹೂವು" ಸಹ ತ.ರಾ.ಸು.

ಅವರದ್ದೇ ಆಗಿದೆ. "ಚಕ್ರತೀರ್ಥ" ಚಿತ್ರ ಆರಂಭವಾಗುವುದೇ ತ.ರಾ.ಸು. ಅವರ ಮಾತುಗಳೊಂದಿಗೆ. ಈ ಚಿತ್ರದಲ್ಲಿ ಅವರ,

"ಹಗಲು ಹರಿಯಿತು ಇರುಳು ಕರೆಯಿತು
ಏಳು ಪಯಣಿಗ ಎಚ್ಚರ..."
ಹಾಡಿನೊಂದಿಗೆ,
ಅಲೆಯ ಒಡನೆ ಸರಸ ಬೇಡ
ಬಲ್ಲೆನೆಂಬ ಬಿಂಕ ಬೇಡ
ಮರೆತು ನಡೆಯೆ ಮಲೆತು ನಡೆಯೆ
ಮದಮತ್ಸರ ಮೋಹ ಸ್ವಾರ್ಥ
ಸುಳಿ ಸುತ್ತುವ ಚಕ್ರತೀರ್ಥ
ಇದೇ ಚಕ್ರತೀರ್ಥ... ಇದೇ ಚಕ್ರತೀರ್ಥ...

ಈ ಸಾಲುಗಳು ಒಟ್ಟೊಟ್ಟಿಗೆ ಮಾನವರ ದುಸ್ಸಾಹಸ, ದುರ್ಲಂಘ್ಯ ಪ್ರವೃತ್ತಿ ಮತ್ತು ಚಿತ್ರದ ಕಥಾಹಂದರಕ್ಕೂ ಪೂರಕವಾಗಿ ಹೇಳಿಬಿಡುತ್ತದೆ. "ಚಂದವಳ್ಳಿಯ ತೋಟ"ದಲ್ಲು ಸಹ "ಸತ್ಯದ ನುಡಿಯ ಆಲಿಸಿರೊ ಪಾಲಿಸಿರೊ ಸೋದರದ್ವೇಷ, ಹೆಣ್ಣಿನ ರೋಷ ಆಯಿತು ದೇಶಕೆ ಯಮಪಾಶ" ತ.ರಾ.ಸು. ಅವರ ಸಾಲುಗಳಿವು.

ತಮ್ಮ ಬರಹದ ಹೆಜ್ಜೆಗಳಿಗೆ ಅ.ನ.ಕೃ. ಅವರ ಬಹಳ ಹಿರಿಯ ಕಾಣಿಕೆ ಇದೆ ಎಂದು ತ.ರಾ.ಸು. ಅವರೇ ಹೇಳಿದ್ದಾರೆ.

ಅ.ನ.ಕೃ. ಅವರು ಅಸ್ತಂಗತರಾಗಿ ಜುಲೈ 8ಕ್ಕೆ (1971ಕ್ಕೆ) 51 ವರ್ಷ. ಕನ್ನಡದ ಕೆಚ್ಚಿಗೆ ಸೂರ್ಯಸ್ಪಷ್ಟ ಸಾಕ್ಷಿಯಾಗಿದ್ದ ಅ.ನ.ಕೃ. ಅವರಿಗೆ ಆ ನೆನಪಿನ ನೆಪದಲ್ಲಿ ಹೀಗೊಂದು ಗೌರವದ ನುಡಿನಮನ.

ಸ್ವಾಮಿ ವಿವೇಕಾನಂದ

ವಿಶ್ವಶಕ್ತಿ ವಿವೇಕಾನಂದರ ಸಂಸ್ಮರಣೆ

- **ಜನನ:** 1863, ಜನವರಿ 12 ಸೋಮವಾರ
- **ನಿಧನ:** 1902, ಜುಲೈ 4 ಶುಕ್ರವಾರ (39 ವರ್ಷ)

"ಇಂದು ವಿವೇಕಾನಂದರು ಇದ್ದಿದ್ದರೆ ನಾನು ಅವರನ್ನು ಗುರುವಾಗಿ ಸ್ವೀಕರಿಸುತ್ತಿದ್ದೆ."

–ನೇತಾಜಿ ಸುಭಾಷ್ ಚಂದ್ರ ಬೋಸ್.

"ಭಾರತದ ಬಗ್ಗೆ ಏನಾದರೂ ತಿಳಿದುಕೊಳ್ಳಬೇಕೆಂದಿದ್ದರೆ ಮೊದಲು ವಿವೇಕಾನಂದರ ಬಗ್ಗೆ ತಿಳಿದುಕೊಳ್ಳಬೇಕು"

–ರವೀಂದ್ರನಾಥ್ ಠಾಕೂರ್.

ಕೆಲವರು ಇದ್ದೂ ಸತ್ತಂತಿರುತ್ತಾರೆ, ಕೆಲವರು ಸತ್ತ ಮೇಲೂ ಜೀವಂತವಾಗಿರುತ್ತಾರೆ. ಎರಡನೆಯದಕ್ಕೆ ಸೋದಾಹರಣವಾಗಿ ಬದುಕಿದ ಧೀರ ಚೇತನ ಸ್ವಾಮಿ ವಿವೇಕಾನಂದರು.

ನವಕರ್ನಾಟಕ ಪ್ರಕಾಶನ ಸಂಸ್ಥೆಯವರು ಸುಮಾರು 50 ಪುಟಗಳ ಒಳಗೆ ಸ್ವಾಮಿ ವಿವೇಕಾನಂದರ ಬಗ್ಗೆ ಬರೆಯಲು ಹೇಳಿದ್ದಾರೆ, ಬರ್ಕೊಡ್ತಿಯೇನಯ್ಯ ಎಂದು ಕೋಲಾರದ ಹಿರಿಯ ಹಿತೈಷಿಗಳಾದ ಶ್ರೀ ವಿ.ಎಸ್.ಎಸ್. ಶಾಸ್ತ್ರಿಯವರು ಕೇಳಿದಾಗ ನನಗೆ ಆದ ಆನಂದ ಅಷ್ಟಿಷ್ಟಲ್ಲ.

ವಿಶ್ವಶಕ್ತಿವಿವೇಕಾನಂದ ಕೃತಿಯು 2015ರಲ್ಲಿ ಲೋಕಾರ್ಪಣೆಗೊಂಡು ಈವರೆಗೆ 4 ಮುದ್ರಣಗಳನ್ನು ಕಂಡಿರುವುದು ಸಾಧಕ ವ್ಯಕ್ತಿತ್ವದ ಧೀಮಂತ ಶಕ್ತಿ ವಿವೇಕಾನಂದರಿಗೆ ಸಲ್ಲುವ ಅರ್ಹ ಗೌರವವೆಂದೇ ಹೇಳಬಯಸುತ್ತೇನೆ.

ಕಲ್ಕತ್ತಾದಲ್ಲಿ ಜನವರಿ 12, 1863ರ ಸೋಮವಾರದಂದು ಜನಿಸಿದ ನರೇಂದ್ರನಾಥ ದತ್ತರನ್ನು ವೀರೇಶ್ವರ ಎಂದೂ ಕರೆಯಲಾಗುತ್ತಿತ್ತು.ಮುದ್ದಿಗಾಗಿ ಬಿಲೇ ಎಂದೂ ಕರೆಸಿಕೊಳ್ಳುತ್ತಿದ್ದ ನರೇಂದ್ರ ಗೆಳೆಯರ ಪಾಲಿಗೆ ಆತ್ಮೀಯ ನರೇನ್ ಆಗಿದ್ದ.

ನರೇಂದ್ರ ಬಹಳ ತೀಕ್ಷ್ಣಮತಿಯವನಾಗಿದ್ದ. ತಂದೆ ವಿಶ್ವನಾಥ ದತ್ತರು ಶಿಕ್ಷಣದ ಜೊತೆಗೆ ಬೇನಿವಸ್ತಾದ್, ಅಹಮದ್ ಖಾನ್ ಅವರ ಬಳಿ ಸಂಗೀತಾಭ್ಯಾಸವನ್ನೂ ಮಾಡಿಸಿದ್ದರು. ಪಕ್ಕವಾದ್ಯ, ತಬಲಾ, ಸಿತಾರ್ ಅಲ್ಲದೆ ಎಸ್ರಾಜ್ ಎಂಬ ತಂತಿವಾದ್ಯ ನುಡಿಸುವುದರಲ್ಲೂ ನರೇಂದ್ರ ನಿಷ್ಣಾತನಾಗಿದ್ದ.

ರಾಮಕೃಷ್ಣ ಪರಮಹಂಸರ ಭೇಟಿ

ನರೇಂದ್ರ ಓದುತ್ತಿದ್ದ ಪ್ರೆಸಿಡೆನ್ಸಿ ಕಾಲೇಜಿನ ಪ್ರಾಚಾರ್ಯರಾಗಿದ್ದ ಪ್ರೊ. ಹೇಸ್ಟಿಯವರು ಒಮ್ಮೆ ಟ್ರಾನ್ಸ್ ಎಂಬ ಪದವನ್ನು ಉಪಯೋಗಿಸಿದಾಗ ನರೇಂದ್ರ ಅದರರ್ಥ ಕೇಳುತ್ತಾನೆ. ಸಂಪೂರ್ಣ ಧ್ಯಾನಸ್ಥ ಸ್ಥಿತಿ ಎಂದು ಅರ್ಥ ಹೇಳಿ ಹೇಸ್ಟಿಯವರು ಅಂಥ ಧ್ಯಾನಸ್ಥ ವ್ಯಕ್ತಿ ದಕ್ಷಿಣೇಶ್ವರದಲ್ಲಿ ಇದ್ದಾರೆಂದಾಗ ರಾಮಕೃಷ್ಣ ಪರಮಹಂಸರನ್ನು ನರೇಂದ್ರ ಭೇಟಿಯಾಗುತ್ತಾರೆ. ಗದಾಧರ ಚಟರ್ಜಿ ಮೂಲನಾಮದ ರಾಮಕೃಷ್ಣರು ನರೇಂದ್ರರಿಗೆ ಹೃದಯಸ್ಥ ಗುರುವಾಗುತ್ತಾರೆ.

"ನರೇಂದ್ರ ಈ ಪ್ರಪಂಚವನ್ನು ಬುಡಸಮೇತ ಅಲುಗಾಡಿಸಿ ಬಿಡುತ್ತಾನೆ, ಮಹಾಮಾಯೆಗೂ ಅವನ ಬಳಿ ಹೋಗಲು ಧೈರ್ಯವಿಲ್ಲ.ಆದರೆ ನರೇಂದ್ರನಿಗೆ ಆ ಶಕ್ತಿ ಬಂದಿರುವುದೂ ಆ ಕಾಳಿದೇವಿಯಿಂದಲೇ" ಎಂದು ನರೇಂದ್ರರ ಬಗ್ಗೆ ನಂಬಿಕೆಯಿಟ್ಟ ಗುರು 1886ರಲ್ಲಿ ಕಾಲವಶರಾದಾಗ, ಅವರ ಸ್ಮರಣಾರ್ಥ ನರೇಂದ್ರರು 1897ರಲ್ಲಿ ರಾಮಕೃಷ್ಣ ಆಶ್ರಮವನ್ನು ಕಲ್ಕತ್ತಾದಲ್ಲಿ ಆರಂಭಿಸುತ್ತಾರೆ.

ರಾಜ ಅಜಿತ್ ಸಿಂಗ್ ನರೇಂದ್ರರ ಭೇಟಿ

ಶೆಖಾವತ್ ಮನೆತನಕ್ಕೆ ಸೇರಿದ ಖೇತ್ರಿಯ ಮಹಾರಾಜ ಅಜಿತ್ ಸಿಂಗ್-ನರೇಂದ್ರರ ಮೊದಲ ಭೇಟಿ ಆದದ್ದು 1891, 4ನೇ ಜೂನ್. ಮುಂದೆ ಇವರಿಬ್ಬರೂ ಆತ್ಮೀಯ ಮಿತ್ರರಾಗುತ್ತಾರೆ.

ಷಿಕಾಗೋ ವಿಶ್ವ ಧರ್ಮ ಸಮ್ಮೇಳನಕ್ಕೆ ಹೋಗಲು ಆರ್ಥಿಕ ಸಹಾಯ ಮಾಡಿದ ಉದಾರಿ ಅಜಿತ್ ಸಿಂಗ್ ನರೇಂದ್ರರಲ್ಲಿ ವಿವೇಕ ಮತ್ತು ಆನಂದ

ಎರಡೂ ಇರುವುದನ್ನು ಕಂಡು "ವಿವೇಕಾನಂದ" ಎಂಬ ಹೊಸ ಹೆಸರು ನೀಡುತ್ತಾನೆ.

ತನ್ನ ಕಾಲಾನಂತರವೂ ತನ್ನ ತಾಯಿ ಭುವನೇಶ್ವರಿದೇವಿಗೆ ಸಹಾಯ ಮಾಡಲು ಸಾಧ್ಯವೇ ಎಂದು ವಿವೇಕಾನಂದರು ಪತ್ರಮುಖೇನ ಕೇಳಿಕೊಂಡಾಗ ತಕ್ಷಣವೇ ಪ್ರತಿ ತಿಂಗಳೂ 100 ರೂಪಾಯಿ ಯನ್ನು ವಿವೇಕಾನಂದರ ತಾಯಿಗೆ ತಪ್ಪದೆ ತಾನು ಬದುಕಿರುವ ತನಕವೂ ಕಳಿಸಿದ ಮಹಾನುಭಾವ ರಾಜ ಅಜಿತ್ ಸಿಂಗ್. ಆದರೆ ದುರದೃಷ್ಟವಶಾತ್ ಅಜಿತ್ ಸಿಂಗ್ ಸಹ 39 ವರ್ಷ (1861–1901) ಮಾತ್ರವೇ ಬದುಕಿದ್ದರು. ಆದರೆ ಭುವನೇಶ್ವರಿ ದೇವಿಯವರು ಬದುಕಿರುವ ತನಕ (1911) ಪ್ರತಿ ತಿಂಗಳೂ ಆಕೆಗೆ 100 ರೂಪಾಯಿ ತಲುಪುತ್ತಿತ್ತು.

ಅಳಸಿಂಗ ಪೆರುಮಾಳ್–ನರೇಂದ್ರರ ಗೆಳೆತನ

ಮಂಡಂ ಚಕ್ರವರ್ತಿಅಳಸಿಂಗ ಪೆರುಮಾಳ್ ಆಪ್ತರ ಪಾಲಿಗೆ ಅಚಿಂಗ. ಧರ್ಮೋದ್ಧಾರಕ್ಕಾಗಿ ಬಂದಿರುವ ಈ ಗೆಳೆಯ ಷಿಕಾಗೋಗೆ ಹೋಗಲೇಬೇಕೆಂದು ಮನೆಮನೆಗೆ ಹೋಗಿ ಭಿಕ್ಷೆ ಎತ್ತಿ 500–600 ರೂಗಳ ಸಂಗ್ರಹ ಸಾಕಾಗದಿದ್ದಾಗ ಅಳಸಿಂಗರು ತಮ್ಮ ಪತ್ನಿಯ ಚಿನ್ನದ ಒಡವೆಯನ್ನು ಮಾರಿ ವರ್ತಕರ ಬಳಿ ಒಂದು ಸಾವಿರ ರೂಪಾಯಿ ಸಾಲ ಪಡೆದು ವಿವೇಕಾನಂದರ ಪಯಣಕ್ಕೆ ಅನುವು ಮಾಡಿಕೊಟ್ಟ ನಿರ್ಮಲ ಹೃದಯದ ಸ್ನೇಹಿತ.

ಆದರೆ ಧಾವಂತದಲ್ಲಿ ವಿಶ್ವಧರ್ಮ ಸಮ್ಮೇಳನದಲ್ಲಿ ಪರಿಚಯ ಪತ್ರ ತರುವುದನ್ನು ವಿವೇಕಾನಂದರು ಮರೆತಿರುತ್ತಾರೆ. ಆದರೆ ವಿವೇಕಾನಂದರ ಅರಿವಿನ ಬಗ್ಗೆ ಅರಿವಿದ್ದ ಹಾರ್ವರ್ಡ್ ವಿ.ವಿ.ಯ ಗ್ರೀಕ್ ಪ್ರಾಧ್ಯಾಪಕ ಪ್ರೊ. ರೈಟ್ "ನಿಮ್ಮ ಬಳ ಪರಿಚಯಪತ್ರ ಕೇಳುವುದೆಂದರೆ ಸೂರ್ಯನಿಗೆ ಪ್ರಕಾಶಿಸಲು ಏನು ಹಕ್ಕಿದೆ?" ಎಂದು ಕೇಳಿದಂತೆ ಎಂದು ಹೇಳಿ ಆ ಆತಂಕವನ್ನು ನಿವಾರಿಸುತ್ತಾರೆ.

1893 ಸೆಪ್ಟೆಂಬರ್ 11ರ ಸೋಮವಾರ ಷಿಕಾಗೋ ವಿಶ್ವಧರ್ಮ ಸಮ್ಮೇಳನದಲ್ಲಿ ವಿವೇಕಾನಂದರ ಕಂಚಿನ ಕಂಠ "Sisters and Brothers of America" ಎಂದು ನುಡಿಯುತ್ತಿದ್ದಂತೆ 7,000 ಜನರ ಕಿವಿಗಡಚಿಕ್ಕುವ ಕರತಾಡನವು 2 ನಿಮಿಷ ಸತತವಾಗಿ ಧ್ವನಿಸುತ್ತದೆ. ವಿವೇಕಾನಂದರು ವಿಶ್ವಪ್ರಸಿದ್ಧರಾಗುತ್ತಾರೆ.

ಸೆಪ್ಟೆಂಬರ್‌ನಲ್ಲೇ ಅಲ್ಲೇ ಮತ್ತೆರಡು ಸಲ ಭಾಷಣ ಮಾಡಿ ಸರ್ವಧರ್ಮ ಸಹಿಷ್ಣುತೆಯನ್ನು ಪ್ರತಿಪಾದಿಸಿ ಸಮ್ಮೇಳನದ ಕೊನೆಯ ದಿನ ಸೆಪ್ಟೆಂಬರ್ 27ರಂದು ಕೃತಜ್ಞತಾ ಭಾಷಣದಲ್ಲಿ ವಿವೇಕಾನಂದರು "ಸಹಬಾಳ್ವೆ, ಶಾಂತಿ, ನಿರ್ಮತ್ಸರ"ಗಳ ಶ್ರೇಷ್ಠತೆಯನ್ನು ಸಾರಿ ಹೇಳಿದರು.

ವಿವೇಕಾನಂದರ ಶಿಷ್ಯರು ನ್ಯೂಯಾರ್ಕ್ ನಗರದಲ್ಲಿ ವೇದಾಂತ ಸೊಸೈಟಿಯ ನ್ನು ಸ್ಥಾಪಿಸಿದರು. ವಿವೇಕಾನಂದರ ಹೆಸರು ವಿಶ್ವಾದ್ಯಂತ ಪಾದರಸ ಸದೃಶ ವೇಗದಲ್ಲಿ ಹರಡಿಬಿಟ್ಟಿತ್ತು. ಅಮೇರಿಕಾದ ದಿನಪತ್ರಿಕೆಯ ಸಂಪಾದಕ ಜಾನ್ ಹೆನ್ರಿ ಬರೂಸ್ "ಕಿತ್ತಳೆ ಬಣ್ಣದ ಬಟ್ಟೆಯ ಈ ಸನ್ಯಾಸಿ ಅಮೇರಿಕನ್ನರ ಮೇಲೆ ಗಾಢವಾದ ಪ್ರಭಾವ ಬೀರಿದ್ದಾರೆ" ಎಂದು ಹೊಗಳಿದ್ದ. ವಿವೇಕಾನಂದರ ಪ್ರಭಾವಳಿಗೆ ಮನಸೋತು ಜೊಸೆಫಿನ್ ಮ್ಯಾಕ್ಲಿಯೋಡ್, ವಿಲಿಯಂ ಜೇಮ್ಸ್, ಹ್ಯಾರಿಟ್ ಮನ್ರೋ... ಸೇರಿದಂತೆ ಅನೇಕರು ವಿವೇಕಾನಂದರ ಶಿಷ್ಯರಾದರು. ಅವರಲ್ಲಿ ಮಾರ್ಗರೇಟ್ ಎಲಿಜಬೆತ್ ಪ್ರಮುಖರು. ಮುಂದೆ ಸೋದರಿ ನಿವೇದಿತಾ ಆಗಿ ಹೆಸರಾದರು.

ಈ ಮಧ್ಯೆ ತಾಯಿ ಭುವನೇಶ್ವರಿ ದೇವಿಯವರು ಆಶಿಸಿದಂತೆ ಮಗನಾಗಿ ಹಿಂದೂ ವಿಧವೆಯ ಆಸೆಯನ್ನು ಈಡೇರಿಸು ವುದು ತನ್ನ ಕರ್ತವ್ಯವೆಂದು ಭಾವಿಸಿ, ಪೂರ್ವ ಬಂಗಾಳ, ಅಸ್ಸಾಂನ ಧಾರ್ಮಿಕ ಕೇಂದ್ರ, ದೇವಾಲಯಗಳನ್ನು ನೋಡಿಸಿಕೊಂಡು ಬರುತ್ತಾರೆ.

ಪ್ಲೇಗು ಮಾರಿ ಬಂಗಾಳದಲ್ಲಿ ಉಲ್ಬಣಿಸಿದಾಗ ಪ್ಲೇಗು ನಿವಾರಣಾ ಸಂಘ ಸ್ಥಾಪಿಸಿ ಹಣ, ವಸ್ತ್ರ, ವೈದ್ಯಕೀಯ ಸವಲತ್ತುಗಳಿಗಾಗಿ ಮುಂದಾದಾಗ ಇದೆಲ್ಲ ಸಾಧ್ಯವಾಗದು ಎಂಬ ಅನುಮಾನವನ್ನು ಅವರ ಆಪ್ತ ಶಿಷ್ಯರು ವ್ಯಕ್ತ ಪಡಿಸಿದಾಗ ವಿವೇಕಾನಂದರು "ಸನ್ಯಾಸಿ ಎಂದರೆ ಮಠದಲ್ಲಿ ಸುಮ್ಮನೆ ಕುಳಿತು ಕೊಳ್ಳುವುದಲ್ಲ, ಸಮಾಜದ ನೋವಿಗೆ ಸ್ಪಂದಿಸುವುದೇ ಸನ್ಯಾಸಿಯ ಕಳಕಳಿಯಾಗಲಿ, ಬೇಕಿದ್ದರೆ ಈ ಬೇಲೂರು ಮಠವನ್ನೇ ಮಾರಿ ಜನರನ್ನು ರಕ್ಷಿಸೋಣ" ಎಂದ ಸಾಮಾಜಿಕ ಪ್ರಜ್ಞೆಯ ಮಹನೀಯ ವಿವೇಕಾನಂದರು.

ಮೈಸೂರು ಅರಸರಿಂದ ಮನ್ನಣೆ–1890–91ರ ಕಾಲಾವಧಿಯಲ್ಲಿ ಮೈಸೂರು ಸಂಸ್ಥಾನದ ರಾಜರಾಗಿದ್ದವರು ಶ್ರೀ ಚಾಮರಾಜ ಒಡೆಯರ್ ಅವರು. ಆದರೆ ನರೇಂದ್ರರು ಮೊದಲು ಭೇಟಿಯಾದದ್ದು ದಿವಾನ್ ಶೇಷಾದ್ರಿ ಅಯ್ಯರ್ ಅವರನ್ನು. ಇಬ್ಬರಿಗೂ ನರೇಂದ್ರರ ಪರಿವ್ರಾಜಕ ಮಾರ್ಗ ಘನೋದ್ದೇಶಗಳು ಅರ್ಥವಾಗಿ ಸಂತೋಷಿಸಿದರು. ವಿದೇಶ ಯಾತ್ರೆಯ ವೆಚ್ಚವನ್ನು ತಾವೇ ಭರಿಸುವುದಾಗಿ ಮನದುಂಬಿ ನುಡಿದರು. ಆದರೆ ನರೇಂದ್ರರು ಅದನ್ನು ನಯವಾಗಿಯೇ ನಿರಾಕರಿಸಿದರು.

ಲಾಸ್ ಏಂಜಲೀಸ್, ಓಕ್ ಲ್ಯಾಂಡ್, ಸ್ಯಾನ್ ಫ್ರಾನ್ಸಿಸ್ಕೋ, ಡೆಟ್ರಾಯಿಟ್, ಕಾನ್ಸ್ಟಾಂಟಿನೋಪಲ್, ಕೈರೋ, ಹಂಗರಿ, ರೊಮೇನಿಯ ಸರ್ಬಿಯಾ, ಬಲ್ಗೇರಿಯಾ ಅಥೆನ್ಸ್ ಮೊದಲಾದ ವಿದೇಶಗಳಲ್ಲದೆ, ಜಪಾನ್ ನಿಂದ ಬಂದಿದ್ದ ಅಭಿಮಾನಿಗಳ ಜೊತೆಗೆ ವಾರಣಾಸಿ, ಬೋಧ ಗಯಾಗೂ ತೆರಳುತ್ತಾರೆ. ಢಾಕಾ, ನಂಗಾಲಬಂಧ, ಕಾಮಾಖ್ಯ, ಷಿಲ್ಲಾಂಗ್ ಇಲ್ಲೆಲ್ಲ ಅಲೆಯುವ ಈ

ಪರಿವ್ರಾಜಕ ಸಂತಶಿರೋಮಣಿಯು ಮಾಡಿದ ಪರ್ಯಟನೆಯೇ ಬೃಹತ್ತಾದ ಸ್ವರ್ಣಸಂಪುಟ.

ಕೊನೆಯ ಘಟ್ಟ

ಅಂದು ಜುಲೈ 4, 1902ರ ಶುಕ್ರವಾರ ಬೆಳಿಗ್ಗೆ 8ರಿಂದ 11ರವರೆಗೆ ಧ್ಯಾನದಲ್ಲಿ ತೊಡಗಿದರು. ಮಧ್ಯಾಹ್ನ ತಮ್ಮ ಶಿಷ್ಯ ಸ್ವಾಮಿ ಪ್ರೇಮಾನಂದರ ಜೊತೆ ವಾಯುವಿಹಾರಕ್ಕೆ ಹೊರಟರು. ವೇದಶಾಲೆಯನ್ನು ಆರಂಭಿಸಬೇಕೆಂದು ಹೇಳಿ ಸಂಜೆ ಆಶ್ರಮಕ್ಕೆ ಮರಳುತ್ತಾರೆ. ಒಂದು ಗಂಟೆ ದೀರ್ಘಧ್ಯಾನದಲ್ಲಿ ತೊಡಗಿ, ನಿಧಾನವಾಗಿ ಕೆಳಕ್ಕೊರಗಿ ದೀರ್ಘವಾಗಿ ಎರಡು ಸಲ ಉಸಿರನ್ನು ಎಳೆದುಕೊಳ್ಳುತ್ತಾರೆ.

ಅಷ್ಟೇ. ರಾತ್ರಿ 09:00–10:20ರ ನಡುವೆ ವಿವೇಕಾನಂದರ ಪ್ರಾಣಪಕ್ಷಿ ಹಾರಿಹೋಗಿರುತ್ತದೆ. ಭವ್ಯ ಭಾರತದ ಪುನರುತ್ಥಾನದ ಸಿಂಹ ಸದೃಶ ವ್ಯಕ್ತಿ ಶಕ್ತಿ ಪರದಲ್ಲಿ ಲೀನವಾಗಿಬಿಡುತ್ತಾರೆ. "I Shall never to see my forty" ಎಂದು ಅವರೇ ಹೇಳಿದ್ದಂತೆ ನವಭಾರತದ ಈ ಮಹಾ ಸೂರ್ಯ ದೈಹಿಕವಾಗಿ ಅಸ್ತಮಿಸಿಬಿಡುತ್ತಾರೆ. ಆಪ್ತರು ಬಂದು ನೋಡುವಾಗ ಬ್ರಹ್ಮರಂಧ್ರದ ಮೂಲಕ ರಕ್ತಪಾತ್ರೆ ಛಿದ್ರಗೊಂಡು ಪ್ರಾಣ ಹಾರಿಹೋಗಿರುತ್ತದೆ.

"ದೌರ್ಬಲ್ಯವೇ ಪಾಪ, ಏಳಿ ಎದ್ದೇಳಿ ಗುರಿ ಮುಟ್ಟುವ ತನಕ ನಿಲ್ಲದಿರಿ" ಎಂದು ಸಿಂಹವಾಣಿಯಲ್ಲಿ ಘರ್ಜಿಸಿದ ಯುವಶಕ್ತಿ ವಿಶ್ವಶಕ್ತಿ ವಿವೇಕಾನಂದರ 121ನೇ ಸಂಸ್ಮರಣೆಯ ನಿಮಿತ್ತ ಅವರಿಗೆ ನನ್ನ ಸಾಷ್ಟಾಂಗ ಪ್ರಣಾಮಗಳು.

ಸಂತೋಷದ ವ್ಯಾಪ್ತಿ ಪ್ರಾಪ್ತಿಗಳು

ಸಂತೋಷವನ್ನು ಕೊಂಡುಕೊಳ್ಳುವುದಕ್ಕಾಗುವುದಿಲ್ಲ, ಆದರೆ ಕಂಡು ಕೊಳ್ಳಬಹುದು.

"Face the Failures until the failures fail to face you."

ಅನ್ನುವ ಮಾತು ಬಹಳ ಅರ್ಥವತ್ತಾದುದು. ಇವತ್ತಿನ, ಈ ಹೊತ್ತಿನ ಭರಾಟೆಯ ನಾಗಾಲೋಟದ ಪ್ರಪಂಚದಲ್ಲಿ ನಾವು ನೀವು ಬದುಕುತ್ತಿದ್ದೇವೆ. ಆದರೆ ಇರುವಷ್ಟು ಬದುಕಿನ ಸೀಮಿತ ಅವಧಿಯಲ್ಲೇ ಸುಖ ಸಂತೋಷದ ಹುಡುಕಾಟಕ್ಕೆ ಎಡತಾಕುತ್ತಿರುತ್ತೇವೆ. ಆದರೆ ಈ ಸಂತೋಷದ ವ್ಯಾಪ್ತಿ-ಪ್ರಾಪ್ತಿಗಳು ಕೊಡು-ಕೊಳ್ಳುವಿಕೆಯ ವ್ಯಾವಹಾರಿಕ ಮಾದರಿಯಲ್ಲಿ ಸಿಗುವುದಿಲ್ಲ. ನಗದು ಲೋಕದಲ್ಲಿ ಹಣ ಬೇಕು ನಿಜ, ಆದರೆ ನಗದು ಇದ್ದರೂ ನಗದ ಪರಿಸ್ಥಿತಿ ಸ್ಥಿತಿ ಗತಿಯ ಪ್ರಕ್ಷುಬ್ಧತೆಯ ವರ್ತಮಾನದಲ್ಲಿ ನಾವು-ನೀವು ಇದ್ದೇವೆ.

ಸಂತೋಷದ ಪ್ರಾಪ್ತಿ ಎಲ್ಲಿದೆ!?

ನಾವು ನೀವು ಹುಡುಕಿಕೊಂಡು ಹೋದರೆ ಸಂತೋಷ ಸಿಕ್ಕುವುದಿಲ್ಲ .ಎಷ್ಟೋ ಸಂದರ್ಭಗಳಲ್ಲಿ ಸಂತೋಷದ ಅನ್ವೇಷಣೆ ಮಾಡಹೊರಟರೆ ಅದು ಮರೀಚಿಕೆಯಾಗುವ ಸನ್ನಿವೇಶಗಳೇ ಹೆಚ್ಚು. ಹಣ ಮತ್ತು ವ್ಯವಹಾರದ ಮೂಲಕ ವಸ್ತುಗಳನ್ನಷ್ಟೇ ಕೊಂಡುಕೊಳ್ಳಬಹುದು. ಆದರೆ ಸಂತೋಷ ವೆನ್ನುವುದು ಕೊಂಡು ಕೊಳ್ಳುವುದರಲ್ಲಿ ಇರುವುದಿಲ್ಲ.ಬದಲಿಗೆ ಸಂತೋಷದ ಸಾರ್ಥಕತೆ ಇರುವುದು ಅದನ್ನು ನಾವು ನಮ್ಮ ಬಾಳಿನಲ್ಲಿ ಕಂಡುಕೊಳ್ಳುವುದರಲ್ಲಿಎನ್ನುವುದನ್ನು ಮನಗಾಣ ಬೇಕು.

ವ್ಯಾವಹಾರಿಕ ಲೋಕದ ಕ್ರಯ-ವಿಕ್ರಯಗಳ ಖರೀದಿ, ಮಾರಾಟಗಳಲ್ಲಿ ಸಂತೋಷ-ಸಂಪ್ರೀತಿಗಳು ಉದ್ಭವಿಸುವುದಿಲ್ಲ. ಭೌಮ ಸ್ವರೂಪದ ಭವ್ಯ ಮತ್ತು ಬೃಹತ್ತಾದ ಸಂಗತಿಗಳನ್ನೇ ಸಂತೋಷದ ಪರಮೋಚ್ಚ ನೆಲೆ ಎಂದು ಭಾವಿಸಿ ಕೇಕ್ ಕತ್ತರಿಸಿ, ಪಾರ್ಟಿ ಮಾಡಿ ಸುಖೇಪ್ಸಿತ ಮಜಲುಗಳಲ್ಲಿ ಮಜ ಅನುಭವಿಸುತ್ತೇವೆ. ಅಲ್ಲಿ ಸಿಗುವುದು ಸುಖ ಸಂತೋಷದ ಹುಸಿ ಮತ್ತು ಕ್ಷಣಿಕ ಆಮೋದ ಮಾತ್ರ.

"A thing of beauty is joy forever" ಎಂದು ಜಾನ್ ಕೀಟ್ಸ್ ಹೇಳುವಂತೆ ಈ ಆಧುನಿಕ ಪ್ರಪಂಚದ ವಿದ್ಯಮಾನಗಳ ಆಗುಹೋಗಿನಲ್ಲಿ ಸ್ವಾತಂತ್ರ್ಯವನ್ನೇ ಸ್ವೇಚ್ಛೆ ಎಂದು ಭಾವಿಸಿದ್ದೇವೆ. ಹಾಗಾಗಿ ಸಣ್ಣ ಪುಟ್ಟ ಸಂತಸದ ಕ್ಷಣಗಳನ್ನು ನಮಗೆ ನಾವೇ ದೂರ ಮಾಡಿಕೊಳ್ಳುತ್ತಿದ್ದೇವೆ. ಅವಸರಕ್ಕೆ ಗಬಗಬನೆ ತಿಂದು ಹೊರಡುವ ನಮಗೆ ಸಾಮೂಹಿಕವಾಗಿ ಕುಳಿತು ಕೈತುತ್ತಿನ ಊಟ ತಿನ್ನುತ್ತಿದ್ದಾಗ ದೊರಕುತ್ತಿದ್ದ ಅನಿರ್ವಚನೀಯ ಆನಂದ ಮತ್ತದರ ಅನುಭೂತಿಯನ್ನು ಮರು ಸೃಷ್ಟಿಸಿಕೊಳ್ಳಲು ಸಾಧ್ಯವೇ ಆಗುತ್ತಿಲ್ಲ.

ಜೊತೆಗೆ, ಕುಂಟೆಬಿಲ್ಲೆ, ಕಲ್ಲು-ಮಣ್ಣು, ಕಣ್ಣಾಮುಚ್ಚೆ, ಇವುಗಳು ಕಣ್ಮರೆಯಾಗಿ ಮಣ್ಮರೆಯಾಗಿ ವಿರಳವಾಗುತ್ತಿದೆ. ಸೂಟು-ಬೂಟುಗಳ ಹೊಸ ದಿರಿಸು ಧರಿಸಿ ಸಂಭ್ರಮಿಸುವುದು ತಪ್ಪಲ್ಲ, ಆದರೆ ಜೀವನ ವಿಧಾನ ಬದಲಾಗುತ್ತಾ ನಾವೂ ಅದಕ್ಕೆ ಒಗ್ಗಿಕೊಂಡು, ಅದರಲ್ಲಿ ದೊರೆತದ್ದನ್ನೇ ದಕ್ಕಿಸಿಕೊಳ್ಳುತ್ತಾ, ಹಳೆಯ ಆಟಪಾಟಗಳನ್ನು ವಿಸ್ಮೃತಿಗೆ ಸರಿಸುತ್ತಿದ್ದೇವಲ್ಲ, ಅಲ್ಲಿ ನಮ್ಮ ಕಳವಳ ಹೆಚ್ಚಾಗಿ, ಕಾಳಜಿ ಉಂಟಾಗಬೇಕು. ಉಪನ್ಯಾಸಕರಾಗಿ ವಿದ್ಯಾರ್ಥಿಗಳಿಗೆ ಪಠ್ಯವಿಷಯವನ್ನು ತುಂಬಿಸಿ ಬರುವುದಷ್ಟೇ ನಮ್ಮ ದೈನಂದಿನ ಜಗತ್ತಿನ ಭಾಗವಾದಾಗ, ಇತರ ಸೃಜನಶೀಲತೆಯ ಕಡೆಗೆ ಸಮಯವೆಲ್ಲಿದೆ? ಎಂದುಬಿಡುತ್ತೇವೆ. ಆದರೆ, ಅಕ್ಷರವಂತ ರನ್ನು, ವಿದ್ಯಾವಂತರರನ್ನು ಹುಟ್ಟು ಹಾಕುತ್ತಿರುವ ನಾವು ವಿದ್ಯಾವಂತರು, ಬುದ್ಧಿವಂತರು ಒಂದೇ ಎಂಬ ಏಕಪಕ್ಷೀಯ ನ್ಯಾಯಕ್ಕೆ ಬದ್ಧರಾಗಿಬಿಡುತ್ತೇವೆ. ಬೌದ್ಧಿಕ ಜಗತ್ತಿನ ಆವಶ್ಯಕತೆ, ಸಾಂಸ್ಕೃತಿಕ ಲೋಕದ ಸಮಪ್ರಮಾಣದ ಅನುಸಂಧಾನ ಆಗಲೇಬೇಕಿದೆ. ಆದರೆ ಅದಾಗುತ್ತಿಲ್ಲ ಎನ್ನುವುದೇ ದುರಂತದ ಸಂಗತಿ.

ನಿರಕ್ಷರಕುಕ್ಷಿಯಾಗಿ ಕೆರೆಗಳ ನಿರ್ಮಾಣಕ್ಕೆ ತನ್ನ ಅಲ್ಪಸ್ವಲ್ಪ ಆದಾಯಗಳನ್ನು ವಿನಿಯೋಗಿಸಿದ ಶುದ್ಧ ಗ್ರಾಮೀಣ ವ್ಯಕ್ತಿ-ವ್ಯಕ್ತಿತ್ವದ ಕಾಮೇಗೌಡರ ಕಾರ್ಯಸಾಧನೆಗೆ ಶ್ಲಾಘನೆ ಮಾತ್ರವಲ್ಲ, ಇಡೀ ಜಗತ್ತೇ ಈ ಆಧುನಿಕ ಭಗೀರಥನಿಗೆ ಸದಾ ತಲೆಬಾಗಿರಬೇಕು. ಅಕ್ಷರವಂತ-ವಿದ್ಯಾವಂತರಲ್ಲದಿದ್ದರೂ ಕಾಮೇಗೌಡರಿಗಿಂತ ನೈಜ ಬುದ್ಧಿವಂತ ಪ್ರಜ್ಞೆಯ ವ್ಯಕ್ತಿ ಇನ್ನೊಬ್ಬರೇಕೆ ಬೇಕು!!

ರಿಯಾಲಿಟಿ ಶೋಗಳ ಲೋಕ

ಹಿಂದಿನ ಅನೇಕ ಪ್ರತಿಭಾವಂತ ಮನಸ್ಸುಗಳಿಗೆ ತಮ್ಮ ಸೃಜನಶೀಲತೆಯ ಪ್ರತಿಭೆಯನ್ನು ಅನಾವರಣಗೊಳಿಸಿಕೊಳ್ಳುವ ವೇದಿಕೆಗಳು ಸಿಗುತ್ತಿದ್ದದ್ದು ಬಹಳ ಕಡಿಮೆ. ಅದರೆ ಪಲ್ಲಟಗೊಂಡ ಲೋಕದ ರಂಗುರಂಗಿನ ಇಂದಿನ ಪರಿಸ್ಥಿತಿ ಹಾಗಿಲ್ಲ. ಭಾಷೆ, ಕುಲ, ನೆಲ, ಜಲ ಇವುಗಳನ್ನು ಮೀರಿ ಪ್ರತಿಭೆಗಳ ಅನಾವರಣಗೊಳ್ಳುತ್ತಿರುವುದು ಖಂಡಿತವಾಗಿ ಮೆಚ್ಚಲೇಬೇಕಾದ ಅಂಶ. ಆದರೆ ಹಾಡಲು ಅಥವಾ ನೃತ್ಯ ಮಾಡಲು ಬರುವ ಸ್ಪರ್ಧಾರ್ಥಿಗಳು ಅದರಲ್ಲೂ ಬಾಲ ಪ್ರತಿಭೆಗಳನ್ನು ಅವರುಗಳ ಹವ್ಯಾಸ–ಅಭ್ಯಾಸಗಳ ಬಗ್ಗೆ ಕೇಳಿದರೆ ಮೈ ಝುಮ್ಮೆನ್ನುತ್ತದೆ. ಏಕೆಂದರೆ ಸುಗಮ ಸಂಗೀತ, ಚಿತ್ರಗೀತೆ, ನೃತ್ಯ, ಕರಾಟೆ... ವಗೈರೆಗಳ ಪಟ್ಟಿ ಮಾಡುವ ಆ ಪುಟ್ಟ ಮಕ್ಕಳು ಇವೆಲ್ಲ ಮತ್ತು ಇವೆಲ್ಲವನ್ನೂ ವಿದ್ಯಾಭ್ಯಾಸದ ಜೊತೆ ಜೊತೆಗೇ ಕಲಿಯುತ್ತಿದ್ದಾರೆಂದಾಗ ಈ ಕಾಲದ ಮಕ್ಕಳ ವೇಗ, ಹುಮ್ಮಸ್ಸು ಕಂಡು ಖುಷಿಯಾದರೂ ಮಕ್ಕಳು ಯಂತ್ರಕ್ಕಿಂತ ವೇಗವಾಗಿ ದುಡಿಯುವಂತೆ, ಕಲಿಯುವಂತಾಗಿಬಿಟ್ಟರೆ ಅವರ ಭಾವನಾತ್ಮಕ ಜಗತ್ತಿಗೆ ಕಂಪ್ಯೂಟರ್ ಜಗತ್ತಿನ ತಂತ್ರಜ್ಞಾನದ ಅತಿ ಅವಲಂಬಿತ ಜಗದಲ್ಲಿಯೇ ಮುಳುಗಿ ಹೋದರೆ ಮೇಲೆ ಹೇಳಿದ ಚಿಣ್ಣಿ ದಾಂಡು, ಚೌಕಾಬಾರ, ಜೂಟಾಟಗಳಿಗೆ ಜಾಗವೆಲ್ಲಿದೆ?.

ಸಾಂಸ್ಕೃತಿಕವಾಗಿ, ಬೌದ್ಧಿಕವಾಗಿ ತಮ್ಮ ಮಕ್ಕಳು ಉಜ್ವಲವಾಗಿ ಪ್ರಕಟಗೊಳ್ಳಬೇಕೆಂಬ ತಾಯ್ತಂದೆಗಳ ಹಂಬಲ ಎಂದಿಗೂ ತಪ್ಪಲ್ಲ. ಆದರೆ, ಬೌದ್ಧಿಕ ವಿಕಾಸ ಮತ್ತು ಜ್ಞಾನಾರ್ಜನೆಯ ಕೆಲಸಗಳು ಒತ್ತಡಗಳ ಕಬಂಧ ಬಾಹುಗಳಲ್ಲಿ ಸಿಲುಕಿ, ಮುಗ್ಧ ವಯಸ್ಸು, ಮನೋಧರ್ಮದ ಮಕ್ಕಳ ಮಾನಸಿಕ ದಾರ್ಢ್ಯತೆಯ ಸಮತೋಲನದ ಬಗ್ಗೆ ಚಿಂತನ ಮಂಥನಕ್ಕೆ ಒಳಪಡುತ್ತಿಲ್ಲ. ಜೊತೆಗೆ, ಅದರ ಪ್ರಶಾಂತತೆಯ ಬಗ್ಗೆ ಚಿಂತಿಸಲು ವ್ಯವಧಾನವೇ ಇಲ್ಲದಂತೆ ಆಗಿರುವುದು ಖೇದಕರ ಸಂಗತಿ.

ಬಹುಮುಖೀ ಆಯಾಮಗಳ ಶ್ರೇಷ್ಠ ವ್ಯಕ್ತಿತ್ವದ ಶಿವರಾಮ ಕಾರಂತರು ಮಕ್ಕಳ ಭವಿಷ್ಯವನ್ನು ಬಾಲವನದಲ್ಲಿ ರೂಪಿಸಿದವರು. ಹಾಗೆಯೇ ಆರ್. ಕಲ್ಯಾಣಮ್ಮನವರು ಬಾಲ್ಯದಲ್ಲೇ 9–10ರ ವಯಸ್ಸಿಗೇ ಬಾಲವೈಧವ್ಯದ ಅನಿಷ್ಟ ಪದ್ಧತಿಗೆ ಬಲಿಯಾದರೂ ಮಕ್ಕಳ ಕೂಟದ ಸಂಸ್ಥಾಪಕಿಯಾಗಿ ಮಕ್ಕಳಲ್ಲಿ ಸಾಹಿತ್ಯದ ಅಭಿರುಚಿಯನ್ನುಕಟ್ಟಿದ ಪುಣ್ಯಾತ್ಮರು. ಖ್ಯಾತ ಚಿತ್ರಸಾಹಿತಿಯಾಗಿದ್ದ ಚಿ. ಉದಯಶಂಕರ್ ಅವರೂ ಸಹ ಮಕ್ಕಳ ಕೂಟದ ಒಲುಮೆಯಲ್ಲಿ ಅರಳಿದ ಪ್ರತಿಭೆ. ಪುಟ್ಟ ಹುಡುಗ ಚಿ. ಉದಯಶಂಕರ್ ಎಳೆಯ ವಯಸ್ಸಿನಲ್ಲಿಯೇ ಅನೇಕ ಕಥೆ ಕಾದಂಬರಿಗಳನ್ನೂ ರಚಿಸಿದ್ದ. ಬೇಂದ್ರೆಯವರು, ಮಾಸ್ತಿಯವರು ಚಿ. ಉದಯಶಂಕರ್‌ಗೆ ಹರಸಿ ಹಾರೈಸಿ ಆಶೀರ್ವದಿಸಿದ್ದರು.

ಮಕ್ಕಳಿಲ್ಲದ, ಆದರೆ ನೂರಾರು ಮಕ್ಕಳ ಬದುಕನ್ನು ಹಸನಾಗಿ ರೂಪಿಸಿ, ಪ್ರವರ್ಧಮಾನಕ್ಕೆ ತಂದ ಎಲೆಮರೆಯ ಕಾಯಿ ಆರ್. ಕಲ್ಯಾಣಮ್ಮ ಮದುವೆಯ ವಿಷಯದಲ್ಲಿ ಪಾಪ ಕಲ್ಯಾಣವಂತೆಯಾಗದಿದ್ದರೂ ಮಕ್ಕಳ ಸುಂದರ ಬದುಕಿಗೆ ಶ್ರೀಕಾರ ಹಾಕಿದ ಕಲ್ಯಾಣವಂತೆ ಎನ್ನುವುದರಲ್ಲಿ ಯಾವ ಉತ್ಪ್ರೇಕ್ಷೆಯೂ ಇಲ್ಲ.

ಮಕ್ಕಳಿಲ್ಲದ ಸಾಲು ಮರದ ತಿಮ್ಮಕ್ಕನವರು ದೇಶದ ರಾಷ್ಟ್ರಪತಿಗಳ ತಲೆ ಮೇಲೆ ಕೈಯಿಟ್ಟು ಆಶೀರ್ವದಿಸಿದಾಗ, ಸ್ವತಃ ಶ್ರೀ ರಾಮನಾಥ ಕೋವಿಂದ್ ಅವರು "I was touched with her Gesture and Blessings" ಎಂದಿದ್ದರು. ಸೂಲಗಿತ್ತಿ ನರಸಮ್ಮನವರು ಹೆರಿಗೆ ಮಾಡಿಸಿದ ತಾಯಂದಿರ ಸಂಖ್ಯೆ ಸಾವಿರಾರು. ಪ್ರಚಾರವಿಲ್ಲದೆ ದುಡಿದ ಆ ದೇಹ ಮನಸ್ಸು ಆ ಮೂಲಕ ಪಡೆದ ಸಂತೋಷ ಅದರ ನಿಸ್ವಾರ್ಥ ಸಂಪ್ರೀತಿಗೆ ಬೆಲೆ ಕಟ್ಟಲು ಸಾಧ್ಯವೇ? ಅದರ ಮೌಲ್ಯ ಅಳೆಯಲು ಸಾಧ್ಯವೇ.

"You need not to be handsome
If you give your hand to some one (needy)
You will become handsome"

–ಡಾ. ಅಬ್ದುಲ್ ಕಲಾಮ್

ಹೀಗೆ ಹೇಳಿ ಹಾಗೇ ಬದುಕಿ, ರಾಷ್ಟ್ರಪತಿಯಾಗಿದ್ದಾಗಲೂ, ನಂತರವೂ ಮಕ್ಕಳ ಪಾಲಿಗೆ, ಎಲ್ಲರ ಪಾಲಿಗೆ ಶಿಕ್ಷಣದ ಅಧ್ಯಯನ, ಅಧ್ಯಾಪನದ ಸಂಸರ್ಗ ಸಾನ್ನಿಧ್ಯದಲ್ಲೇ ಬದುಕಿ ಬಾಳಿದ ಅಮರ ಚೇತನ ಅಬ್ದುಲ್ ಕಲಾಮ್ ಅವರು ಪಡೆದ ಸಂತೋಷದ ಔನ್ನತ್ಯ, ನೂರಕ್ಕೆ ನೂರರಷ್ಟು ಸಮಾಜಮುಖಿ ಯಾಗಿ ಅದನ್ನು ಸರ್ವಸಮಾಜದ ಕ್ಷೇಮಭಾವಕ್ಕೆ, ಮತ್ತು ಶೈಕ್ಷಣಿಕತೆಗೆ ಕೊಡಮಾಡಿದ ಕಲಾಮ್ ಅವರ ಘನವ್ಯಕ್ತಿತ್ವಕ್ಕೆ, ಸಾಲುಮರದ ತಿಮ್ಮಕ್ಕ, ನರಸಮ್ಮನವರು ಪಡೆದು, ಕೊಟ್ಟ ಸಂತೋಷ ಕಂಡುಕೊಂಡದ್ದೇ ಹೊರತು ಕೊಂಡುಕೊಂಡಾಗ ಸಿಗುವ ಪದಾರ್ಥಗಳ ವಹಿವಾಟಿನ ಕೊಡುಕೊಳ್ಳುವಿಕೆ ಅಲ್ಲ.

ವಿಶಾಲ ಜೀವನದ ಗ್ರಹಿಕೆಗಳು

ವಿಶಾಲವಾದ ಗ್ರಹಿಕೆಗಳಿದ್ದರೆ ಜೀವನ ಸುಂದರ.

"ಅಯ್ಯೋ ಅವರು ತೀರಿಹೋದ್ರಾ, ಎಷ್ಟಾಗಿತ್ತು ವಯಸ್ಸು?"

"70+..."

"ಹೌದಾ, ಹೋಗಲಿ ಬಿಡಿ, ವಯಸ್ಸಾಯ್ತಲ್ಲ"

ಹೀಗೆ ಹೇಳುವ ಲೋಕಾರೂಢಿ ಮಾತುಗಳಿವೆ. ಬೆಂಗಳೂರಿನಲ್ಲಿ ಬಹಳ ಚಂದದ ದೊಡ್ಡ ಮನೆಯನ್ನು ಕಟ್ಟಿಸಿದ್ದ ನನ್ನ ಹಿತೈಷಿಗಳು ತಮ್ಮ 30 ವರ್ಷಗಳ ಅವಿರತ ದುಡಿಮೆ, ಬೆವರನ್ನು ಬಸಿದು, ಈಗ ನಿವೃತ್ತಿ ಜೀವನವನ್ನು ಕಳೆಯುತ್ತಿದ್ದಾರೆ. ಇದನ್ನು ಕಂಡ ನನ್ನ ಸ್ನೇಹಿತ "ಪ್ರಸಾದ್, ಅವರಿಗೇನು ಕಡಿಮೆ, ಚೆನ್ನಾಗಿ ಸಂಪಾದಿಸಿಲ್ವೇ ದುಡ್ಡು" ಎಂದ. ನನಗೆ ಆ ಗೆಳೆಯನ ಗ್ರಹಿಕೆ ಕುತ್ಸಿತ ಮತ್ತು ಕುದುರೆಯ ಒಂದೇ ಕಣ್ಣಿನ ದೃಷ್ಟಿ ಅನ್ನಿಸಿಬಿಡ್ತು.

ವಯಸ್ಸಾದ ಕಾರಣವಿದ್ದರೆ ಸಾವು ಪರವಾಗಿಲ್ಲ, ದುಡ್ಡು ಚೆನ್ನಾಗಿ ಸಂಪಾದಿಸಿಲ್ವೇ ಈ ಮಾತುಗಳನ್ನಾಡುವಾಗ ನಾವು ಆಲೋಚಿಸಬೇಕಾಗಿದೆ. ವಯಸ್ಸಿಗೂ–ಸಾವಿಗೂ ಸಂಬಂಧ ವಿಲ್ಲ. ಯಮನಿಗೆ ಆ ಕಾನೇಶುಮಾರಿ ಬೇಕಾಗೂ ಇಲ್ಲ, ಹಾಗಿರುವಾಗ ವಯಸ್ಸಾದವರು ಅಂದಾಕ್ಷಣ ನರಳಾಟ, ವೃದ್ಧಾಪ್ಯದ ಒದ್ದಾಟದಿಂದ ಮುಕ್ತರಾದರು ಎಂದು ಹೇಗೆ ಭಾವಿಸಬಹುದು? ಆದರೆ, ಆ ಸಾವುಗಳಿಗೆ ಪರವಾಗಿಲ್ಲ ಎಂಬ ಮುದ್ರೆಯೊತ್ತುವುದೆಷ್ಟು ಸರಿ? ಹುಟ್ಟು–ಸಾವು ಎರಡೂ ಎಂದಿಗೂ ನಮ್ಮ ಅಧೀನದಲ್ಲಿ ಇರುವುದಿಲ್ಲ.

ಸಾವಿಗೆ ಸಂತಾಪ ಸೂಚಿಸಿದರೆ ಸಾಕೇ ಹೊರತು, ಹಿರಿಯ ಕಿರಿಯ ಎಂಬ ತಾರತಮ್ಯ ಭಾವ ಅಗತ್ಯವಿಲ್ಲ.ಕಿರಿ ವಯಸ್ಕರು ತೀರಿದಾಗ ಅನುಕಂಪ ಅಯ್ಯೋ ಪಾಪದ ಭಾವಗಳು ಹುಟ್ಟುವುದು ಸಹಜವಾದ ನಿಜ. ಆದರೆ ಹಾಗೆಂದ ಮಾತ್ರಕ್ಕೆ ಹಿರಿಯ ವಯೋಮಾನದವರ ಸಾವಿಗೆ "ವಯಸ್ಸಾಗಿತ್ತಲ್ಲ ಬಿಡು" ಎಂಬ ಭಾವನೆಯೂ ತರವಲ್ಲ. ಸಾವು ಬದುಕಿನ ನಿಜವಾದ ಯಜಮಾನ. ಅದನ್ನು ಕಂಡಾಗ ವಿಷಾದ ವ್ಯಕ್ತಪಡಿಸಿದರೆ ಸಾಕಲ್ಲವೇ. ಹಿರಿ–ಕಿರಿ ಸಾವುಗಳ ಬಗ್ಗೆ ತುಲನೆ, ರಿಯಾಯಿತಿ ಕೊಟ್ಟುಕೊಳ್ಳುವುದು ಬೇಕೇ? ಎನ್ನುವುದನ್ನು ಚಿಂತನ–ಮಂಥನ ಮಾಡಬೇಕಿದೆ.

ಕಷ್ಟಪಟ್ಟು ಹಲವರ್ಷಗಳ ದುಡಿಮೆಯ ಸ್ವಯಾರ್ಜಿತ ಫಲದಿಂದ ಮನೆ–ಮಹಲುಗಳನ್ನು ಕಟ್ಟಿಕೊಂಡರೆ ಅಲ್ಲಿ ತಪ್ಪು ಹುಡುಕುವ ಕುಹಕವಾಡುವ ಮನೋಧರ್ಮ ನಮ್ಮ ದುರ್ಬಲ–ಅಹಮ್ಮಿನ ಪ್ರದರ್ಶನವಾಗುತ್ತದಷ್ಟೇ.

ವರಕವಿ ಬೇಂದ್ರೆಯವರು "ಸಾವಿಗೆ ನಾ ಹೆದರೋದಿಲ್ರಿ, ಯಾಕಂದ್ರ, ಸಾವು, ನಾನಿದ್ದಾಗ ಅದು ಬರಲ್ಲ, ಅದು ಬಂದಾಗ ನಾನು ಇರಲ್ಲ" ಅನ್ನುತ್ತಿದ್ದರು.

ಶೇಕ್ಸ್‌ಪಿಯರ್‌ನ ಸುಪ್ರಸಿದ್ಧ ನಾಟಕಗಳಲ್ಲಿ ಒಂದಾದ ಮ್ಯಾಕಬೆತ್‌ನಲ್ಲಿ "Life is a tale told by an idiot Full of Sound and fury signifying nothing" ಎನ್ನುವ ಮಾತು ಬರುತ್ತದೆ. ಆದರೆ ಅದು ಸಾರ್ವತ್ರಿಕವಲ್ಲ, ಕೇವಲ ಸಾಂದರ್ಭಿಕವಾಗಿ ಮ್ಯಾಕ್ ಬೆತ್ ತನ್ನ ಭ್ರಮನಿರಸನದ ಸ್ಥಿತಿಯಲ್ಲಿ ಆಡಿದ ಮಾತು. ಜೀವನದ ಕುರಿತು ಅನೇಕ ವ್ಯಾಖ್ಯಾನಗಳಿವೆ.

> "Life is what happens when you are busy making other plans"
>
> –ಜಾನ್ ಲೆನಿನ್

ಜೀವನದ ಕುರಿತು ಬಹಳ ವ್ಯಾಖ್ಯಾನಗಳಿವೆ. ನಿಜ, ಆದರೆ ಎಲ್ಲ ಕೆಲಸಗಳನ್ನೂ ವಿಭಿನ್ನವಾಗಿ ಮಾಡುತ್ತೇವೆ ಎಂಬ ಹುರುಪು ಒಳ್ಳೆಯದೇ ಆದರೂ ಅದು ಅವಸರದ, ಆರ್ಭಟ ಭರಾಟೆಯ ಅಬ್ಬರವಾಗಬಾರದು. "Do different things" ಅನ್ನುವುದಕ್ಕಿಂತ "Do things Differently" ಎಂಬ ಯೋಚನೆ ಬಹಳ ಉತ್ತಮ.

ಇತ್ತೀಚೆಗೆ ಕಾಲವಶರಾದ ಶತಾಯುಷ್ಯ ದಾಟಿದ್ದ ಪಂಡಿತ ಸುಧಾಕರ ಚತುರ್ವೇದಿಯವರನ್ನು ಸಂದರ್ಶಕರೊಬ್ಬರು "ಇಷ್ಟು ವರ್ಷ ಬದುಕಿರುವುದಕ್ಕೆ ತಮಗೇನನ್ನಿಸುತ್ತದೆ" ಎಂದಾಗ ಆ ಧನ್ಯ ಮಾನ್ಯ ಜೀವ" ನನಗೆ ಬದುಕೋದಕ್ಕೆ ಇಷ್ಟ, ಸಾಯೋದಕ್ಕೆ ಕಷ್ಟ" ಎಂದಿದ್ದ ಮಹಾನ್ ಚೇತನ.

ಇದಲ್ಲವೇ ಜೀವ ಜೀವನ ಪ್ರೀತಿ. ಆದರೆ ಎಲ್ಲ ಕೆಲಸ ಕಾರ್ಯಗಳನ್ನೂ ನಾನೇ, ನಾನೊಬ್ಬನೇ ಮಾಡಿ ಮುಗಿಸುವ ಧಾವಂತ, ಆತುರ ಏನನ್ನೂ ಸಾಧಿಸಲು ಬಿಡದೆ ಎಲ್ಲವನ್ನೂ ಅಯೋಮಯವಾಗಿಸುತ್ತದೆ. "A Confident Walking is better than a Confused Running" ಅಂತ ಅನ್ನುವ ಮಾತು ಸುಳ್ಳಲ್ಲ.

ನಾವು ಇಲ್ಲದಿದ್ದರೂ ಈ ಬದುಕು ನಿರಾಳವಾಗಿ ಸಾಗುತ್ತಲೇ ಇರುತ್ತದೆ, ಇದನ್ನು ಅರಿತು ನಾವು ಬಾಳುವುದೇ ನಿಜವಾದ ಸತ್ಯ ಮತ್ತು ಸತ್ವ. ನಾನಿಲ್ಲದಿದ್ದರೆ ಈ ಬದುಕಿಗೆ ಅಸ್ತಿತ್ವವಿಲ್ಲ ಎನ್ನುವುದು ಹುಸಿ ಸೋಗಿನ ದರ್ಪಿಷ್ಟ ನಡಾವಳಿಯ ಪರಾಕಾಷ್ಠೆಯಷ್ಟೇ.

"ಅಕ್ಕಿಯೊಳಗನ್ನವನು ಮೊದಲಾರು ಕಂಡವರು
ಅಕ್ಕರದ ಬರೆಹಕ್ಕೆ ಮೊದಲಿಗನದಾರು
ಲೆಕ್ಕವಿರಿಸಿಲ್ಲ ಜಗ ತನ್ನಾದಿ ಬಂಧುಗಳ
ದಕ್ಕುವುದೇ ಜಸ ನಿನಗೆ ಮಂಕುತಿಮ್ಮ."

–ಡಿ.ವಿ.ಜಿ.

ನಮ್ಮ ಗ್ರಹಿಕೆಗಳು ವಿಹಂಗಮವಾಗದೆ, ಏನನ್ನೂ ಸಾಧಿಸಲು ಸಾಧ್ಯವಿಲ್ಲ, ಕೂಪಮಂಡೂಕದಂತೆ ಆಗಿ ಸೀಮಿತವಾದ ಪರಿಭ್ರಮಣದಲ್ಲೇ ಸುತ್ತುವ ನಮಗೆ ಇದು ಅರಿವಾದಾಗ ವಿಶ್ವ ವಿಶಾಲವಾದ ಜಗತ್ತಿನ ಅನಾವರಣ, ಅವಲೋಕನ ಸಾಧ್ಯ. ಇಲ್ಲವಾದರೆ ಮೆರೆದಾಡುತ್ತಾ, ಸೋಲುತ್ತಾ, ಆ ಸೋಲನ್ನೇ ಗೆಲುವೆಂದು ಬೀಗುವ ಮನೋಭಾವನೆಯಿಂದ ಹೊರಬರಲು ಎಂದೆಂದಿಗೂ ಸಾಧ್ಯವಾಗುವುದಿಲ್ಲ.

ಜಾಣ ಕುರುಡರು-ಜಾಣ ಕಿವುಡರು!?

ಜಗತ್ತಿನಲ್ಲಿ ಜಾಣ ಕುರುಡರ-ಜಾಣಕಿವುಡರ ಜನಸಂಖ್ಯೆ ಹೆಚ್ಚು.

"Eyes are Useless when the Mind is blind.
Ears are Useless when the Mindset is deaf."

ಪ್ರಕೃತಿಯ ಸೃಷ್ಟಿಯಲ್ಲಿ ಯಾವುದೂ ನಿಷ್ಪ್ರಯೋಜಕವಲ್ಲ.

ಜಗತ್ತಿನಲ್ಲಿ ಇರುವವರೂ ಹಾಗೆಯೇ ಒಬ್ಬೊಬ್ಬರಿಗೆ ಒಂದೊಂದು ಸಾಮರ್ಥ್ಯ ಇದ್ದೇ ಇರುತ್ತದೆ. ಹಾಗಾಗಿ ಯಾರನ್ನೂ ವ್ಯರ್ಥಜೀವಿಗಳೆನ್ನುವಂತಿಲ್ಲ. ಆದರೆ ಈ ಸಮಾಜದಲ್ಲಿ ಯಾರನ್ನೋ ತೃಪ್ತಿಪಡಿಸಲು ಮತ್ತೊಬ್ಬರಿಗೆ ಅನ್ಯಾಯ ಮಾಡುವವರ ಸಂಖ್ಯೆ ಬಹಳ ಬಹಳ ಹೆಚ್ಚು.

ಎದುರಿಗೆ ಸಿಕ್ಕಾಗ ಮಾತ್ರ ನಗುನಗುತ್ತಾ ಮಾತನಾಡುವ ಮಂದಿ ತನಗೆ ಬೇಕಾದವರನ್ನಷ್ಟೇ ಬೆಳೆಸುವಲ್ಲಿ ನಿಷ್ಣಾತರು.

ವಂಶವಾಹಿಗಳ ಬಗ್ಗೆ ಇವತ್ತು ನಾವು ಪ್ರಾತಃಸ್ಮರಣೀಯನೆಂದು ಕೊಂಡಾಡುವ ಗ್ರೆಗೋರ್ ಮೆಂಡಲ್ ಬದುಕಿದ್ದಾಗ ಅವಜ್ಞೆಗೆ, ದಿವ್ಯನಿರ್ಲಕ್ಷ್ಯಕ್ಕೆ ಗುರಿಯಾಗಿದ್ದೇ ಇಂಥ ಜಾಣ ಕುರುಡರ, ಜಾಣಕಿವುಡರ ಸಮೂಹದಿಂದ ಎನ್ನುವುದು ಸತ್ಯ.

ಜಾಣಕುರುಡರು-ಜಾಣಕಿವುಡರು ಬಲು ಮೆಲ್ಲುಲಿಯ ಮಾತಿನರಮನೆ ಕಟ್ಟುವವರು. ಅರ್ಹರಾಗಿರುವವರನ್ನು ನಿರ್ಲಕ್ಷಿಸಿ ಕಣ್ಣಿದ್ದೂ ಕುರುಡರಾಗಿ ಕಿವಿಯಿದ್ದೂ ಕಿವುಡರಾಗಿ ಎದುರು ಸಿಕ್ಕಾಗ ಮಾತ್ರ ತುಂಬು ನಗೆ ಚೆಲ್ಲುವ ಆಸನಾಧೀಶರು ಪ್ರಪಂಚದಲ್ಲಿ ಸಾಕಷ್ಟು ಇದ್ದಾರೆ.

ನಿಸಾರ್ ಅಹಮದ್ ಅವರು ಇಂಥವರನ್ನೇ "ಒಳಗೊಳಗೇ ಬೇರ ಕೊಯ್ದು" ಎಂದು ಬರೆದಿರುವುದು ಅರ್ಥಪೂರ್ಣವಾಗಿದೆ.

ಅನರ್ಹರು, ಅರ್ಹತೆ ಇಲ್ಲದವರನ್ನು ಬೆಳೆಸುವುದಷ್ಟೇ ಅಧಿಕಾರಸ್ಥವರ್ಗದವರ ಯೋಚನೆ, ಯೋಜನೆಯಾಗಿರುತ್ತದೆ. ಆದರೆ ಅದು ಏನೂ ಗೊತ್ತಿಲ್ಲದ ಮುಗ್ಧತೆಯೋ, ಅಮಾಯಕತೆಯೋ ಅಲ್ಲ, ಬದಲಾಗಿ ಅದು ಹಾಗೆ ನಟಿಸುವ ಕಾರ್ಯತಂತ್ರದ ವ್ಯವಸ್ಥಿತ ಭಾಗ. ಇಂದು ರಸಾಯನಶಾಸ್ತ್ರದ

ಬಗ್ಗೆ ಮಾತನಾಡುವಾಗ, ಉಲ್ಲೇಖಿಸುವಾಗ ಲೇವಾಸ್ಯೆ ಎಂಬ ವಿಜ್ಞಾನಿಯನ್ನು ರಸಾಯನಶಾಸ್ತ್ರದ ಪಿತಾಮಹ ಎನ್ನುತ್ತೇವೆ, ಆದರೆ ಇದೇ ಲೇವಾಸ್ಯೆ ಬದುಕಿದ್ದಾಗ ಅತ್ಯಂತ ಕಿರಿಯ ವಯಸ್ಸಿಗೇ ಅವನ ತಲೆಯನ್ನು ಛೇದಿಸಿ, ಅವನ ತಲೆ ಗಿಲೋಟಿನ್ ಯಂತ್ರದೊಳಕ್ಕೆ ಬಿದ್ದಿದ್ದನ್ನು ಮರೆಯಬಾರದು.

"Not taking any Desicion itself is my Descion"–ಎನ್ನುವ ಜಾಣ ಕುರುಡರಿಗೆ, ಜಾಣ ಕಿವುಡರಿಗೆ ಅರ್ಹರ ಏಳಿಗೆ ಬೇಕಾಗಿರುವುದಿಲ್ಲ, ಅದರ ಬಗ್ಗೆ ಮೌನಿಗಳಾಗಿ, ಕಿವಿಯಿದ್ದೂ ಕೇಳಿಸದ ಹಾಗೆ ಇದ್ದು ಬಿಡುವುದೇ ಅವರ ದಿನಚರಿ.

ಗಂಡನಿದ್ದೂ ಅರಮನೆಯ ನಾಲ್ಕು ಗೋಡೆಗಳ ಮಧ್ಯೆ ಅರಮನೆಯಲ್ಲೇ ವನವಾಸ ಗಂಡನ ಸಾಮೀಪ್ಯ ಸಾಹಚರ್ಯದಿಂದ ದುರ್ಭಾಗ್ಯ ಮಾನಿನಿ ಊರ್ಮಿಳೆ, ಹೆಸರಿಗಷ್ಟೇ ಕಾಣಿಸಿಕೊಳ್ಳುವ ಭರತ–ಶತ್ರುಘ್ನರ ಪತ್ನಿಯರಾದ ಮಾಂಡವಿ–ಶ್ರುತಕೀರ್ತಿಯರು ಮುನ್ನೆಲೆಗೆ, ಮುಖ್ಯವಾಹಿನಿಗೆ ಬರದೆ ಎಲೆಮರೆಯಾಗಿಯೇ ಉಳಿದ ಕಟುಸತ್ಯ ಇಂಥ ಜಾಣ ಕುರುಡರ ಜಾಣಕಿವುಡರ ನಿರ್ಲಕ್ಷ್ಯ ತಾತ್ಸಾರಗಳಿಗೆ ತುತ್ತಾಗಿಯೇ ನೇಪಥ್ಯದಲ್ಲಿಯೇ ಉಳಿದುಹೋದದ್ದು.

ಬಾಣಂತಿ ಜ್ವರದ ನಿವಾರಣೆಗಾಗಿ ಶ್ರಮಿಸಿದ ವಿಜ್ಞಾನಿ ಇಗ್ನಾಜ್ ಫಿಲಿಪ್ ಸೆಮಲ್ವಿಸ್ ತನ್ನ ಸಹೋದ್ಯೋಗಿ ಕ್ಲೈವ್‌ನ ವೃತ್ತಿ ಮಾತ್ಸರ್ಯಕ್ಕೆ ಈಡಾಗಿ ಅನುಭವಿಸಿದ ನೋವು, ತನ್ನವರಿಂದಲೇ ದೈಹಿಕ ಹಲ್ಲೆ, ಮಾನಸಿಕ ಆಘಾತ, 47ಕ್ಕೇ ಅಸು ನೀಗಿದ ಅವನ ಸಂಕಟದ ಚರಿತ್ರೆಯನ್ನು ಜೀರ್ಣಾಗ್ನಿಯಾಗಿಸಿಕೊಳ್ಳುವುದು ಸುಲಭವಲ್ಲ. ಇವಾಂಜಲಿಸ್ಟಾ ಟಾರಿಸೆಲ್ಲಿಯಂಥ ವಿಜ್ಞಾನಿಯ ಪಾದರಸ ವಾಯುಭಾರ ಮಾಪಕದ ಆವಿಷ್ಕಾರದ ಸಾಧನೆಯ ಬಗ್ಗೆಯೂ ಇಂಥ ಜಾಣಕುರುಡರ, ಜಾಣಕಿವುಡರ ಅಲಕ್ಷ್ಯ, ಉಡಾಫೆಗಳೇ ಕಾರಣವಾಗಿ ಆತನ ಸಾಧನೆ, ಸಂಶೋಧನೆ, ಪ್ರಯೋಗಗಳಿಗೆ ಆತನ ಜೀವಿತಾವಧಿಯಲ್ಲಿ ಸಿಗಬೇಕಾದ ಮಾನ್ಯತೆ, ಮನ್ನಣೆ ದೊರಕದೆ ಹೋಯಿತು. 39ಕ್ಕೇ ಟೈಫಾಯ್ಡ್ ಜ್ವರಕ್ಕೆ ಬಲಿಯಾದ ಇವಾಂಜಲಿಸ್ಟಾ ಟಾರಿಸೆಲ್ಲಿಯ ಸಂಶೋಧನೆ ಆವಿಷ್ಕಾರವಾದ ಪಾದರಸದ ವಾಯುಭಾರಮಾಪಕದ (Mercury Barometer) ಬಗ್ಗೆ ಈಗಿರುವ ಮಹತ್ವ, ಆತನ ಬದುಕಿನ ಕಾಲದಲ್ಲಿ ಸಿಕ್ಕಲಾರದೆ ಹೋದದ್ದು ದುರಂತ.

ರಾಜಶೇಖರ ಎಂಬ ಭಾರತೀಯ ಕಾವ್ಯ ಮೀಮಾಂಸಕಾರ ತನ್ನ ಕೃತಿ "ಕಾವ್ಯಮೀಮಾಂಸೆ"ಯಲ್ಲಿ ಹೀಗೆ ಬರೆದಿದ್ದಾನೆ.

"ಗೀತ ಸೂಕ್ತಿ ರತಿಕ್ರಾಂತೆ ಸ್ತೋತಾ ದೇಶಾಂತರಸ್ಥಿತೇ
ಪ್ರತ್ಯಕ್ಷ ಕವಿ ಕಾವ್ಯೇತು ಸಾವಜ್ಞ ಸಮತ್ಯಪಿ"

ತಾತ್ಪರ್ಯ: ಕವಿಯು ಬದುಕಿದ್ದಾಗ ಆತನನ್ನು ಅವನ ಕಾವ್ಯವನ್ನು ಗುರುತಿಸದೆ, ಅವನು ಸತ್ತ ಮೇಲೆ ಅಥವಾ ದೇಶಾಂತರ ಹೋದ ಮೇಲೆ ವಿಪರೀತವಾಗಿ ಹೊಗಳಿದರೆ ಏನು ಪ್ರಯೋಜನ? ಎಂದರ್ಥ.

ಹೀಗೆ ಬದುಕಿದ್ದಾಗ ಗುರುತಿಸದೆ, ಸತ್ತಾಗ ಅಥವಾ ಬಿಟ್ಟು ಹೋದಾಗ ಪುಂಖಾನುಪುಂಖವಾಗಿ ಹೊಗಳುವ ಜಾಣ ಕುರುಡರು, ಜಾಣ ಕಿವುಡರಿಗೆ ಕೋಟ್ಯಂತರ ಸ್ಯಾನಿಟೈಸರ್‌ಗಳೂ, ದುಬಾರಿ ಬೆಲೆಯ ಮಾಸ್ಕ್‌ಗಳ ಅವಶ್ಯಕತೆಯೇ ಬೇಕಿಲ್ಲ, ಅರ್ಹರನ್ನೂ, ಅರ್ಹತೆ ಇರುವವರನ್ನೂ ಹಸನ್ಮುಖದ ಭಾಷೆ, ಭಾವದಲ್ಲೇ ಮೆಲ್ಲ ಮೆಲ್ಲನೆ ನಯವಾಗಿ ಚಿವುಟಿ ತೆರೆಮರೆಗೆ ಸರಿಸುವ ಜಾಣಾಂಧ, ಜಾಣಗಿವುಡರಿಗೆ ಎಷ್ಟೇ ಸ್ಯಾನಿಟೈಸರ್‌ಗಳನ್ನು ಕೊಟ್ಟರೂ ಅಂಥವರ ಮೈ, ಕೈ ದೇಹ ಮನಸ್ಸುಗಳು ಶುದ್ಧೀಕರಣವಾಗುವುದಿಲ್ಲ, ಸಂಸ್ಕರಣವೂ ಸಾಧ್ಯವಿಲ್ಲ. ಮುಖವಾಡ ಹಾಕಿಕೊಂಡೇ ಬಾಳುವ ಇಂಥ ಚತುರಗುರುಡರಿಗೆ, ಜಾಣಾಕ್ಷಗಿವುಡರಿಗೆ ಮುಖವಾಡದ ಮೇಲೆ ಮತ್ತೊಂದು ಮುಖವಾಡದ ಅಗತ್ಯವಾದರೂ ಏನಿದೆ??

ತೆರೆಯ ಮೇಲೆ ನಟಿಸುವವರು ಕಲಾಪ್ರತಿಭೆಯ ಮೂಲಕ ತಮ್ಮ ಸಾಮರ್ಥ್ಯವನ್ನು ಹೊರಸೂಸಲು ಶ್ರಮಿಸುವ ಕಲಾವಿದರಿಗೆ ಸಾವಿರ ಸಾವಿರ ನಮನಗಳು. ಆದರೆ ನಿಜಬದುಕಿನಲ್ಲಿ ನಮ್ಮ ದಿನವಹಿ ಜೀವನದಲ್ಲೇ ಇಂಥ ಮೆಲ್ನುಡಿಯ ಮುಖವಾಡದ ಜನರು ಬುದ್ಧಿವಂತ ಕಿವುಡರ, ಚತುರಗುರುಡರಾದ ಸೋಗಿನ, ನಟನೆಯ ಹುಸಿ ಅಭಿನಯ ಶೂರರು ಪ್ರಪಂಚದಲ್ಲಿ ಕಣ್ಣಿಗೇ ರಾಚುತ್ತಿರುತ್ತಾರೆ. ಯಾರನ್ನೋ ಮೆಚ್ಚಿಸಲು, ಯಾರಿಗಾಗಿಯೋ ಅಸಹ್ಯವಾಗುವಷ್ಟು ಗೌರವ ಕೊಡುತ್ತಾ, ಮೇಲೇರಿಸುತ್ತಾ ಅರ್ಹರನ್ನು ಅನರ್ಹರಾಗಿಸಿ ಮೂಲೆಗುಂಪು ಮಾಡುವ ಇಂಥ ಮಹಾನುಭಾವರುಅಸಂಖ್ಯ. ಇಂಥ ಜಾಣಕಿವುಡರಿಗೆ ಜಾಣಕುರುಡರಿಗೆ ಅರ್ಹತೆಯಿದ್ದೂ ವಂಚಿತವಾದ ಅತೃಪ್ತ ಆತ್ಮಗಳ ನಿಡುಸುಯ್ಯುವ ಮರ್ಮರ ನೋವಿನಿಂದ "ಎಂದರೋ ಮಹಾನುಭಾವುಲುಅಂದರೀಕಿ ವಂದನುಮುಲು" ಎಂದು ಎದೆಯಾಳದ ಉರಿಯನ್ನು ಅದುಮಿಟ್ಟು ಕೊಂಡು ವಿಲಾಪಿಸಿ ಹಾಡಬೇಕೇ?

ಕಾಲಾಯ ತಸ್ಮೈ ನಮಃ.

ಬದುಕೆಂಬ ಅನಂತ ವಿಶ್ವ

ಬದುಕು ಎಂಬ ಮುಗಿಯಲಾರದ ವಿಶ್ವ

ಬದುಕು ವೈಯಕ್ತಿಕವಾಗಿ ಸೀಮಿತ, ಆದರೆ ಇಡಿಯಾಗಿ ಅನಂತ ಮತ್ತು ಅಪಾರ. (ಅಪಾರ ಎಂದರೆ ಮಿತಿಯಿಲ್ಲದ, ಮತ್ತು ಸಮುದ್ರ ಎಂಬ ಅರ್ಥವೂ ಇದೆ.)

ಬದುಕಿನ ದರ್ಶನ, ಅದರ ಕಾಣ್ಕೆಯ ವ್ಯಾಪ್ತಿಪ್ರದೇಶಗಳು ಸೀಮಾತೀತ, ಭಾಷಾತೀತ ಮತ್ತು ಕಾಲಾತೀತ. ಕುಲ, ಜಲ, ನೆಲದಾಚೆಗಳನ್ನೂ ಮೀರಿ ಮಿಗಿಲಾದ ಈ ಬದುಕಿನ ವ್ಯಾಪಕತೆಗೆ ಕೊನೆ ಎಂಬುದು ಸಾಧ್ಯವೇ ಇಲ್ಲ.

ಕಂಡಷ್ಟೂ ಸತ್ಯವಿರಬಹುದು, ಕಂಡಿದ್ದೆಲ್ಲ ಸತ್ಯವಲ್ಲ ಎನ್ನುವಂತೆ ಬದುಕಿನೊಳಗಿನ ಸತ್ಯಾನ್ವೇಷಣೆ, ಸತ್ವಾನೇಷಣೆಗಳಿಗೆ ಲಕ್ಷ್ಮಣರೇಖೆ ಅಸಾಧ್ಯ.

ಅನುಭವ ಜಗತ್ತು ಮತ್ತು ವಿಭಿನ್ನ ಮನೋಧರ್ಮ

ಒಬ್ಬೊಬ್ಬರ ಗ್ರಹಿಕೆ ಮತ್ತು ಆಲೋಚನೆಗಳು ಏಕತ್ರವಾಗಿರುವುದಿಲ್ಲ, ಒಂದೇ ರೀತಿಯಲ್ಲಿ ಇರಬೇಕೆಂಬ ನಿಯಮವೂ ಕಟ್ಟಳೆಗಳೂ ಇಲ್ಲ. ಆದರೆ ಸ್ಥಿತಪ್ರಜ್ಞವಾಗಿ ಬದುಕಿನಲ್ಲಿ ಬರುವುದನ್ನು ಎದುರಿಸಬೇಕಷ್ಟೇ. ಕೊರೋನಾ ವೈರಸ್ಸೇ ಆಗಲಿ, ಪ್ಲೇಗು, ಕಾಲರಾ ಯಾವುದೇ ಆಗಲಿ ದಾಸರು ಹೇಳಿದಂತೆ "ಈಸಬೇಕು ಇದ್ದು ಜೈಸಬೇಕು", ಅದಿಲ್ಲದೆ ಅನ್ಯಮಾರ್ಗವೆಲ್ಲಿದೆ. ಕನಕದಾಸರು

ಹೇಳಿದ ಹಾಗೆ "ತಲ್ಲಣಿಸದಿರು ಕಂಡ್ಯಾ ತಾಳು ಮನವೇ" ಎಂಬ ಧೃತಿ ನಮ್ಮಲ್ಲಿದ್ದಾಗ ಬಾಳು ಚೆನ್ನ.

ಸುಖಾಸುಮ್ಮನೆ, ಇಲ್ಲದ ನೆಪಗಳನ್ನು ಹುಡುಕುವುದರಲ್ಲಿ ನಿಸ್ಸೀಮರಾದ ನಾವು ಎಲ್ಲಕ್ಕೂ ಜಾಗತೀಕರಣದತ್ತ ಬೊಟ್ಟು ಮಾಡಿಬಿಡುತ್ತೇವೆ. ಜಾಗತೀಕರಣದ ಪ್ರಭಾವ ಹಿಂದೆಯೂ ಇತ್ತು, ಈಗಲೂ ಇದೆ, ಮುಂದೆಯೂ ಇದ್ದೇ ಇರುತ್ತದೆ ಎಂಬ ಸಣ್ಣ ಸತ್ಯವನ್ನೂ ಅರಿಯದೆ, ಬಾಯಿಗೆ ಬಂದಂತೆ ಯಾವುದರ ಮೇಲೋ ಭಾರ ಹಾಕಿ ಸುಮ್ಮನಾಗಿ ನಮ್ಮನ್ನು ಹುಷಾರಾಗಿ ರಕ್ಷಿಸಿಕೊಂಡು ಉಳಿದೆಲ್ಲ ಉಪದ್ರ್ಯಾಪಿತನಗಳಿಂದ ತಪ್ಪಿಸಿಕೊಳ್ಳಲು ಹವಣಿಸುತ್ತಿರುತ್ತೇವೆ.

ಕುದುರೆಯ ಒಂದೇ ದೃಷ್ಟಿಯಲ್ಲಿ ಬದುಕನ್ನು ನೋಡುವ ನೋಟ ನಮ್ಮದಾಗಿರುತ್ತದೆ.ಉದಾಹರಣೆಗೆ ಚಿರತೆಯೊಂದು ಜಿಂಕೆಯನ್ನು ಹಿಡಿದು ತಿನ್ನುತ್ತಿದ್ದರೆ ಅಯ್ಯೋ ಪಾಪ ಎಂದು ಜಿಂಕೆಗಾಗಿ ಮರುಗಿ, (ಕರುಣೆ ಹುಟ್ಟುವುದು ತಪ್ಪಲ್ಲ) ಚಿರತೆಗೆ ಶಾಪ ಹಾಕುತ್ತೇವೆ. ಅದರ ಆಹಾರವನ್ನು ಅದು ಸ್ವಸಾಮರ್ಥ್ಯ, ಸ್ವಾವಲಂಬಿತನದಿಂದ ಪಡೆದುಕೊಳ್ಳುವಲ್ಲಿ ಚಿರತೆಯದೇನು ತಪ್ಪಿದೆ?. ಅದು ಇಡ್ಲಿ ವಡೆ, ಚಿತ್ರಾನ್ನ ತಿನ್ನಲು ನಮ್ಮ ನಿಮ್ಮಂತೆ ಹೊಟೆಲಿಗೆ ಬಂದು ಆರ್ಡರ್ ಮಾಡಬೇಕೆ? (ಬಂದರೆ ನಾವು-ನೀವು ಇರುತ್ತೇವೆಯೇ.)

ಹಣದಿಂದಲೇ ಪ್ರಪಂಚ ಹಾಳಾಗಿ ಹೋಗಿದೆ ಎನ್ನುವ ಜನ ಸ್ವಲ್ಪವಾದರೂ ಬುದ್ಧಿಗೆ, ವಿವೇಚನೆಗೆ ಕೆಲಸ ಕೊಡಬೇಕಿದೆ.

ಹಣದ ಸಾರ್ಥಕತೆನಾವು ಬಳಸುವ ರೀತಿಯಲ್ಲಿ ಇದೆ. ಒಳ್ಳೆಯ ರೀತಿಯಲ್ಲಿ ಬಳಸಿದರೆ ಹಣದ ಮೌಲ್ಯ ಸದಾ ಉಳಿಯುತ್ತದೆ, ಹಣದ ಮದದಿಂದ ಬೇಕಾಬಿಟ್ಟಿ ಖರ್ಚು, ಅಡ್ಡಾದಿಡ್ಡಿ ವಾಹನ ಚಲಾಯಿಸಿ, ವೀಲಿಂಗ್ ಮಾಡಿ ಅಪಘಾತಕ್ಕೆ ತುತ್ತಾಗಿ ನೆಗೆದುಬಿದ್ದರೆ, ಅದು ಹಣದ ತಪ್ಪಲ್ಲ, ಹಣವನ್ನು ಸ್ವೇಚ್ಛೆ, ಸ್ವೈರತೆಯ ದರ್ಪದಲ್ಲಿ ಬಳಸಿದ್ದರ ದುಷ್ಫಲ, ದುರ್ವಾಂಛೆಯ ಫಲಿತವಲ್ಲವೇ. ಹಣವಿಲ್ಲದಿದ್ದರೆ ಬದುಕಬಹುದು, ವಿದ್ಯೆ ಇಲ್ಲದಿದ್ದರೆ ಬದುಕಲು ಸಾಧ್ಯವಿಲ್ಲ ಎನ್ನುವವರಿಗೆ ಲಾಕ್‌ಡೌನ್ ಆದಾಗ ಪರದಾಡಿದಸ್ಥಿತಿ, ಎ.ಟಿ.ಎಂ., ಗೂಗಲ್‌ಪೇ, ಫೋನ್‌ಪೇಗಳು ಕೈಕೊಟ್ಟಾಗ, 500 ರೂ.ಗಳ ಅಮಾನ್ಯೀಕರಣವಾದಾಗ ದುಡ್ಡಿನ ಮಹತ್ವ, ಘನತೆ ಅರಿವಾಗಿರಬೇಕು. ವಿದ್ಯೆ ಇಲ್ಲದಿದ್ದರೆ ಬದುಕಲಾಗುವುದಿಲ್ಲ ಎನ್ನುವವರು ಆ ವಿದ್ಯಾರ್ಜನೆಗೂ ಹಣದ ಅಗತ್ಯ ಇದೆ ಎನ್ನುವ ಪರಿಜ್ಞಾನ, ಸಾಮಾನ್ಯ ಜ್ಞಾನವನ್ನು ಹೊಂದಿರಬೇಕಾಗುತ್ತದೆ. ಹಣ-ವಿದ್ಯೆ ಪರಸ್ಪರ ಪೂರಕವೇ ಹೊರತು ನಕಾರಾತ್ಮಕವಾದುದಲ್ಲ.

ಶ್ರೀಮಂತರ ದಬ್ಬಾಳಿಕೆ ದೌರ್ಜನ್ಯ... ಬಡವರ ದೈನ್ಯ, ಹೀನಾಯ ಸ್ಥಿತಿ ಎಂದೆಲ್ಲ ಮಾತನಾಡುತ್ತೇವೆ, ಆದರೆ ಶ್ರೀಮಂತರು ಪರಿಶ್ರಮ, ಸಾಧನೆಯಿಂದ ಆರ್ಥಿಕವಾಗಿ ಆಢ್ಯರಾಗಿರುತ್ತಾರೆ. ಕೆಟ್ಟ ಶ್ರೀಮಂತರ ದರ್ಪ ಎನ್ನುವುದು ಸರಿಯೇ

ಹೊರತು ಶ್ರೀಮಂತರ ದಬ್ಬಾಳಿಕೆ... ದೌರ್ಜನ್ಯ... ಎಂದೆಲ್ಲ ಮಾತಾಡುವುದು ಸಾಧುವಲ್ಲ, ಬಡವರಲ್ಲಿಯೂ ಅಷ್ಟೇ ಎಲ್ಲ ಬಡವರೂ ಒಳ್ಳೆಯವರೇ ಆಗಿರುತ್ತಾರೆನ್ನಲು ಹೇಗೆ ಸಾಧ್ಯ! ಬಡವರಲ್ಲಿ ಸಹ ಉತ್ತಮರೂ ಇರುತ್ತಾರೆ, ಕೆಟ್ಟ ಜನರೂ ಇರುತ್ತಾರೆ, ಒಳ್ಳೆಯತನವಿದ್ದೂಆರ್ಥಿಕವಾಗಿ ಮೇಲೆದ್ದಿರದ ಬಡವರಿಗಷ್ಟೇ ನಮ್ಮ ಮನಸ್ಸು ಮಿಡಿಯ ಬೇಕಾಗಿದೆ, ನುಡಿಯಬೇಕಾಗಿದೆ.

"ಸುಖ ದುಃಖೇ ಸಮೇ ಕೃತ್ವಾ ಲಾಭಾಲಾಭೌ ಜಯಾಜಯೌ" ಎಂದು ಗೀತಾಚಾರ್ಯನಾದ ಶ್ರೀಕೃಷ್ಣ ಸುಮ್ಮನೆ ಹೇಳಿಲ್ಲ. ಸುಖ ದುಃಖಗಳನ್ನುಸಮಚಿತ್ತದಿಂದ ಸ್ವೀಕರಿಸಿ ಲಾಭ-ನಷ್ಟಗಳನ್ನೂ ಅದೇ ಮನಸ್ಥಿತಿಯಿಂದ ಸ್ವೀಕರಿಸಿ ಬಾಳುವುದೇ ನಿಜವಾದ ಜೀವನ ಧರ್ಮ.

"ಆನೋ ಭದ್ರಾಃ ಕೃತವೋಯಂತು ವಿಶ್ವತಃ" ಎಂಬ ಋಗ್ವೇದದ ವಾಕ್ಕು ಸುಳ್ಳಲ್ಲ. ಉದಾತ್ತವಾದ ವಿಚಾರಗಳು ಎಲ್ಲಿಂದಾದರೂ ಬರಲಿ, ಅದನ್ನು ಸ್ವೀಕರಿಸುವ ಔದಾರ್ಯ ನಮ್ಮಲ್ಲಿದ್ದಾಗ ಮಾತ್ರ ಬದುಕು ಹದನು, ಹಸನು ಮತ್ತು ಹದುಳವಾಗಿರುತ್ತದೆ. ಅದು ಬಿಟ್ಟು ತನ್ನ ಖಾಲಿ ತಲೆಯಲ್ಲಿ, ಕಾಮಾಲೆ ಕಣ್ಣಿನಲ್ಲಿ ದೋಷಪೂರಿತ ಕನ್ನಡಕದಲ್ಲಿ, ಜಗದ ಇತರರೆಲ್ಲ ತನ್ನ ಮುಂದೆ ಕನಿಷ್ಠರೆಂದು ಬೀಗುವ ವದರುವ ರಾಜಾಧಿರಾಜರು ಕೂಪಮಂಡೂಕ ಪ್ರಪಂಚದ ಮಾಲಿಕರಾಗಿರುತ್ತಾರಷ್ಟೇ.

ಕಾನನದಿ ಮಲ್ಲಿಗೆಯು
ಮೌನದಿಂ ಬಿರಿದು ನಿಜ
ಸೌರಭವ ಸೂಸಿ ನಲವಿಂ
ತಾನೆಲೆಯ ಪಿಂತಿರ್ದು
ದೀನತೆಯ ತೋರಿ ಅಭಿ
ಮಾನವನುತೊರೆದು ಕೃತಕೃತ್ಯತೆಯ ಪಡೆವಂತೆ
-ಡಿ.ವಿ.ಜಿ.

ಯಶಸ್ಸು ನಮಗೆ ಸದಾ ಸಾಧ್ಯ ಎಂಬ ಅತಿಯಾದ ಹುಮ್ಮಸ್ಸಾಗಲೀ ನಾನೇ ಎಲ್ಲದರ ನಾಂದಿಪುರುಷ, ಆದ್ಯವ್ಯಕ್ತಿ ಎಂಬ ಪೊಳ್ಳು ಅಹಮ್ಮಾಗಲೀ ವ್ಯರ್ಥ.

ಅಕ್ಕಿಯೊಳಗನ್ನವನು ಮೊದಲಾರು ಕಂಡವರು
ಅಕ್ಕರದ ಬರೆಹಕ್ಕೆ ಮೊದಲಿಗನದಾರು
ಲೆಕ್ಕವಿರಿಸಿಲ್ಲ ಜಗ ತನ್ನಾದಿ ಬಂಧುಗಳ
ದಕ್ಕುವುದೇ ಜಸ ನಿನಗೆ ಮಂಕುತಿಮ್ಮ.
-ಡಿ.ವಿ. ಗುಂಡಪ್ಪ

ಆದರೆ ಬೆಳ್ಳಗಿರುವುದೆಲ್ಲ ಹಾಲು ಎಂದು ನಂಬಿ ವಂಚನೆಗೆ, ದ್ರೋಹಕ್ಕೆ ಗುರಿಯಾಗುವುದೂ ಖಂಡಿತ ಬೇಡ.ಇಲ್ಲಿ ಎಚ್ಚರದ, ಸಂಯಮದ ನಡೆ ಮುಖ್ಯ.

ಯಾವುದನ್ನೂ ಅತಿಯಾಗಿ ನಂಬದೆ, ಯಾವುದನ್ನೂ ಅತಿಯಾಗಿ ಶಂಕಿಸದೆ ಬದುಕಿದಾಗಲೇ ಘನವಂತ ಮೌಲ್ಯಗಳ ಬದುಕು ಸಂಪ್ರಾಪ್ತವಾಗುತ್ತದೆ.

Don't doubt the trusted ones
Don't trust the doubted ones
Realize with Real Eyes.

ಸತ್ಯದ ದಾರಿ ಬಹಳ ದೂರ, ಆದರೆ ಅದರ ಪರಿಣಾಮ-ಪ್ರಭಾವಗಳು ದೀರ್ಘಕಾಲಿಕ ಮತ್ತು ಸತ್ವಪೂರ್ಣ. ಆ ಹಾದಿಯನ್ನು ಅರಿಯುವ ಮನಸ್ಸು, ಛಲ ನಮ್ಮಲ್ಲಿರಬೇಕು. ಆಗ ಬದುಕಿನ ಹಾದಿ ಸುಗಮ ಮತ್ತು ಸುಂದರ.

ಮರೆಯಲಾಗದ ಮಹಾನುಭಾವರು:
ಡಾ. ಎಸ್.ಕೆ. ಕರೀಂ ಖಾನ್

ನಾಡೋಜ ಡಾ. ಎಸ್.ಕೆ. ಕರೀಂ ಖಾನ್ ಅವರ ಮಾತುಗಳ ಅರ್ಥವಂತಿಕೆ ಮರೆಯಲಸಾಧ್ಯ!!

ಕರೀಂ ಖಾನರ ಶಾಲಾಶಿಕ್ಷಣ ಕಡಿಮೆ, ಆದರೆ ಅವರು ಅಚ್ಚಂಗಿ ನಾರಾಯಣ ಶಾಸ್ತ್ರಿಗಳ ಬಳಿ ಕಲಿತದ್ದು ಅಪಾರ. ಸಂಸ್ಕೃತ, ಕನ್ನಡ ಉರ್ದು, ಭಾಷಾಪರಿಣತರಾಗಿ, ಮಧು ಮೋಹನ, ನಿರ್ದೋಷಿ ನಾಟಕಗಳನ್ನು ಬರೆದಿದ್ದಾರೆ. ಕರೀಂ ಖಾನರ ವಂಶಸ್ಥರು ಅಫ್ಗನ್ ಮೂಲದವರು. ಆದರೆ ಇವರ ಜನ್ಮ ಸ್ಥಳ ಸಕಲೇಶಪುರ.

ಮಧುಮೋಹನ ನಾಟಕದಲ್ಲಿ ರಾಜ್‌ಕುಮಾರ್ ಅವರೂ ಸಹ ಪಾತ್ರ ಮಾಡಿದ್ದರು. (ಅವರು ಚಲನಚಿತ್ರರಂಗಕ್ಕೆ ಬರುವ ಮೊದಲು) ಸ್ವಾತಂತ್ರ್ಯ ಹೋರಾಟದಲ್ಲಿ ಭಾಗವಹಿಸಿ ಏಳಕ್ಕೂ ಹೆಚ್ಚು ಸಲ ಸೆರೆವಾಸ ಅನುಭವಿಸಿದವರು ಕರೀಂ ಖಾನರು. ಜಾನಪದ ಕ್ಷೇತ್ರದಲ್ಲಿ ಅವರ ಅಹರ್ನಿಶಿ ದುಡಿಮೆ, ಕಂಡು ಜಿ.ಎಸ್. ಶಿವರುದ್ರಪ್ಪ ಕರೀಂ ಖಾನ್ ಅವರನ್ನು ಅರ್ಹವಾಗಿಯೇ “ಜಾನಪದ ಜಂಗಮ” ಎಂದರು. ಪಾಟೀಲ ಪುಟ್ಟಪ್ಪ, ಮತಿಘಟ್ಟ ಕೃಷ್ಣಮೂರ್ತಿ, ಬೆಳಗೆರೆ ಕೃಷ್ಣಶಾಸ್ತ್ರಿ ಎಲ್ಲರಿಂದಲೂ ವಿಶೇಷ ಗೌರವಕ್ಕೊಳಪಟ್ಟಿದ್ದ ಕರೀಂ ಖಾನರು ದೇಶದ ಸ್ವಾತಂತ್ರ್ಯಕ್ಕಾಗಿ ಹೋರಾಟ ಮಾಡುವುದು ಪ್ರತಿಯೊಬ್ಬರ ಕರ್ತವ್ಯ, ನಾನೂ ಅಷ್ಟೇ ಮಾಡಿದ್ದು, ದೇಶದ ಸೇವೆಗೆ ಹಣತೆಗೆದುಕೊಳ್ಳುವುದು ಸಲ್ಲದು ಎಂದು ನಿರಾಕರಿಸಿದ ಧೀಮಂತ ರಾಷ್ಟ್ರಾಭಿಮಾನಿ.

ಶ್ರೀರಾಮ, ರಾಘವೇಂದ್ರರ ಮೇಲೆ ಅವರು ರಚಿಸಿರುವ ಗೀತೆಗಳು ಈಗಲೂ ಆಪಾತಮಧುರ, ಆಪ್ಯಾಯಮಾನ.

ಬೆಂಗಳೂರಿನ ಬಸವನಗುಡಿಯ ದ್ವಾರಕಾ ಹೊಟೆಲ್‌ಗೆ ತಿಂಡಿ ತಿನ್ನಲು ನಾನು ಹೋಗುತ್ತಿರಲಿಲ್ಲ, ಆದರೆ ಈ ನಾಡಿನ ಜನ ತಮ್ಮ ಉಸಿರಿರುವ ತನಕವೂ ತಲೆ ಬಾಗಲೇಬೇಕಾದ ಚೇತನ ಡಾ. ಎಸ್.ಕೆ. ಕರೀಂ ಖಾನ್ ಅವರಂಥ ನಿತ್ಯೋತ್ಸಾಹಿಯನ್ನು ನೋಡಿ ಕಣ್ತುಂಬಿಕೊಳ್ಳುವ ಭಾಗ್ಯಕ್ಕಾಗಿ ನಾನು ಅಲ್ಲಿ ಇರುತ್ತಿದ್ದೆ. ಅವರನ್ನು ನೋಡುವ, ಅನೇಕ ಸಲ ಮಾತನಾಡಿಸುವ ಅಪರೂಪದ ಚಣಗಳು ನನ್ನ ಸುಕೃತವೆಂದೇ ಭಾವಿಸಿದ್ದೇನೆ.

ಮಕ್ಕಳ ಬಗ್ಗೆ ಕರೀಂ ಖಾನ್ ಅವರ ಪ್ರೀತಿ–ಮಮತೆ, ವಾತ್ಸಲ್ಯಗಳು ಬೆಲೆಕಟ್ಟಲಾಗದ, ಬೆಲೆಕಟ್ಟಬಾರದ ಶಾಶ್ವತ ಮೌಲ್ಯಗಳು. ಯಾವ ಉಡಾಫೆಯೂ ಇಲ್ಲದೆ ನಾವು ಕೇಳುತ್ತಿದ್ದ ಪ್ರಶ್ನೆಗಳಿಗೆ ಪ್ರಸನ್ನ ಭಾವದಿಂದ ಅವರು ನೀಡುತ್ತಿದ್ದ ಉತ್ತರಗಳು ಅವಿಸ್ಮರಣೀಯ ಮತ್ತು ಸವಿಸ್ಮರಣೀಯವೂ ಆಗಿರುತ್ತಿತ್ತು. ಅಂಥ ಕೆಲವನ್ನು ಇಲ್ಲಿ ಮೆಲುಕು ಹಾಕುತ್ತಿದ್ದೇನೆ.

ಅಂದು ಸರಿಸುಮಾರು ಮಧ್ಯಾಹ್ನ 2–2:10ರ ಸಮಯ.

ಕರೀಂ ಖಾನರು ಹೊಟೆಲ್ ನಿಂದ ಈಚೆ ಬಂದು ನಿಂತಿದ್ದರಷ್ಟೇ, ನಾವು ಒಂದು 4–5 ಜನ ಹುಡುಗರು ಜೊತೆಗಿದ್ದೆವು. ಜೋರು ಮಳೆ ಆರಂಭವಾಗಿದ್ದು ಕ್ಷಣ ಮಾತ್ರದಲ್ಲಿ ಕರೀಂ ಖಾನ್ ಅವರ ಬಿಳಿ ಬಟ್ಟೆ, ಟೋಪಿ, ಪಂಚೆ ತೊಯ್ದು ಹೋಗಿತ್ತು. ನಾನು "ಏನು ಮಳೆಯಪ್ಪಾ ನೆನೆಯೋದು ಗ್ಯಾರಂಟಿ ಅಂದರೆ ಕರೀಂ ಖಾನ್ ಅವರು" ಆಕಾಶವನ್ನು ದಿಟ್ಟಿಸಿ "ಆಕಾಶಂ ಪತಿತಂ ತೋಯಂ, ಯಥಾಗಚ್ಛತಿ ಸಾಗರಂ" ಅಂದರು.ಏನೂ ಅರ್ಥವಾಗದೆ ಪಿಳಿಪಿಳಿ ಕಣ್ಣು ಬಿಟ್ಟಿದ್ದ ನನಗೆ "ಆಕಾಶದಿಂದ ಸುರಿಯುವ ನೀರು ಸಮುದ್ರವನ್ನು ಸೇರಲೇಬೇಕು ಅನ್ನೋದು ಇದರ ಅರ್ಥ" ಎಂದರು. ಅವರ ಕಂಚಿನ ಕಂಠ, ದೃಢವಾದ ಗಂಟಲಿನಿಂದ ಮಾತುಗಳನ್ನಾಲಿಸುವ ಅದೃಷ್ಟ ನನ್ನದಾಗಿದ್ದಕ್ಕೆ ಸಂತೋಷ ಇಮ್ಮಡಿಯಾಯಿತು.

ಆಗೆಲ್ಲ, ಸೆಲ್ಫಿ, ಮೊಬೈಲ್ ಇಲ್ಲದ ಕಾಲ, ಆದರೆ ಆಟೋಗ್ರಾಫ್‌ನ ಜಮಾನ. ನನ್ನ ಸ್ನೇಹಿತ ಗಂಗಾಧರ ಅವರ ಮುಂದೆ ಆ ಆಟೋಗ್ರಾಫ್ ಪುಸ್ತಕವನ್ನು ಕರೀಂ ಖಾನ್ ಅವರಿಗೆ ಕೊಟ್ಟು "ಏನಾದರೂ ಬರೆದುಕೊಡಿ" ಅಂದ. ಸೂಕ್ಷ್ಮವಾಗಿ ಆ ಆಟೋಗ್ರಾಫ್ ಪುಸ್ತಕ ತಿರುವಿ ಹಾಕಿದ ಅವರು "ಇದರಲ್ಲಿ ಬರೆಯೋದಲ್ಲ, ಹಾಗೇ ಕೇಳಿಬಿಡು" ಎಂದಾಗ ಗಂಗಾಧರ ತಾನು ಬರೆದುಕೊಂಡು ತಂದಿದ್ದ ಪ್ರಶ್ನೆಯನ್ನೇ "ಸರ್, ಮುಂದೆ ನಮ್ಮನ್ನು ಹೊಗಳಿ ಬೆನ್ನ ಹಿಂದೆ ನಮ್ಮನ್ನು ಆಡಿಕೊಳ್ಳುವವರು ಇರ್ತಾರಲ್ಲ ಅಂಥವರಿಂದ ಬೇಜಾರು ಆಗುತ್ತಲ್ಲ" ಎಂದ. ಅದಕ್ಕೆ ಕರೀಂ ಖಾನ್ ಅವರು "ನೀವು ಯಾರಿಗೂ ಬೆನ್ನ

ಹಿಂದೆ ಆಡಿಕೊಳ್ಳುವ ಕೆಲಸ ಮಾಡೇ ಇಲ್ಲ ಅಂದರೆ ಬೇಜಾರು ಮಾಡ್ಕೊಳಿ, ಇಲ್ಲದೇ ಹೋದರೆ ಸುಮ್ಮನಿದ್ದು ಬಿಡಿ" ಅಂತ ಹೇಳಿ ನಕ್ಕರು.

ಪಕ್ಕದಲ್ಲಿದ್ದ ನನ್ನ ಇನ್ನೊಬ್ಬ ಗೆಳೆಯ ಸುಧಾಕರ "ಸರ್, ನಮ್ಮನ್ನು ಈ ಪ್ರಪಂಚ ಸದಾ ಜ್ಞಾಪಕ ಇಟ್ಟುಕೊಳ್ಳುವಂಥ ಕೆಲಸ ಮಾಡಬೇಕು ಅನ್ನೋದಾದರೆ ಯಾವ ಕೆಲಸ ಮಾಡಬೇಕು ಸರ್" ಅಂದ. ಅದಕ್ಕೂ ಕರೀಂ ಖಾನ್ ಅವರ ಉತ್ತರ ಸಿದ್ಧವಾಗಿತ್ತು "ಪ್ರಪಂಚ ನಮ್ಮನ್ನು ನೆನಪಿಟ್ಟುಕೊಳ್ಳಲಿ ಅಂತ ಯಾವತ್ತಿಗೂ ಅಂದ್ಕೋಬೇಡಿ, ಸಹಜವಾಗಿ ಬದುಕಿ, ಆಗ ಆ ಬದುಕು ಚಿರಕಾಲ ನೆನಪಲ್ಲಿ ರುತ್ತೆ, ಯಾವ ಕೆಲಸವನ್ನು ಮಾಡಿಯೇ ಜನರ ಮನಸ್ಸಿನಲ್ಲಿ ನೀವು ನೆನಪಾಗ್ತಾ ಇರಬೇಕು ಅಂತೇನಿಲ್ಲ" ಅಂದರು.

ಜೀವ ಜೀವನದಲ್ಲಿ ಮರೆಯಲಾರದ ಮಾತುಗಳಿವು.

ಜೊತೆಗೆ ಹಾಸ್ಯ ಪ್ರಜ್ಞೆ ಕರೀಂ ಖಾನ್ ಅವರಲ್ಲಿದ್ದ ಸಹಜ ಶಕ್ತಿ. "ಏನ್ಸಾರ್, ನಿಮ್ಮ ಟೋಪಿ, ಪಂಚೆ, ನಿಮ್ಮ ಬಣ್ಣ ಎಲ್ಲ ಬಿಳಿ ಅಂದರೆ, ನಗುನಗುತ್ತಲೇ ಕರೀಂ ಖಾನ್ ಅವರು" ಈ ಟೋಪಿ ತೆಗೆದರೆ ತಲೆಗೂದಲೂ ಬಿಳಿ ಬಣ್ಣವೇ, ಆದರೆ ಆ ಬಿಳಿ ಬಣ್ಣದ ಕೂದಲು ತೋರಿಸೋಣ ಅಂದರೆ ಅದಕ್ಕೆ ಆಸ್ಪದವೇ ಇಲ್ಲ, ಒಂದು ಕೂದಲೂ ಇಲ್ಲ ಏನ್ಮಾಡೋದು" ಎಂದು ನಗೆಚಟಾಕಿ ಹಾರಿಸಿದ್ದರು.

ಕರೀಂ ಖಾನ್ ಅವರನ್ನು ಕಂಡಿದ್ದು, ಹಲವು ಸಲ ಮಾತನಾಡಿಸಿದ್ದು ನನ್ನ ಸೌಭಾಗ್ಯ. ಈ ಕಾರಣಕ್ಕಾಗಿ ದ್ವಾರಕಾ ಹೋಟೆಲ್ ಕಂಡಾಗಲೆಲ್ಲ ಕರೀಂ ಖಾನ್ ಅವರು ನನಗೆ ಕಾಡುತ್ತಲೇ ಇರುತ್ತಾರೆ. ಎಲ್ಲರೂ ನಮಸ್ಕರಿಸಿದಾಗ "ಶತಮಾನಂ ಭವತೀ ಶತಾಯುಃ." ಪೂರ್ಣವಾಗಿ ಹೇಳಿದ್ದೂ ಅಲ್ಲದೆ, ಸರಸ್ವತೀ ನಮಸ್ತುಭ್ಯಂ... ಸ್ತೋತ್ರದಿಂದ ಆಶೀರ್ವದಿಸಿದರು. ಸಂಸ್ಕೃತ ಸ್ತೋತ್ರಗಳನ್ನು ಕರೀಂ ಖಾನ್ ಅವರ ಬಾಯಲ್ಲಿ ಕೇಳುವುದೇ ಒಂದು ಚಂದ.

ಪರ್ಜನ್ಯೋವಾ ಅಪಾಮಾಯತನಂ ವೇದ... ಈ ಸ್ತೋತ್ರದ ಅರ್ಥವನ್ನು ಹೇಳಿ, ನಮ್ಮನ್ನು ಬೀಳ್ಕೊಟ್ಟ ಆ ಹಿರಿಯ ಚೇತನ ವಯಸ್ಸಿನಲ್ಲೂ (97 ವರ್ಷ 6 ತಿಂಗಳು 27 ದಿವಸದ ತುಂಬು ಆಯಸ್ಸು) ಅನುಭವದಲ್ಲೂ ಮಾಗಿದ ಅಧ್ವರ್ಯು. ಅಂಥ ಪ್ರಾತಃಸ್ಮರಣೀಯರ ಅಂತರ್ಧಾನತ್ವ, ಸಾವು, ಕೇವಲ ದೇಹಕ್ಕೆ ಮಾತ್ರ. ಆ ಧೀಮಂತ, ಶ್ರೀಮಂತ ವ್ಯಕ್ತಿತ್ವದ ಔನ್ನತ್ಯಕ್ಕೆ ಸಾವು ಎಂದೆಂದಿಗೂ ಸಾಧ್ಯವೇ ಇಲ್ಲ.

ಕರೀಂ ಖಾನ್ ಅವರಂಥ ಮಾತೃವತ್ಸಲಿ ಸದಾ ಅಮರ. ಕರೀಂ ಖಾನ್ ಅವರುಓಡಾಡಿದ ಪ್ರತಿ ಜಾಗ ಜಾಗವೂ ಪರಮ ಪುನೀತ, ಪರಮ ಪವಿತ್ರ. ಕರೀಂ ಖಾನರೇ ನಿಮಗೆ, ನಿಮ್ಮ ಮೇರು ವ್ಯಕ್ತಿತ್ವಕ್ಕೆ ನನ್ನ ಸಾಷ್ಟಾಂಗ ನಮಸ್ಕಾರ.

ಕಾವ್ಯಾಸ್ವಾದನೆ ಏಕೆ ಮುಖ್ಯ...?

ಕಾವ್ಯವನ್ನು ಏಕೆ ಆಸ್ವಾದಿಸಬೇಕು!

"ಕಿರಿದರೊಳ್ ಪಿರಿದರ್ಥಮನು ತುಂಬಿ"-ಎನ್ನುವಂತೆ ಕಾವ್ಯ ಮತ್ತು ಕಾವ್ಯದ ಓದು ಹೀಗೆ ಕಿರಿದಾದ ಪದಗಳಲ್ಲಿ ಹಿರಿದಾದ ಅರ್ಥಸಾಂದ್ರತೆಗಳನ್ನು ಹೊಂದುತ್ತದೆ.

ಏನನ್ನೂ ವಿಶೇಷವಾಗಿ ಹೇಳದೆ ವಿಶೇಷಗುಣ ಸಾಮರ್ಥ್ಯವನ್ನು ಹೊಂದುವುದು ಕಾವ್ಯದ ಸಲ್ಲಕ್ಷಣಗಳಲ್ಲಿ ಒಂದು. ಆ ರೀತಿಯಲ್ಲಿ ನನಗೆ ಬಹಳ ಪರಿಣಾಮಕಾರಿ ಎನ್ನಿಸಿದ ಕವನ ಒಂದಿದೆ.

> **"ನಲ್ಲಕ್ಕಿ ಬೋನವನು ಉಣಲೊಲ್ಲ ನನ್ನ ನಲ್ಲ**
> **ಏಕೊಲ್ಲ ಇಲ್ಲದುದಕೆ ಒಲ್ಲ."**

ಒಳ್ಳೆಯ ಅಕ್ಕಿಯಿಂದ ತಯಾರಾದ ಆಹಾರವನ್ನು ನನ್ನ ನಲ್ಲ ತಿನ್ನೋಲ್ಲ ಎನ್ನುತ್ತಾನೆ ಎನ್ನುವುದು ಪ್ರಶ್ನೆಗಳನ್ನು ಹುಟ್ಟು ಹಾಕುತ್ತದೆ, ಆದರೆ ಮುಂದಿನ ಸಾಲು ಇಲ್ಲದುದಕೆ ಒಲ್ಲ ಎಂದಾಗ ಒಳ್ಳೆಯ ಅಕ್ಕಿ ಕೊಂಡುಕೊಳ್ಳುವ ಆರ್ಥಿಕ ಸಾಮರ್ಥ್ಯ ಇಲ್ಲದೆ ದುಬಾರಿ, ಒಳ್ಳೆಯ ಅಕ್ಕಿ ಬೇಡ ಎನ್ನುವ ಬಡ ಸಂಸಾರದ ನೋವು, ದೈನ್ಯ ಅಲ್ಲಿ ಪ್ರಕಟವಾಗಿ, ಕವನದ ಆಯಾಮವು ಸಾಮಾನ್ಯ ನೆಲೆಯಿಂದ ಕರುಣಾಜನಕ ಬಡತನದ ಸ್ಥಿತಿಯನ್ನು ತೆರೆದಿಡುತ್ತದೆ. ಇದನ್ನು ಹೇಳಲು ಉದ್ದುದ್ದ ಸಾಲುಗಳೇನೂ ಬಳಕೆಯಾಗಿಲ್ಲ, ಕೆಲವೇ ಸಾಲುಗಳಲ್ಲಿ ಬಡತನದ ಚಿತ್ರವನ್ನು ನೊಂದ ಹಾಸ್ಯದಲ್ಲಿ ಹೇಳಿರುವ ಕವಿಯ ಜಾಣ್ಮೆ ಅಗಾಧವಾದದ್ದು.

ಬೇಂದ್ರೆಯವರ ಬಹಳ ಪ್ರಸಿದ್ಧ ಪದ್ಯ ಬುದ್ಧ. ಅದರಲ್ಲಿ ವರಕವಿ "ಬುದ್ಧ ಜಗವೆಲ್ಲ ಮಲಗಿರಲು ಇವನೊಬ್ಬನೆದ್ದ" ಎಂದು ಬರೆದಿದ್ದಾರಲ್ಲ, ಅದರಲ್ಲಿ ವಾಚ್ಯಾರ್ಥಮೀರಿದ ಧ್ವನಿ ಇದೆ. ಎಲ್ಲರೂ ಮಲಗಿದ್ದಾಗ ಬುದ್ಧ ಒಬ್ಬನೇ ಮಧ್ಯರಾತ್ರಿಯಲ್ಲಿ ಎದ್ದು ಹೊರಟ ಎನ್ನುವುದು ವಾಚ್ಯಾರ್ಥವಾದರೆ, ಎಲ್ಲರೂ ಅಜ್ಞಾನದ ಕತ್ತಲಲ್ಲಿ ಮಲಗಿರುವಾಗ (ರಾತ್ರಿ ಇಲ್ಲಿ ಅಜ್ಞಾನದ ಕತ್ತಲೆಯಾಗಿದೆ) ಬೆಳಕು ಹುಡುಕಲು ಬುದ್ಧ ಮಾತ್ರ ಎದ್ದು ಆ ಸತ್ಯದ ಬೆಳಕಿನೆಡೆಗೆ ಏಕಾಂಗಿಯಾಗಿ ಹೊರಟ ಎನ್ನುವ ಅರ್ಥವೂ ಇಲ್ಲಿದೆ. ವಾಚ್ಯಾರ್ಥ ತಿರಸ್ಕೃತವಾಗದೆ, ವಾಚ್ಯಾರ್ಥವನ್ನು ಮೀರಿಯೂ ಉಳಿವ ಸಾರ್ಥಕ ಪದ್ಯಗಳಲ್ಲಿ ಇದೂ ಒಂದು.

ಗೋಪಾಲಕೃಷ್ಣ ಅಡಿಗರ ಪದ್ಯಗಳು ಸಂಕೀರ್ಣವಾದದ್ದು ಎನ್ನುವವರಿದ್ದಾರೆ. ಆದರೆ ಅದು ಕವಿಯ ತಾಕತ್ತು. ಅಪಾರವಾದ ಪದಗಳ ಬಲ, ಕಸುವನ್ನು ತುಂಬಿದ ಅತ್ಯಂತ ಸಶಕ್ತ ಕವಿ ಅಡಿಗರು. ಅವರಿಗೆ ಸಂಕೀರ್ಣವಾದ ಪದಗಳಲ್ಲೇ ಅರ್ಥಗಳು ಪ್ರಕಟವಾಗಬೇಕು ಎಂಬ ವ್ರತನಿಷ್ಠ ಹಠವೇನೂ ಇರಲಿಲ್ಲ. ತನ್ನ ಮತ್ತುತನ್ನ ಕಾವ್ಯದ ಸುಸ್ಪಷ್ಟ ರಹದಾರಿಗಳನ್ನು ಹೀಗಿರಬೇಕು ಎಂಬ ದೃಢವಾದ ನೆಲೆಗಟ್ಟಿನಲ್ಲಿ ಅಡಿಗರು ಕೊಟ್ಟ ಭಾಷಾ ಮತ್ತು ಭಾವಸಂಪತ್ತಿನ ವಿಸ್ತಾರವನ್ನು ಅಡಿಗರಷ್ಟು ಉಳಿದವರು ಕೊಟ್ಟಿದ್ದಾರೆಂದು ನನಗೆ ಅನ್ನಿಸುವುದಿಲ್ಲ. ಭೂಮಿಗೀತ ಕವನದಲ್ಲಿ ಕೇವಲ ಚಿಕ್ಕಚಿಕ್ಕ ಪದಗಳಲ್ಲಿ ನಾಲ್ಕೇ ನಾಲ್ಕು ಸಾಲುಗಳಲ್ಲಿ ಅಡಿಗರ ಅಗಾಧವಾದ ಅರ್ಥವಿಶೇಷವನ್ನು ಕಂಡಾಗ ಅಡಿಗರ ಶಬ್ದ ಶಕ್ತಿ ಕೇವಲ ಪದಗಳ ವ್ಯರ್ಥ ಜೋಡಣೆಯಲ್ಲ ಎನ್ನುವುದು ಮನದಟ್ಟಾಗುತ್ತದೆ.

"ನರ್ಸುಗಳು ಡಾಕ್ಟರರು ಹೆರಿಗೆ ಮನೆಯೊಳ ಹೊರಗೆ
ಅವರ ಬೆನ್ನಿಗೆ ಸದಾ ನಾಲ್ಕು ಮಂದಿ
ತೊಟ್ಟಿಲಂಗಡಿಯಲ್ಲಿ ಬೊಂಬು ತುಂಬಾ ಅಗ್ಗ
ಜಾತ ಕರ್ಮಾದಿ ನಿರತ ಈ ಪುರೋಹಿತಭಟ್ಟ
ಅಪರಪ್ರಯೋಗದಲಿ ಪಾರಂಗತ."

ನರ್ಸುಗಳು ಡಾಕ್ಟರರ ಹೆರಿಗೆ ಮನೆ ನಾಲ್ಕು ಜನ ಇವೆಲ್ಲವು ಹುಟ್ಟಿನ ಕುರಿತು ಹೇಳಿ, ತೊಟ್ಟಿಲು ಬೊಂಬು ಮಗುವಿನ ಲಾಲಿಯ ಬಗ್ಗೆ, ಪುರೋಹಿತ ಮಗುವಿನ ಜಾತಕ ಬರೆಯುವ ಕ್ರಿಯೆ ಎಲ್ಲವೂ ಮಗುವಿನ/ಮನುಷ್ಯನ ಹುಟ್ಟಿನ ಬಗ್ಗೆ ವಿವರಿಸುತ್ತಲೇ ಮುಂದೆ ಅಪರಕ್ರಿಯೆಯಲಿ ಎಂದಾಗ ಮುಂದಿನ ಕೆಲಸ, ಮತ್ತು ಸಾವಿನ, ಉತ್ತರ ಕ್ರಿಯೆಎಂಬ ಅರ್ಥದಲ್ಲೂ ಈ ಪದ್ಯದ ಧ್ವನಿಯ ಅಂತರಾರ್ಥ ಹೆಚ್ಚಳವಾಗುತ್ತದೆ. ನಾಲ್ಕು ಮಂದಿ ಎಂಬ ಸಾಲು ಹುಟ್ಟಿಗೆ ಮಾತ್ರ ಅಲ್ಲದೆ, ಮುಂದುವರೆದ ಭಾಗ–ಭಾವದಲ್ಲಿ ಸಾವಿಗೆ, ಹೆಣವನ್ನು ಹೊರುವ

ಕ್ರಿಯಾವಿಧಿಯ ಲೆಕ್ಕದಲ್ಲೂ ನಾಲ್ಕು ಮಂದಿಯ ಭೂಮಿಕೆ ಈ ಪದದ ಬಳಕೆಯ ವೈಶಾಲ್ಯ ಅರ್ಥವತ್ತಾಗಿ ಮಗು-ಮನುಷ್ಯನಾಗಿ ಹುಟ್ಟು-ಸಾವುಗಳ ವಿಸ್ತೃತವಾಗಿ ಬಾಹುಳ್ಯವನ್ನು ಹೊಂದಿಬಿಡುತ್ತದೆ. ಇದು ಕವಿ ಅಡಿಗರು ಕೆಲವೇ ಸಾಲುಗಳಲ್ಲಿ ಮಗು ಮನುಷ್ಯನಾಗಿ ಹುಟ್ಟು-ಸಾವುಗಳ ಹಂತಗಳನ್ನು ಬಹಳ ಕಡಿಮೆ ಸಾಲುಗಳಲ್ಲಿ ಹೇಳಿರುವ ಅಪೂರ್ವ ಕ್ರಮ. ಅಡಿಗ ಭಾಷೆ ಅರ್ಥವಾಗುವುದಿಲ್ಲ ಎಂಬ ಒಂದೇ ಮಾನದಂಡ ಹಿಡಿದವರು ಅಡಿಗರು ಕಡಿಮೆ ಪದಗಳ ಸಾಲುಗಳಲ್ಲಿ ಎಷ್ಟೆಲ್ಲ ವೈವಿಧ್ಯಮಯ ಘಟ್ಟಗಳನ್ನು ಹೇಳಬಲ್ಲ ಸಮರ್ಥರು ಎನ್ನುವುದನ್ನು ಮರೆಯಬಾರದು.

ಸಂಕೀರ್ಣವಾದ ಸಂಗತಿಗಳನ್ನೂ ಗಂಭೀರವಾದ ವಿಷಯಗಳನ್ನೂ ಸರಳವಾದ ಭಾಷೆಯಲ್ಲಿ ಹೇಳಲು ಸಾಧ್ಯ ಎನ್ನುವುದನ್ನು ತಮ್ಮ ಕಾವ್ಯದ ಮೂಲಕವೇಪ್ರತಿಪಾದಿಸಿದ ಕೆ.ಎಸ್. ನರಸಿಂಹಸ್ವಾಮಿಯವರನ್ನು ನಾವು ಇಲ್ಲಿ ನೆನೆಯುವುದು ಉಚಿತ.

"ಕಿಟಕಿಯಿಂದೇಕೆ ನೋಡುವಿರಿ ಜಗವನ್ನು?
ಕಿಟಕಿಅಷ್ಟೇ ಸಾಕೆ, ಬಾಗಿಲು ತೆರೆದಿದೆ!"

ಇಲ್ಲಿ ಕಿಟಕಿ ಸ್ವಲ್ಪವೇ ಸ್ವಲ್ಪ ಜಗವನ್ನು ತೋರಿಸುವಂಥದ್ದು ಬಾಗಿಲು ವಿಶಾಲ ಎನ್ನುವುದರಲ್ಲೇ ಕಿಟಕಿಯ ಸೀಮಿತತೆಗೆ ಒಳಗಾಗದೆ ನಮ್ಮ ಆಲೋಚನೆಗಳು ಮುಕ್ತವಾಗಿ ತೆರೆದ ಬಾಗಿಲಿಗೆ ಹೊಕ್ಕು ವ್ಯಾಪಕವಾಗಬೇಕು.ಕೇವಲ ಕಿಟಕಿಯ ಮಿತಿಯೊಳಗೆ ನಮ್ಮ ಭಾವನೆಗಳ ವ್ಯಾಪ್ತಿಪ್ರದೇಶ ಕಿರಿದಾಗಿರ ಬಾರದು, ತೆರೆದ ಬಾಗಿಲಿನ ಒಳಬಂದು ನಮ್ಮ ಬದುಕನ್ನು ಬದುಕಿನ ದಾರಿಗಳನ್ನು ವಿಶಾಲವಾಗಿಸಿಕೊಳ್ಳಬೇಕು ಎನ್ನುವುದೂ ಇಲ್ಲಿದೆ.ವಾಚ್ಯಾರ್ಥ ತಿರಸ್ಕಾರವಾಗದೆ ಅದನ್ನು ಮೀರುವ ಶಕ್ತಿಯೂ ಇದಕ್ಕಿದೆ.

"ಬಂದ ಬಾಗಿಲು ಮಣ್ಣು: ಬಿಡುವ ಬಾಗಿಲು ಮಣ್ಣು
ನಡುವೆ ಕಾಪಾಡುವುದು ತಾಯ ಕಣ್ಣು"

ಎರಡೇ ಎರಡು ಸಾಲುಗಳು ಮನುಷ್ಯ ಜನನದ ಭೂಮಿಗರ್ಭದ ಬಾಗಿಲಿನಿಂದ ಬಂದ ಜನ್ಮ, ಸತ್ತಾಗ ತೆರಳುವ ಅಂತಿಮಪಯಣದ ಮಸಣದ ಮಣ್ಣು.

ಆದರೆ ಈ ಪಯಣದಲ್ಲಿ ನಮ್ಮನ್ನು ತಾಯಿಯ ಕಣ್ಣು ಪ್ರೀತಿಯಿಂದ, ಎಚ್ಚರದಿಂದ ರಕ್ಷಿಸುತ್ತದೆ ಎಂದಾಗ ಹೆತ್ತ ತಾಯಿ ಹೊತ್ತ ತಾಯಿ ಎಲ್ಲವನ್ನೂ ಹೀಗೆಎರಡೇ ಸಾಲುಗಳಲ್ಲಿ ತುಂಬಿಸುವುದು ಕೆ.ಎಸ್.ನ. ಅವರಂಥ ಸೃಜನಶೀಲ ಸಂವೇದನಾಶೀಲ ಕವಿಗೆ ಮಾತ್ರ ಸಾಧ್ಯ.

ಕೆ.ಎಸ್.ನ. ಅವರ "ಮನೆಯಿಂದ ಮನೆಗೆ" ಬಾಳಿನ ಮುಸ್ಸಂಜೆಯಲ್ಲಿರುವ ವೃದ್ಧಾಪ್ಯ, ಅದರ ನಡುವೆ ಸಾಗಿಸುವ ಅಸಹನೀಯ ಯಾತನೆಯ ಬದುಕು ಮುಗಿಯುತ್ತಿರುವ ಆಯಸ್ಸು ಎರಡನ್ನೂ ಹೇಳುವ ವಿಶಿಷ್ಟ ಲಕ್ಷಣಗಳ ಕವನ.

ಇಲ್ಲಿ ಬರುವ ಬಾಡಿಗೆ ಮನೆ ಕೇವಲ ತಿಂಗಳು-ತಿಂಗಳು ಮನೆಮಾಲಿಕನಿಗೆ ಬಾಡಿಗೆ ಸಲ್ಲಿಸುವ ನಾಲ್ಕುಗೋಡೆಯಷ್ಟೇ ಅಲ್ಲ, ದೇಹವೆಂಬ ಬಾಡಿಗೆ ಮನೆ, ಮಾಗುತ್ತಾ, ಸಾವಿನೆಡೆಗೆ ಸಾಗುತ್ತಿರುವುದರ ಇಳಿವಯಸ್ಸಿನ, ಜೀವನದ ಕೊನೆಯ ಘಟ್ಟವನ್ನೂ ಹೇಳುವ ಪ್ರತೀಕವಾಗಿ ಬಾಡಿಗೆ ಮನೆಯನ್ನು ಗ್ರಹಿಸಬೇಕು. ಬಾಡಿಗೆ ಮನೆಯಲ್ಲಿರುವ ಮಧ್ಯಮ ವರ್ಗ ದವರ, ಮನೆಯಿಂದ ಮನೆಗೆ ಸ್ಥಳಾಂತರವಾಗುವ ಕ್ರಿಯೆ ವಯಸ್ಸಾದ, ನಿಷ್ಕ್ರಿಯ, ನಿಷ್ಪ್ರಯೋಜಕ ಮುದಿತನ ಸಾವಿನೆಡೆಗೆ ಸಾಗುವ ಪ್ರಕ್ರಿಯೆಯನ್ನೂ ಅಂತರ್ಯದಲ್ಲಿ ಗ್ರಹಿಸಿಕೊಂಡು ಸಾಗುವ ಕವಿತೆ "ಮನೆಯಿಂದ ಮನೆಗೆ."

"ಸರಕು ಸುಮ್ಮನೆ ಭಾರ, ಎಸೆಯಬಾರದೆ ಹೇಳು.
ಎಸೆದರಾಯಿತೇ, ಹೇಳಿ?-ಮೊದಲು ಹೊಸತನು ತನ್ನಿ
ಸ್ಥಳವಿಲ್ಲ ಬಂಡಿಯಲಿ 'ಹೊತ್ತು ಸಾಗಿಸಬೇಕು'
ಹೊತ್ತು ಸಾಗಿಸಬೇಕು, ಅದಕೆ ಕತ್ತಲೆ ಬೇಕು!
ಕತ್ತಲೆಗೆ ಕಾಯೋಣ."

ಮನೆಯಿಂದ ಮನೆಗೆ ಸರಕು ಸಾಗಿಸುವ ಕ್ರಿಯೆ ಭಾರವಾದ ಬದುಕು ಎಲ್ಲವೂ ಕೇವಲ ಅಪ್ರಯೋಜಕಸಾಮಾನುಗಳಲ್ಲ, ವಯಸ್ಸಾದ, ಇಳಿಸಂಜೆಯ ಬಾಳಿನ ಕೊನೆಯ ಜಾಗದ ಸೂಚ್ಯಾರ್ಥವೂ ಹೌದು. ಹೊತ್ತು ಅನ್ನುವ ಪದ ಇಲ್ಲಿ ಶ್ಲೇಷೆ. ಹೊತ್ತು ಎಂದರೆ ವಸ್ತುವನ್ನು ಹೊರುವುದೂ ಹೌದು, ಹೊತ್ತು ಎಂದರೆ ಕತ್ತಲೆಗೆ ಕಾಯುವ ಸಮಯವೂ ಹೌದು. ಕತ್ತಲೆಗೆ ಕಾಯುವುದು ಎಂದರೆ ರಾತ್ರಿಗಾಗಿ ಎಂಬುದಷ್ಟೇ ಅಲ್ಲದೆ, ಕತ್ತಲೆಗೆ ಕಾಯುವ ನಿರೀಕ್ಷೆ ಸಾವಿನೆಡೆಯ ಪ್ರತೀಕ್ಷೆಯೂ ಹೌದು.

"ಒಳಗೆ ಕರೆಯುವರಿಲ್ಲ:
ಇನ್ನೊಂದು ಮನೆಯಿಲ್ಲ:
ಹೊರಮನೆಯ ನೆರಳಿಲ್ಲ;
ಹೋದವರು ಹಿಂದಿರುಗಿ ಬರಲು ಹಾದಿಗಳಿಲ್ಲ:
ಅದೇ ಕಡೆಯ ಮನೆ!
ಬಾಂದಳದ ತಾರೆಗಳ ಓರೆಗಣ್ಣಿನ ಕೆಳಗೆ
ಆಗಾಗ ಬೀಸುವುದು ಬಯಲ ಗಾಳಿ."

ಇನ್ನೊಂದು ಅಸ್ತವ್ಯಸ್ತ, ಅವ್ಯವಸ್ಥಿತ ಬಾಡಿಗೆ ಮನೆ ದೊರೆತದ್ದಷ್ಟನ್ನೇ ಕೆ.ಎಸ್.ನ. ಇಲ್ಲಿ ವ್ಯಕ್ತಪಡಿಸಿದ್ದಾರೆನ್ನಲು ಸಾಧ್ಯವೇ ಇಲ್ಲ. ಒಳಗೆ ಕರೆಯುವರಿಲ್ಲ ಎನ್ನುವುದು ಸಾವಿಗೆ ಯಾರೂ ಆಹ್ವಾನಕೊಡುವುದಿಲ್ಲ ಎಂದಾಗುತ್ತದೆ, ಇನ್ನೊಂದು ಮನೆಯಿಲ್ಲ ಎಂದಾಗಲೂ ಅದು ಸಾವೇ ಬಾಳಿನ ಕಟ್ಟಕಡೆಯ ಮನೆ ಎನ್ನುವುದು ಬಹಳಸ್ಪಷ್ಟವಾಗಿದೆ.

ಹೊರಮನೆಯ ನೆರಳಿಲ್ಲ, ಎಂದರೆ ಸಾವಿನ ಒಳಮನೆಯನ್ನು ಬಿಟ್ಟು ಇನ್ನೊಂದು ಹೊರಮನೆಯ ಛಾಯೆ ನಮಗೆ ಇಲ್ಲ, ಎನ್ನುತ್ತದೆ. ಹೋದವರು ಹಿಂದಿರುಗಿ ಬರಲು ಹಾದಿಗಳಿಲ್ಲ ಎನ್ನುವ ಸಾಲು ಬಹಳ ಮಾರ್ಮಿಕವಾದದ್ದು. ಸತ್ತವರು ಮತ್ತೆ ಬರಲಾರರು, ಆಕಾಶದ ನಕ್ಷತ್ರಗಳ ವಾರೆನೋಟದತ್ತ ಬದುಕಿನ ಮುಸ್ಸಂಜೆ ನೋಡುವ ಹಂತ ಮುಟ್ಟಿರುವಾಗ ಬೀಸುವ ಬಯಲ ಗಾಳಿ ಅಲೌಕಿಕ ಸ್ತರವನ್ನು ಮುಟ್ಟಿ ದೇಹವೆಂಬ ಬಾಡಿಗೆ ಮನೆಯನ್ನು ಬಿಟ್ಟು ಬಾಳಿನ ಕೊನೆಗೆ ಹೊರಟು ಪ್ರಾಣವಾಯುವನ್ನು ಬಿಟ್ಟು ಅನೂಹ್ಯ ಮತ್ತು ವಾಯುವಿನೆಡೆಗೆ ಸಾಗಿದ ಹಂತಕ್ಕೆ ದೇಹ ಸಾಗುತ್ತದೆ.

ಕವಿತೆ ಕವಿತೆಯ ಸಾಮರ್ಥ್ಯವೇ ಹಾಗೆ. ಕೆ.ಎಸ್.ನ. ಅವರೇ ಬರೆದಿರುವಂತೆ,

> **"ಇಲ್ಲುಂಟು ಅಗೆವ ಬುದ್ಧಿಗನಂತ ಅವಕಾಶ**
> **ಹೊಳೆದದ್ದೇ ತಾರೆ ಉಳಿದದ್ದು ಆಕಾಶ."**

"A Thing of beauty is joy for ever"–ಎಂದು ಜಾನ್ ಕೀಟ್ಸ್ ಹೇಳುವ ಹಾಗೆ ಕಾವ್ಯಾಸ್ವಾದವು ಇಂಥ ಒಂದು ಅನುಭೂತಿ, ಆನಂದಕ್ಕೆ ಒಳಪಡಬೇಕು. ಆಗಲೇ ಕಾವ್ಯದ ಅಂತಸ್ಸತ್ವದ ಅರಿವು ಸಂವೇದ್ಯವಾಗಲು ಸಾಧ್ಯ.

> **"ಪ್ರಕೃತಿಯಂತೆ ಕವಿಯ ಮನಸು**
> **ವಿಪುಲ ರೂಪ ಧಾರಿಣಿ**
> **ಬ್ರಹ್ಮನೆದೆಯ ಕನಸಿನಂತೆ**
> **ಕೋಟಿ ಕಲ್ಪಗಾಮಿನಿ."**
> **–ಜಿ.ಎಸ್. ಶಿವರುದ್ರಪ್ಪ**
> **(ಕವಿಯ ಮನಸು, ಸಾಮಗಾನ–1951)**

ಕವಿ ಮತ್ತು ಕವಿಯ ಕಾವ್ಯಾಸ್ವಾದನೆ ಹೀಗೆ ನಮ್ಮ ಬದುಕಿನ ಭಾವಕೋಶದ ಭಾಗವಾಗಬೇಕು. ಆಗಲೆ ಕವಿ ಕಾವ್ಯ ಸಂಬಂಧದ ಆಳ–ಅಗಲಗಳ ಅರಿವು ಗಾಢವಾಗಲು ಸಾಧ್ಯ.

ಮಾಸ್ತಿಯವರ ಮನೆಯಲ್ಲಿ ಒಂದು ಸಂಜೆ

ಕನ್ನಡದ ಉದಾತ್ತ ಶಕ್ತಿ, ಸಂಭಾವಿತ ಸಜ್ಜನಿಕೆಯ ಮಾಸ್ತಿ ವೆಂಕಟೇಶ ಅಯ್ಯಂಗಾರ್ ಕೇವಲ ಹೆಸರಲ್ಲ, ಅಥವಾ ಗೋಕಾಕರು ಮಾಸ್ತಿ ಕನ್ನಡದ ಆಸ್ತಿ ಅಂದದ್ದು ಅದು ಹೃದಯಸತ್ಯದ ಮಾತು. ಜೈನ್ ಕಾಲೇಜಿನಲ್ಲಿ ಆಗ ನಾನು ಪದವಿ ತರಗತಿಗಳಿಗೆ ಪಾಠ ಮಾಡುತ್ತಿದ್ದ ಸಮಯ. 2004ರಲ್ಲಿ ಅದು ಆರಂಭವಾದ ದಿನದಿಂದ ನನಗೆ ಸದಾ ಕಾಡುತ್ತಿದ್ದದ್ದು ಮಾಸ್ತಿಯವರ ಜೀವರೇಶಿಮೆಯ ಹುಳು ಎಂಬ ಪದ್ಯ. ಇದರ ಜೊತೆಗೆ ಕೋಲಾರ ಜಿಲ್ಲೆಯ ಮಾಸ್ತಿಯವರ ಘನತೆ, ಔದಾರ್ಯಗಳ ಬಗ್ಗೆ ಕೇಳಿ ಬಹಳ ಮುದಗೊಂಡಿದ್ದೆ.

ನನಗಿನ್ನೂ ಚೆನ್ನಾಗಿ ನೆನಪಿದೆ, ಜೂನ್ 5, 2005 ನನ್ನ ತಾಯಿ ಶ್ರೀಮತಿ ಡಿ.ಎಸ್. ಇಂದುಮತಿ "ಅಪ್ಪಿ, ಮಾಸ್ತಿ ವೆಂಕಟೇಶ ಅಯ್ಯಂಗಾರ್ ಅವರ ಟ್ರಸ್ಟ್‌ನಿಂದ ವಿಶ್ವೇಶ್ವರಯ್ಯನವರ ಕುರಿತು ಬಹಳ ಒಳ್ಳೆಯ ಪುಸ್ತಕ ಬಂದಿದೆಯಂತೆ, ತಗೊಂಡು ಬಾರೋ ಎಂದರು. ನನ್ನ ತಂದೆ ಶ್ರೀಧರರಾವ್" ಮೊದಲು ಅವರ ಮನೆಗೆ ಫೋನ್ ಮಾಡಿ ಹೋಗು ಎಂದರು. ಸರಿ ಹಾಗೇ ಮಾಡಿದೆ. ಅವರ ಮನೆಯವರಿಂದ ಭೇಟಿಗೆ ಹಸಿರು ನಿಶಾನೆ ಸಿಕ್ಕಿತು.ನನ್ನ ತಂದೆ ಶ್ರೀಧರರಾವ್ ಅವರ ಮನೆ ತೋರಿಸಿದರು.

ಸಣ್ಣ ಧ್ವನಿಮುದ್ರಕವನ್ನು ಹಿಡಿದು ನನ್ನ ಸಹಪಾಠಿ ವಿನಯ್ ಶೆಟ್ಟಿ ಜೊತೆಗೆ ಮಾಸ್ತಿಯವರ ರಾಮಕೃಷ್ಣಾಶ್ರಮದ ಬಳಿಯ ಅವರ ಮನೆಗೆ ಹೋದಾಗ

ನಮ್ಮನ್ನು ಆದರದಿಂದ ಮಾತನಾಡಿಸಿದವರು ಮಾಸ್ತಿಯವರ ಮೊಮ್ಮಗಳು ಡಾ.ವಸಂತಶ್ರೀಯವರು. ಅವರ ಜೊತೆ ಮಾತನಾಡುತ್ತಾ ಇದ್ದಾಗ ಎದುರಿಗೆ ಮಾಸ್ತಿಯವರ ಹಿರಿಯ ಅಳಿಯ ಇದ್ದರು.

ಇವರು ನಮ್ಮ ತಾತನಿಗೆ ಅಳಿಯನಂತೆ ಅಲ್ಲ, ಮಗನೇ ಆಗಿಬಿಟ್ಟಿದ್ದರು ಎಂದರು ಡಾ.ವಸಂತಶ್ರೀ ಅವರು.

ಆಗ ಮಾಸ್ತಿಯವರ ಮೂವರೂ ಹೆಣ್ಣು ಮಕ್ಕಳು (ಮಾಸ್ತಿಯವರಿಗೆ ಗಂಡುಮಕ್ಕಳಿರಲಿಲ್ಲ) ಬಂದರು. ಜೊತೆಗೆ ಮಾಸ್ತಿಯವರ ಮೊದಲ ಮೊಮ್ಮಗ ಶ್ರೀ ರಾಮಭದ್ರ ಅವರೂ ಬಂದರು.

ಮಾಸ್ತಿಯವರ ಹೆಣ್ಣುಮಕ್ಕಳು, ಮೊಮ್ಮಗ ರಾಮಭದ್ರ ಎಲ್ಲರೂ ಮಾಸ್ತಿ ಮತ್ತವರ ಧರ್ಮಪತ್ನಿ ಪಂಕಜಮ್ಮನವರ ಉದಾತ್ತ ಗುಣಗಳನ್ನು ನೆನೆದರು. ಡಾ.ವಸಂತಶ್ರೀಯವರು ಬೇಂದ್ರೆಯವರ ಕಷ್ಟಕಾಲದಲ್ಲಿ ಮಾಸ್ತಿಯವರು ಅವರ ಮನೆಗೆ ಮನಿಯಾರ್ಡರ್ ಮಾಡುತ್ತಿದ್ದದ್ದು, ಕುವೆಂಪು ಅವರ ಕೃತಿ ಪ್ರಕಾಶನ, ಜಿ.ಎಸ್.ಎಸ್. ಅವರ ಕವನವನ್ನು ಜೀವನ ಪತ್ರಿಕೆಯಲ್ಲಿ ಅಚ್ಚಾಗಿಸಿದ್ದನ್ನು ನೆನಪಿಸಿಕೊಂಡರು.

ರಾಜರತ್ನಂ ಅವರನ್ನು ಜೈನಸಾಹಿತ್ಯ, ಬೌದ್ಧಸಾಹಿತ್ಯ ಓದಲು ಮಾಸ್ತಿಯವರ ಸಲಹೆ ಪ್ರೇರಕವಾಗಿದ್ದನ್ನು ನೆನೆದರು.

ಮಾಸ್ತಿಯವರ ಹೆಣ್ಣುಮಕ್ಕಳು ಪದ್ಮಮ್ಮ, ಇಂದಿರಮ್ಮ ಅರವಿಂದಮ್ಮ ಅವರು ತುಂಬು ಉತ್ಸಾಹದಿಂದ ನಾನು ಕೇಳಿದ ಪ್ರಶ್ನೆಗಳಿಗೆ ಬಹಳ ಬಹಳ ಸಂಪ್ರೀತಿಯಿಂದ ಉತ್ತರಿಸಿದರು. ಅವರ ಮೊಮ್ಮಗ ಡಾ.ರಾಮಭದ್ರ ಅವರ ಕಂಚಿನ ಕಂಠ ಸಂದರ್ಶನವನ್ನು ಮತ್ತಷ್ಟು ಹೃದ್ಯಗೊಳಿಸಿ, ಆಪ್ಯಾಯಮಾನ ವಾಗಿಸಿತು. ಮಾಸ್ತಿಯವರ ಮೊದಲ ಅಳಿಯ ಸಹ ಕೆಲವು ಮಾತುಗಳನ್ನಾಡಿದ್ದು, ಈ ಎಲ್ಲ ಪ್ರಶ್ನೋತ್ತರಗಳೂ 2005 ಜೂನ್ 5ರಂದು ಧ್ವನಿಮುದ್ರಿಸಿದ್ದು ಈಗಲೂ ನನ್ನ ಬಳಿ ಎದೆಯೊಳಗಿನ ಬೆಚ್ಚನೆಯ ಭಾವದಲ್ಲಿ ಉಳಿದಿದೆ.

ಕ್ಯಾಸೆಟ್‌ನಲ್ಲಿ ಡಾ.ವಸಂತಶ್ರೀಯವರ ಬರಹವೂ ಇರುವುದು ಮತ್ತೊಂದು ಮೆರುಗು. ಡಾ.ವಸಂತಶ್ರೀ ಯವರಿಗೂ, ಮಾಸ್ತಿಯವರ ಮಕ್ಕಳು, ಅಳಿಯ, ಮೊಮ್ಮಗ ಶ್ರೀ ರಾಮಭದ್ರ ಇವರೆಲ್ಲರೂ ನೀಡಿದ ಸಂದರ್ಶನ, ಸುಮಾರು ಒಂದೂವರೆಗಂಟೆಯ ಅವರ ನಿರರ್ಗಳ ಮಾತುಗಳು 14ವರ್ಷವಾದರೂ ನಾನು ಮರೆತಿಲ್ಲ, ಏಕೆಂದರೆ ಅದು ಮಾಸುವ ಮಾತುಗಳಲ್ಲ, ಮಾಸದ ನುಡಿನೆನಪುಗಳು.

ಮಾಸ್ತಿಯವರ ಕುಟುಂಬ, ಅವರ ಮಕ್ಕಳು, ಮೊಮ್ಮಗಳು, ಮೊಮ್ಮಗ ಎಲ್ಲರಿಗೂ ಇದಕ್ಕೆ ಕಾರಣರಾದ ನನ್ನ ತಾಯಿ ಡಿ.ಎಸ್. ಇಂದುಮತಿ, ತಂದೆ ಶ್ರೀಧರರಾವ್‌ಗೆ, ಸ್ನೇಹಿತ ವಿನಯ್ ಶೆಟ್ಟಿಗೆ ವಂದನೆಗಳು, ಧನ್ಯವಾದಗಳು.

(ಭಾವಚಿತ್ರದಲ್ಲಿ ಎಡದಿಂದ ಬಲಕ್ಕೆ ಮೂರನೆಯವನು ನಾನು ಕನ್ನಡಕಧಾರಿ) ಮಾಸ್ತಿಯವರ ಮೊಮ್ಮಗಳು ಧ್ವನಿಮುದ್ರಿಕೆಯ ಮೇಲೆ ದಿನಾಂಕದ ಸಹಿತ ಬರೆದಿರುವ ಸಂದರ್ಶನದ ವಿವರಗಳಿವೆ.

"ಮಾಸ್ತಿಯವರ ಸಾಹಿತ್ಯ ದೊಡ್ಡದು, ಆದರೆ ಅವರ ಜೀವನ ಅದಕ್ಕಿಂತಲೂ ದೊಡ್ಡದು"–ಕುವೆಂಪು.

ಕುವೆಂಪು ಅವರ ಈ ಮಾತುಗಳು ಬಹಳ ಅರ್ಥಪೂರ್ಣ. ರಾಜರತ್ನಂ ಅವರು ಜೈನ ಸಾಹಿತ್ಯ, ಬೌದ್ಧ ಸಾಹಿತ್ಯದಲ್ಲಿ ತೊಡಗಿ ಮೌಲಿಕ ಕೃತಿಗಳನ್ನು ನೀಡಲು ಕಾರಣವಾದವರು ಮಾಸ್ತಿ.ರಾಜರತ್ನಂ ಅವರೇ "ಹತ್ತು ವರುಷ" ಎಂಬ ತಮ್ಮ ಕೃತಿಯಲ್ಲಿ ಮಾಸ್ತಿಯವರ ಈ ಉಪಕಾರವನ್ನು ಮನಸಾರೆ ಸ್ಮರಿಸಿದ್ದಾರೆ.

ಜಿ.ಎಸ್. ಶಿವರುದ್ರಪ್ಪನವರು ತಮ್ಮ ಮೊತ್ತಮೊದಲ ಕವನ 'ಸಾಹಿತ್ಯ ನಿಧಿ' ಅಚ್ಚಾದುದು ಮಾಸ್ತಿಯವರ ಜೀವನ ಪತ್ರಿಕೆಯಲ್ಲಿ ಎನ್ನುವುದನ್ನು ಬಹಳ ಗೌರವದಿಂದ ನೆನೆದಿದ್ದಾರೆ. ಅದು ಹೀಗಿದೆ.

"ತುಮಕೂರಿನ ಇಂಟರ್ ಮೀಡಿಯಟ್ ಕಾಲೇಜಿನಲ್ಲಿ ನಾನು ವಿದ್ಯಾರ್ಥಿಯಾಗಿದ್ದಾಗ (1944ರಲ್ಲಿ; ಆಗ ನನಗೆ ಹದಿನೆಂಟು ವರ್ಷ.) ಒಂದು ದಿನ ತರಗತಿಯಲ್ಲಿ ಇಂಗ್ಲಿಷ್ ಅಧ್ಯಾಪಕರು ಥಾಮಸ್ ಗ್ರೇ ಕವಿಯ "An Elegy written on a country churchyard" ಎಂಬ ಕವಿತೆಯನ್ನು ಪಾಠ ಮಾಡುತ್ತಿದ್ದಾಗ ಆ ಕವಿತೆಯ ಪ್ರೇರಣೆಯಿಂದ ಪದ್ಯವೊಂದ ನ್ನು ಬರೆದು, 'ಸಾಹಿತ್ಯ ನಿಧಿ' ಎಂಬ ಹೆಸರು ಕೊಟ್ಟು, ನನ್ನ ಕನ್ನಡ ಅಧ್ಯಾಪಕರಾದ ಶ್ರೀ ಜಿ.ಪಿ.ರಾಜರತ್ನಂ ಅವರ ಸೂಚನೆಯ ಮೇರೆಗೆ ಶ್ರೀ ಮಾಸ್ತಿ ವೆಂಕಟೇಶ ಅಯ್ಯಂಗಾರ್ ಅವರ ಸಂಪಾದಕತ್ವದಲ್ಲಿ ಬೆಂಗಳೂರಿನಿಂದ ಪ್ರಕಟ ವಾಗುತ್ತಿದ್ದ 'ಜೀವನ' ಮಾಸಪತ್ರಿಕೆಗೆ ಕಳುಹಿಸಿಕೊಟ್ಟೆ. ನನಗೇ ಆಶ್ಚರ್ಯವಾಗುವ ಹಾಗೆ, ಕೆಲವೇ ತಿಂಗಳುಗಳಲ್ಲಿ, 1945ನೇ ಫೆಬ್ರವರಿ ಸಂಚಿಕೆಯಲ್ಲಿ ಅದು ಅಚ್ಚಾಗಿ ಜೀವನ ಪತ್ರಿಕೆಯ ಒಂದು ಗೌರವ ಪ್ರತಿ ನನಗೆ ಬಂತು. ಮೊಟ್ಟಮೊದಲು ಪ್ರಕಟವಾದ ಈ ಕವಿತೆ ನನ್ನ ಕಾವ್ಯ ಜೀವನದಲ್ಲಿ ತಂದ ಹಿಗ್ಗನ್ನೂ, ಅದರಿಂದ ನನಗೊದಗಿದ ಧೈರ್ಯವನ್ನೂ ಇಂದಿಗೂ ಮರೆಯಲಾರೆ."

ಮಾಸ್ತಿಯವರ ಸಹೃದಯ, ಔದಾರ್ಯ

ಕುವೆಂಪು ಅವರನ್ನೂ ಬಹಳ ಉತ್ತೇಜಿಸಿದ ಮಾಸ್ತಿಯವರು ಕುವೆಂಪು ಅವರ ಶೂದ್ರತಪಸ್ವಿಯ ಬಗ್ಗೆ ಬೇರೆ ಅಭಿಪ್ರಾಯವನ್ನು ವ್ಯಕ್ತಪಡಿಸಿದ್ದರು. ಆದರೆ ಇದುಮಾಸ್ತಿ–ಕುವೆಂಪು ಅವರ ವೈಯಕ್ತಿಕ ವಿಶ್ವಾಸವನ್ನು ಎಂದೂ ಹಾಳು ಮಾಡಲಿಲ್ಲ, ಮಾಸ್ತಿಯವರ ರಾಮನಿಷ್ಠ ಮನಸ್ಸಿಗೆ ಶೂದ್ರತಪಸ್ವಿಯಲ್ಲಿ

ಕುವೆಂಪು ಮಾಡಿಕೊಂಡ ಬದಲಾವಣೆಗಳು ಸರಿ ಬರಲಿಲ್ಲವೇ ಹೊರತು ಇಬ್ಬರೂ ಯಾವತ್ತಿಗೂ, ಯಾವುದೇ ಕಾರಣಕ್ಕೂ ಈ ಸಂಗತಿಯನ್ನು ಖಾಸಗಿಯಾಗಿಟ್ಟುಕೊಂಡು ಮುನಿಸು ತೋರಿದವರಲ್ಲ. ಈ ವಿಷಯದಲ್ಲಿ ಮಾಸ್ತಿ–ಕುವೆಂಪು ಇಬ್ಬರ ಸಂಯಮ ವಿಶಾಲ ಮನೋಭಾವ ಬಹಳ ಎತ್ತರದಲ್ಲಿ ನಿಲ್ಲುತ್ತದೆ.

ಮಾಸ್ತಿಯವರದ್ದು ಯಾರನ್ನೂ ನೋಯಿಸದ ಸುಕೋಮಲ ಮನಸ್ಸು. ಒಮ್ಮೆ ಅವರ ನಾಟಕವನ್ನೇ ಆಧರಿಸಿ ಅದು ಚಿತ್ರವಾದಾಗ ಅದನ್ನು ಮಾಸ್ತಿಯವರಿಗೆ ತೋರಿಸಲಾಯಿತು. ನಾಟಕದಲ್ಲಿ ಇರುವುದಕ್ಕಿಂತ ಸಿನಿಮಾದಲ್ಲಿ ಇನ್ನಿತರ ಸಂಗತಿಗಳನ್ನೂ ಸೇರಿಸಿ ಚಿತ್ರ ಮಾಡಲಾಗಿದೆ ಎಂದು ಅವರಿಗನ್ನಿಸಿತು. ನಾಟಕ ಸಿನಿಮಾ ಆಗಬೇಕಾದರೆ ಹಲವು ಬದಲಾವಣೆಗಳಿಗೆ ಒಳಪಟ್ಟಿರುತ್ತದೆ ಎಂಬುದು ಮಾಸ್ತಿಯವರಿಗೆ ತಿಳಿದೇ ಇತ್ತು. ಆದರೆ ಯಾರಿಗೂ ನೋವಾಗದ ಹಾಗೆ ಅಭಿಪ್ರಾಯ ಹೇಳಬೇಕಲ್ಲ, ಸರಿ ಯೋಚಿಸಿದ ಮಾಸ್ತಿಯವರು "ಸಿನಿಮಾ ನೋಡಿದೆ, ಆದರೆ ನೀವೇನ್ರಪ್ಪಾ ನಿಮ್ಮ ಸಿನಿಮಾದಲ್ಲಿ ನನ್ನ ನಾಟಕಾನೂ ಸೇರಿಸಿಬಿಟ್ಟಿದ್ದೀರಿ" ಎಂದರು. ಯಾರನ್ನೂ ಚುಚ್ಚದ ಕೆಣಕದ, ಅಣಕವಾಡದ ಹೃದಯಸ್ಥ ಹಾಸ್ಯಕ್ಕೆ ಇದಕ್ಕಿಂತ ಬೇರೆ ನಿದರ್ಶನ ಬೇಕಿಲ್ಲ.

ಅ.ನ.ಕೃ. ಬಹಳ ಖಂಡಿತವಾದಿ ಮತ್ತು ನಿಷ್ಠುರವಾದಿ. ಕರ್ನಾಟಕದಲ್ಲಿ ಕನ್ನಡದ ಕೀರ್ತನೆಗಳಿಗೆ ಸಂಗೀತ ಕಛೇರಿಗಳು ಮೊದಲ ಪ್ರಾಶಸ್ತ್ಯ ಕೊಡಬೇಕೆನ್ನುವ ವಿಷಯದಲ್ಲಿ ಅ.ನ.ಕೃ. ಸ್ವತಃ ಅಣ್ಣ ಎ.ಎನ್. ರಾಮರಾಯರ ಜೊತೆಗೂ ಖಂಡತುಂಡವಾದ ನಿಲುವನ್ನು ಹೊಂದಿದ್ದರು. ಮಾಸ್ತಿಯವರ ಬರಹಗಳಿಗೂ ಅ.ನ.ಕೃ. ತೀಕ್ಷ್ಣವಾದ ಮಾತುಗಳನ್ನು ತಮ್ಮ ಲೇಖನವೊಂದರಲ್ಲಿ ಬರೆದಿದ್ದೂ ಇತ್ತು. ಆದರೆ ಮಾಸ್ತಿಯವರ ಹೃದಯ ವೈಶಾಲ್ಯತೆ ಎಷ್ಟು ದೊಡ್ಡದೆಂದರೆ 1971 ಜುಲೈ 8ರಂದು ಅ.ನ.ಕೃ. ತೀರಿ ಹೋಗಿ ಮಾರನೇ ದಿನ ಅವರ ಕಳೇಬರವನ್ನು ನೋಡಲು ಬಂದ ಮಾಸ್ತಿಯವರು "ಅಯ್ಯೋ ಬಹಳ ಚಿಕ್ಕ ಹುಡುಗ ಪಾಪ ಹೋಗಿಬಿಟ್ಟನೇ" ಎಂದಿದ್ದೂ ಅಲ್ಲದೆ, "ಕನ್ನಡ ಹೋರಾಟಗಾರನ ದೇಹಕ್ಕೆ ಬಿಸಿಲು ತಾಗಬಾರದು" ಎಂದು ಛತ್ರಿ ಅಡ್ಡಲಾಗಿ ಹಿಡಿದು ಅ.ನ.ಕೃ.ಗೆ ಗೌರವ, ಅಭಿಮಾನ ಸಲ್ಲಿಸಿದ ನಿರ್ಮಲ ಹೃದಯಿ ಮಾಸ್ತಿ. "ನಾನು ತಮಿಳ್ಗನ್ನಡಿಗ, ಮಿರ್ಜ ಇಸ್ಮಾಯಿಲ್ ಮುಸ್ಲಿಂ ಕನ್ನಡಿಗ, ಆದರೆ ನಮ್ಮ ಅ.ನ.ಕೃ. ಶುದ್ಧ ಕನ್ನಡಿಗ" ಎಂದಿದ್ದ ಮಾಸ್ತಿಯವರು ಡಿ.ವಿ.ಜಿ.ಯವರು 1975ರಲ್ಲಿ ನಿಧನರಾದಾಗ "ಡಿ.ವಿ. ಗುಂಡಪ್ಪನವರು ಮಾನವತೆಯ ಮಹಾಕಾವ್ಯ" ಎಂದು ಬಣ್ಣಿಸಿ ಕಂಬನಿ ಮಿಡಿದಿದ್ದವರು.

ಮಾಸ್ತಿಯವರು ಕನ್ನಡಕ್ಕೆ ನಾಲ್ಕನೇ ಜ್ಞಾನಪೀಠ ಪ್ರಶಸ್ತಿಯನ್ನು ತಮ್ಮ ಮೂಲಕ ತಂದುಕೊಟ್ಟವರು. ಅದುವರೆಗೂ ಕನ್ನಡದಲ್ಲಿ ಆ ಪ್ರಶಸ್ತಿಗೆ

ಭಾಜನರಾಗಿದ್ದ ಕುವೆಂಪು, ಬೇಂದ್ರೆ, ಕಾರಂತ ಮೂವರೂ ಮಾಸ್ತಿ ಯವರಿಗಿಂತ ವಯಸ್ಸಿನಲ್ಲಿ ಬಹಳ ಬಹಳ ಕಿರಿಯರು. ಹಾಗಾಗಿಯೇ ಮಾಸ್ತಿಯವರ ಬಳಿ ಯಾರೋ "ಎನ್ನಾರ್, ನಿಮಗಿಂತ ಕಿರಿಯರಿಗೆ ಪ್ರಶಸ್ತಿ ಬಂದಾದ ಮೇಲೆ ನಿಮ್ಮಂಥ ಹಿರಿಯರಿಗೆ ಈಗ ಈ ಪ್ರಶಸ್ತಿ ಬಂದಿದೆಯಲ್ಲ"ಎಂದಾಗ ನಸುನಗುತ್ತ ಪ್ರಾಂಜಲ ಮನದಿಂದಲೇ ಮಾಸ್ತಿಯವರು "ನೋಡಿ ನಾವು ಸಿಹಿಯನ್ನು ಮೊದಲು ಯಾರಿಗೆ ಕೊಡುತ್ತೇವೆ, ಮಕ್ಕಳಿಗೆ ತಾನೇ? ಹಾಗೇ ಮೊದಲು ಕಿರಿಯರಿಗೆ ಕೊಟ್ಟಾಗ ಆ ಸಿಹಿ ಮತ್ತು ಹೀಗೆ ಮಾಡುವುದರಿಂದ ಆಗುವ ಸಿಹಿ ಅನುಭವ ಮುಖ್ಯ. ಇದೂ ಹಾಗೇ, ಸಂತೋಷ ಪಡೋಣ ಎಂದ ಸಹೃದಯಿ.

ಇಂಥ ಮಾಸ್ತಿಯವರ ಕುಟುಂಬವನ್ನು ಸಂದರ್ಶಿಸಿದ ನೆನಪು ಇಂದಿಗೂ ನಾನು ಕಾಪಿಟ್ಟುಕೊಂಡಿರುವ ಧ್ವನಿಸುರುಳಿ, ಭಾವಚಿತ್ರ ನನಗೆ ಅವಿಸ್ಮರಣೀಯ ಮಾತ್ರವಲ್ಲ, ಸವಿ ಸ್ಮರಣೀಯವೂ ಹೌದು. ಕನ್ನಡ ಸಾಹಿತ್ಯಲೋಕದ ಮಹಾನ್ ಚೇತನವಾದ 'ಶ್ರೀನಿವಾಸ'ರಿಗೆ ಅವರ ಸಕುಟುಂಬಕ್ಕೆ ಈ ಶ್ರೀನಿವಾಸನ ಸಾಷ್ಟಾಂಗ ನಮಸ್ಕಾರಗಳು.

ದಿ. ವ್ಯಾಸರಾಯ ಬಲ್ಲಾಳರ ಜೊತೆಗಿನ ನೆನಪಿನ ಮೆಲುಕು

2004ರಲ್ಲಿ ಕೆ.ಜಿ.ಎಫ್.ನ ಜೈನ್ ಕಾಲೇಜು ಆರಂಭವಾದಾಗ ನಾನು ಪದವಿ ವಿದ್ಯಾರ್ಥಿಗಳಿಗೆ ಪಾಠ ಮಾಡುತ್ತಿದ್ದೆ. ಈಗಿನ ತರಹ ಪದವಿಪೂರ್ವಕ್ಕೆ ಎಂದು ಸೀಮಿತಗೊಂಡಿರಲಿಲ್ಲ. ಸಂದರ್ಭದಲ್ಲಿ ನನ್ನನ್ನು ಬಹುವಾಗಿ ಕಾಡಿದ್ದು ವ್ಯಾಸರಾಯ ಬಲ್ಲಾಳರ "ಮುಸ್ಸಂಜೆ, ಕಾಡುಮಲ್ಲಿಗೆ, ಸಂಪಿಗೆ ಹೂ" ಮೊದಲಾದ ಸಣ್ಣ ಕಥೆಗಳು. ಅವರ ಈ ಕಥೆಗಳು ನನಗೆ ಮೌನದೊಳಗಿನ ಸದ್ದಾಗಿ ಕಾಡುತ್ತಿತ್ತು. ಇರುವಿಕೆ ಕಾಣಬೇಕು, ಇಲ್ಲದಿರುವಿಕೆ ಕಾಡಬೇಕು ಅನ್ನುವ ಹಾಗೆ ವ್ಯಾಸರಾಯರ ಕಥಾನಕದೊಳಗೆ ಇಂಥ ನಿಸ್ತಂತು ಭಾವಗಳ ಹಾಜರಾತಿ ನನ್ನನ್ನು ಗಾಢವಾಗಿ ಪ್ರಭಾವಿಸಿತ್ತು.

ಪದವಿ ವಿದ್ಯಾರ್ಥಿಗಳಿಗೆ ಈ ಕಥೆಗಳು ಪಠ್ಯವೂ ಆಗಿದ್ದವು.

ಮುಸ್ಸಂಜೆ, ಕಾಡುಮಲ್ಲಿಗೆ, ಸಂಪಿಗೆಯ ಹೂ, ಈ ಕಥೆಗಳ ಪರಿಪ್ರೇಕ್ಷ್ಯವೇ ಅನ್ಯ ಸಂವೇದನೆಗಳನ್ನು ಹಿಡಿದಿಟ್ಟುಕೊಂಡು ವ್ಯಕ್ತಿತ್ವದೊಳಗೆ ಅವುಗಳನ್ನುಸೇರಿಸಿಕೊಳ್ಳಲು ಉಂಟಾಗುವ ಚಡಪಡಿಕೆ ಅನ್ಯ ಮನಸ್ಕತೆ ನನಗೆ ಬಹುವಾಗಿ ಮೆಚ್ಚುಗೆ ಯಾದರೂ ವಿದ್ಯಾರ್ಥಿಮಿತ್ರರಿಗೆ ಇನ್ನೂ ಹೆಚ್ಚಿನ ವಿಷಯಗಳನ್ನು ಮುಟ್ಟಿಸುವ ತವಕದ ಜಗತ್ತು ನನ್ನದಾಗಿತ್ತು.

ಆಗ ವ್ಯಾಸರಾಯ ಬಲ್ಲಾಳರನ್ನೇ ಸಂದರ್ಶಿಸಿದರೆ ಹೇಗೆ ಎಂದನ್ನಿಸಿತು. ನನ್ನ ವಿದ್ಯಾಗುರುಗಳಾದ ಪ್ರೊ. ಅ.ರಾ.ಮಿತ್ರ ರನ್ನು ಈ ಕುರಿತು ವಿಚಾರಿಸಿದೆ.

ಆಗ ಅವರು "ಒಳ್ಳೆಯ ಆಲೋಚನೆ ಕಣಯ್ಯ, ಆದರೆ ಅವರ ನಂಬರ್ ಇಲ್ಲವೆ ಅಂದವರೆ, ಮತ್ತೆ ಅರ್ಧಗಂಟೆ ಬಿಟ್ಟು ತಗೊಳಯ್ಯ ನಂಬರ್ ಸಿಕ್ತು" ಅಂತ ಕೊಟ್ಟರು.

ವ್ಯಾಸರಾಯ ಬಲ್ಲಾಳರ ಸ್ವಗೃಹಕ್ಕೆ ಹೋಗಿ ನನ್ನ ಪರಿಚಯ, ವೃತ್ತಿ, ಬಂದ ಉದ್ದೇಶ ತಿಳಿಸಿದೆ. ಸಂದರ್ಶನ ಮಾಡಬಹುದೆ ಎಷ್ಟು ಹೊತ್ತಿನ ಸಮಯದೊಳಗೆ ಸಂದರ್ಶನ ಮುಗಿಸಬೇಕು ಸರ್ ಎನ್ನುತ್ತಿದ್ದಂತೆ "No, No, You can take your own time, not an issue" ಎಂದರು. ಆಗಬಹುದು ಎಂದು ಸಂದರ್ಶನಕ್ಕೆ ಉಪಕ್ರಮಿಸಿದೆ.

ಮೇಲೆ ಉಲ್ಲೇಖಿತ ಕಥೆಗಳಲ್ಲಿನ ಒಂಟಿತನ, ಮಡುಗಟ್ಟಿದ ಭಾವ, ಅದುಮಿಟ್ಟ ಪ್ರಕ್ಷುಬ್ದತೆಗಳ ಮೂಲ ಏನು ಸರ್, ಅದು ಸ್ವಾನುಭವ ಜನ್ಯವೋ, ಪರಾನುಭವದ ಪ್ರಸ್ತುತಿಯೋ ಎಂದೆ.

ನಿರ್ಲಿಪ್ತವಾಗಿಯೇ ಕನ್ನಡಕ ಸರಿ ಮಾಡಿಕೊಳ್ಳುತ್ತಾ ಮಾತು ಆರಂಭಿಸಿದ ಬಲ್ಲಾಳರ "ನೋಡಿ ಪ್ರಸಾದ್, ಮಾನವ ನಿರ್ಮಿತ ಕಂದಕಗಳು ಅವನೊಳಗಿನ ಅಂತರಂಗದ ಭಾವ ವಿಸ್ಫೋಟಗಳು ಅವನಿಂದಲೇ ಹೊರತು ಈ ಬದುಕು ಆ ಒಂಟಿತನ ಏಕಾಕಿತನವನ್ನು ಅವನಿಗೆ ಕೊಟ್ಟಿಲ್ಲ, ಬದುಕಿನ ಇಳಿಸಂಜೆಯಲ್ಲಿ ಅವನಿಗೆದುರಾಗುವ ಆತಂಕ, ಒತ್ತಡಗಳು ಪ್ರಾದೇಶಿಕವಾದ ಕಾರಣಕ್ಕೋ ಅಥವಾ ಅನುಭವ ಗ್ರಹಿಕೆಯಲ್ಲಿನ ತಪ್ಪುಲೆಕ್ಕಾಚಾರಗಳಿಗೋ ಒಳಗಾಗಿ ಆಗಬಹುದು. ನನ್ನ ಕಥೆಗಳ ಪಾತ್ರಗಳೂ ಸಹ ಇಂಥ ಅಳತೆಗೋಲುಗಳ ಒಳಗೇ ರೂಪ ತಳೆದಿದೆ" ಎನ್ನುತ್ತಲೇ ವ್ಯಾಸರಾಯಬಲ್ಲಾಳರು ಮುಂಬೈನಲ್ಲಿ ತಾವು ಸ್ಟೆನೊ ಆಗಿದ್ದ ದಿನಗಳನ್ನೂ ಹಂಚಿಕೊಂಡರು.

"ಸಂದರ್ಶನದುದ್ದಕ್ಕೂ ತನ್ನ ಸುತ್ತ ಗೋಡೆಗಳನ್ನು ನಿರ್ಮಿಸಿಕೊಂಡ ಮನುಷ್ಯ ಬದಲಾಗಿಬಿಡ್ತಾನೆ ಅನ್ನೋದು ನನ್ನ ಕಥೆಗಳ ಸಾರಾಂಶವಲ್ಲ, ಏಕೆಂದ್ರೆ ಮನುಷ್ಯ ಬದಲಾಗ್ತಾನೆ ಅನ್ನೋದಕ್ಕಿಂತ ಆತ ತನ್ನದೇ ಮತ್ತು ತಾನೇ ಸೃಷ್ಟಿಸಿಕೊಂಡ ಲೋಕದೊಳಗೆ ಹೇಗೆಲ್ಲ ವರ್ತಿಸ್ತಾನೆ, ಪ್ರವರ್ತಿಸ್ತಾನೆ ಅನ್ನುವ ಮನೋಧರ್ಮದ ಆಲೋಚನೆ ಬಹಳ ಮುಖ್ಯ ಅಲ್ವೆ" ಎಂದರು.

ಸುಮಾರು 12 ಪ್ರಶ್ನೆಗಳು ಒಂದು ಗಂಟೆಯ ಅವಧಿಯಲ್ಲಿ ಸಾವಧಾನದಿಂದ ಉತ್ತರಿಸಿದ ಅತ್ಯಂತ ಮೆಲುಮಾತಿನ ಸಂಭಾವಿತ ಸಜ್ಜನ, ಗಂಭೀರಮುಖಿಮ ುದ್ರೆಯವ್ಯಾಸರಾಯ ಬಲ್ಲಾಳರಿಗೆ ಸಾಷ್ಟಾಂಗ ನಮಸ್ಕಾರ ಮಾಡಿ, ಹೊರಡುವೆ ಎಂದೆ. 81ರ ವಯೋಮಾನದ ಬಲ್ಲಾಳರು ತಮ್ಮ ಶ್ರೀಮತಿ ರಾಜೀವಿಯವರನ್ನು ಕರೆದರು.ತಿಂಡಿ, ಕಾಫಿ ಸೇವಿಸಿ ಹೊರ ಬಂದೆ, ಅದಾದ ಮೇಲೆ 5–6 ಸಲ ಅವರ ಮನೆಗೆ ಹೋಗಿ ಅವರಮಾತುಗಳನ್ನು ಆದರಾತಿಥ್ಯವನ್ನು ಸವಿದು ಬಂದಿದ್ದೇನೆ. ಅವರ ಮತ್ತವರ ಶ್ರೀಮತಿ ರಾಜೀವಿಯವರೊಂದಿಗಿನ ನನ್ನ

ಭಾವಚಿತ್ರಕ್ಕೆ 15 ವರ್ಷಗಳೇ ಆಗಿದ್ದರೂ ಸಹ ನನ್ನ ಪಾಲಿಗೆ ಬಾಳಿಗೆ ಎಂದೂ ಕರಗದ ಶಾಶ್ವತ ಆಸ್ತಿಯಾಗಿ ನನ್ನ ಹೃನ್ಮನದ ಕಪಾಟಿನಲ್ಲಿ ಅದನ್ನು ಇಂದಿಗೂ ಕಾಪಿಟ್ಟುಕೊಂಡಿದ್ದೇನೆ.

ಈಗ ಅವರ ಸಣ್ಣ ಕಥೆಗಳನ್ನು ಓದುತ್ತಿದ್ದೆ. ಆಗ ವ್ಯಾಸರಾಯ ಬಲ್ಲಾಳರೊಡನೆ ನಾನು ನಡೆಸಿದ 15 ವರ್ಷಗಳಷ್ಟು ಹಿಂದಿನ ಸಂದರ್ಶನದ ಮೆಲುಕು ಹಾಕಿದಂತಾಯಿತು.

ಅದರ ಅನುಭವವನ್ನಿಲ್ಲಿ ಹಂಚಿದ್ದೇನೆ, ಈಗ ವ್ಯಾಸರಾಯ ಬಲ್ಲಾಳರು ನಮ್ಮೊಡನಿಲ್ಲ, ಆದರೆ ಅವರು ಕನ್ನಡಜಗತ್ತಿಗೆ ಕೊಟ್ಟ ನಿಶ್ಯಬ್ದ ಪ್ರಪಂಚದ ತಲ್ಲಣಗಳನ್ನು ಮರೆಯಲಸಾಧ್ಯ. ಇದನ್ನು ಆಗು ಮಾಡಿದ ಗುರುಗಳಾದ ಅ.ರಾ.ಮಿತ್ರ ಅವರಿಗೂ, ವ್ಯಾಸರಾಯರ ನೆನಪಿಗೂ ಒಂದು ಗೌರವದ ನುಡಿನಮಸ್ಕಾರ. ಬಲ್ಲಾಳರ ಮತ್ತು ಅ.ರಾ. ಮಿತ್ರ ಜೊತೆಗಿನ ಭಾವಚಿತ್ರಕ್ಕೂ ನನಗೆ ಅಪಾರವಾದ ಪ್ರೀತಿ ಸದಾ ಇರುತ್ತದೆ.

ಕಣ್ಣುಗಳೇ ಕ್ಯಾಮರಾ–ಮನಸ್ಸೇ ನ್ಯಾಯಾಲಯ

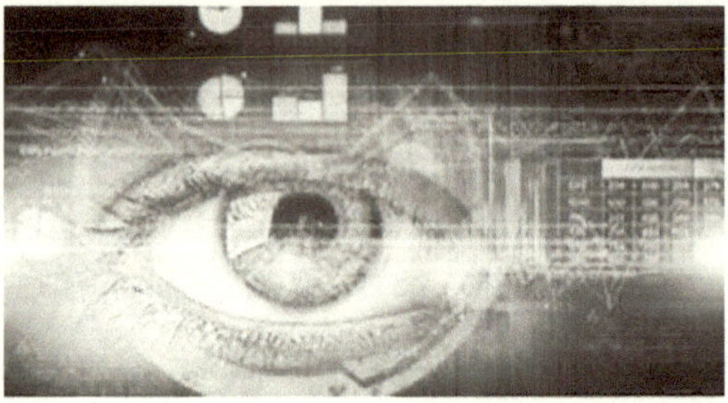

"ಸರ್ವೇಂದ್ರಿಯಾಣಾಂ ನಯನಂ ಪ್ರಧಾನಂ" ಎನ್ನುವ ಉಕ್ತಿಯಂತೆ ಪಂಚೇಂದ್ರಿಯಗಳಲ್ಲಿ ಕಣ್ಣುಗಳೇ ಪ್ರಧಾನ.ಹಾಗೆಂದ ಮಾತ್ರಕ್ಕೆ ಕಿವಿ, ಮೂಗು, ನಾಲಿಗೆ, ಚರ್ಮಗಳು ಅಮುಖ್ಯವಾದವು ಎಂದಲ್ಲ.

ಅಕ್ಷಿ, ನೇತ್ರ, ನಯನ, ಚಕ್ಷು, ಅಂಬಕ, ಲೋಚನ, ಕಂಗಳು ಹೀಗೆಲ್ಲ ಸಮಾನಾರ್ಥಕ ಗಳಿರುವ ಕಣ್ಣುಗಳ ಶಕ್ತಿ ಸಾಮರ್ಥ್ಯವನ್ನು ಬಣ್ಣಿಸುವಾಗ ಈ ಮಾತು ಬಂದಿದೆ. ಆದ್ದರಿಂದ ಕಾನೇಶುಮಾರಿ ಲೆಕ್ಕಾಚಾರದಲ್ಲಿ, ವಿಕೇಂದ್ರೀಕರಣದ ಹಿನ್ನೆಲೆಯಲ್ಲಿ ಉಳಿದ ಇಂದ್ರಿಯಗಳು, ಅವಯವಗಳು ಅಪ್ರಧಾನ ಎಂದು ಭಾವಿಸಬಾರದು.

ಕಣ್ಣುಗಳು ಭಾವಸೂಚಕ ಮಾತ್ರ ಅಲ್ಲ, ಮಾತುಗಳಿಗೆ ಮೀರಿದ ಅಭಿವ್ಯಕ್ತಿಯನ್ನು ಕೊಡಬಲ್ಲ ಸಾಮರ್ಥ್ಯ ನಯನಗಳಿಗಿವೆ. ಸಾವಿರ ಮಾತುಗಳಲ್ಲಿ ಹೇಳಲಾಗದ್ದನ್ನು ಕಣ್ಣುಗಳು ಸಲೀಸಾಗಿ ವ್ಯಕ್ತಪಡಿಸಬಲ್ಲವು.

ಪುಟ್ಟ ಗುಬ್ಬಿಯಿಂದ ಹಿಡಿದು ಆಗಸದ ವಿಶಾಲತೆಯನ್ನೂ ತುಂಬಿಸಿಕೊಳ್ಳುವ ಕಣ್ಣುಗಳು ದೈವನಿರ್ಮಿತ ಶರೀರದ ನೈಸರ್ಗಿಕ ಕ್ಯಾಮರಾ ಎನ್ನುವುದು ನಿಜ. ಸುಂದರ–ಭೀಕರ, ಸಂತೋಷ–ಸಂತಾಪ, ಬೇಸರ–ನಿರಾಳತೆ, ಆಯಾಸ–ಆರಾಮ ಹೀಗೆ ಎಲ್ಲ ಭಾವಗಳನ್ನೂ ಹಿಡಿದಿಡಬಲ್ಲ ಗಟ್ಟಿ ಜೀವಕೇಂದ್ರದ ಅಂಗ ಕಣ್ಣುಗಳು.

ವ್ಯಕ್ತಿ ತಾನು ಮಾಡಿದ ತಪ್ಪುಗಳನ್ನು ಮುಚ್ಚಿಟ್ಟುಕೊಳ್ಳಲು ಎಷ್ಟೇ ನಾಟಕ ಮಾಡಿದರೂ ಆತನ ಕಣ್ಣುಗಳಲ್ಲಿ ಅದರ ಮೋಸ ಪ್ರಕಟವಾಗಿಬಿಡುತ್ತದೆ. ಕಣ್ಣುಗಳೆಂಬ ಕ್ಯಾಮರಾ ನಾವು ಅಂಗಡಿಯಲ್ಲಿ ಹಣ ಕೊಟ್ಟು ತಂದ ಮಾನವ ನಿರ್ಮಿತ ಕ್ಯಾಮರಾಗಿಂತ ಬಹಳ ಸಹಜವಾದ ಮತ್ತು ಜೈವಿಕವಾದ ದೃಷ್ಟಿ.

ಮಹಾಭಾರತದಲ್ಲಿ ಭೀಷ್ಮರು ಒಮ್ಮೆ ದುರ್ಯೋಧನ ಮತ್ತು ಧರ್ಮರಾಯನನ್ನು ಕರೆದು ಹಾಗೆ ಸುಮ್ಮನೆ ವಾಯು ವಿಹಾರ ಮಾಡಿಕೊಂಡು

ಬನ್ನಿ ಎಂದು ಕಳಿಸುತ್ತಾರೆ. ಪಿತಾಮಹನ ಮಾತಿಗೆ ಬೆಲೆ ಕೊಟ್ಟು ಇಬ್ಬರೂ ವಾಯುವಿಹಾರವನ್ನು ಮುಗಿಸಿ ಬಂದಾಗ ಭೀಷ್ಮರು ದುರ್ಯೋಧನನನ್ನು "ಮಗು, ಸುಯೋಧನ, ವಾಯು ವಿಹಾರದಲ್ಲಿ ನಿನಗೆ ಜಗತ್ತಿನಲ್ಲಿ ಏನೇನನ್ನು ನೋಡಿದೆ" ಎಂದಾಗ ಅವನು ಸಿಟ್ಟಿನಿಂದಲೇ ತಾತ, "ಎಲ್ಲೆಡೆಯೂ ಕೆಡುಕರೇ, ಕಿಡಿಗೇಡಿಗಳೇ ಇದ್ದಾರೆ, ಹಿಂಸೆ, ರಕ್ತದ ಜಗತ್ತು, ಸ್ವಾರ್ಥಿಗಳ ಸಮೂಹವೇ ನನಗೆ ಕಂಡಿತು" ಎನ್ನುತ್ತಾನೆ. ಇದೇ ಪ್ರಶ್ನೆಯನ್ನು ಭೀಷ್ಮರು ಧರ್ಮರಾಯನಿಗೆ ರವಾನಿಸಿದಾಗ ಅವನು "ನಾನು ಕಂಡಿದ್ದೆಲ್ಲ ಸುಂದರವಾದ, ನಿರ್ಮಲವಾದ ಜಗತ್ತು ಸ್ವಚ್ಛವೂ ಶಾಂತವೂ ಆದ ಪ್ರೀತ್ಯಾದರದ ಸಹಬಾಳ್ವೆ, ಸಾಮರಸ್ಯದ ಲೋಕ, ಪ್ರಶಾಂತ ವಾತಾವರಣದ ಲೋಕವನ್ನು ಕಂಡೆ" ಎನ್ನುತ್ತಾನೆ. ಆಗ ನಸುನಕ್ಕ ಗಾಂಗೇಯನು ಇಬ್ಬರನ್ನೂ ಕರೆದು ಇಬ್ಬರೂ ದರ್ಶಿಸಿದ ಲೋಕ ಒಂದೇ, ನಕಾರಾತ್ಮಕವಾಗಿ ಜಗತ್ತನ್ನು ನೋಡಿದ ದುರ್ಯೋಧನನಿಗೆ ಲೋಕದ ಪ್ರತಿ ಸಂಗತಿಗಳು, ದೃಶ್ಯಗಳೂ ನೇತ್ಯಾತ್ಮಕವಾಗಿಯೇ ಕಂಡವು. ಆದರೆ ಸಕಾರಾತ್ಮಕವಾಗಿ, ಇತ್ಯಾತ್ಮಕವಾಗಿ ಲೋಕವನ್ನು ಕಂಡ ಧರ್ಮಜನಿಗೆ ಕಂಡಿದ್ದೆಲ್ಲ ಧನಾತ್ಮಕವಾದ ಜಗತ್ತು. ನಮ್ಮ ನಮ್ಮ ದೃಷ್ಟಿಕೋನವೇ ಸೃಷ್ಟಿಯ ಬಗೆಗಿನ ನಮ್ಮ ನೋಟದ ಗ್ರಹಿಕೆಗಳನ್ನೂ ನಿರ್ಣಯಿಸಿಬಿಡುತ್ತವೆ ಎಂದರು. ಸತ್ಯವಾದ ಮಾತುಗಳಲ್ಲವೇ. ಯದ್ ಭಾವಂ ತದ್ ಭವತೀ ಎನ್ನುವಂತೆ,

"ಇಳೆಯೆಂದರೆ ಬರೀ ಮಣ್ಣಲ್ಲ

ನಮಗೋ ನೋಡುವ ಕಣ್ಣಿಲ್ಲ"
"ದೃಷ್ಟಿ ಇದ್ಹಾಂಗ ಸೃಷ್ಟಿ ಕಾಣ್ತದ"
–ದ.ರಾ. ಬೇಂದ್ರೆ

ಆದ್ದರಿಂದ ಮಲಿನವಲ್ಲದ ನಿರ್ಮಲವಾದ, ನಿರ್ಮಮವಾದ ನೋಟಗಳೇ ಬದುಕಿನ ಜಗದ ವಿದ್ಯಮಾನಗಳನ್ನು ನಮಗೆ ಸರಿದಾರಿ ತೋರಿಸುವ ಪಥಗಳಾಗುತ್ತವೆ. ಕಂಗಳ ಈ ನೋಟಗಳು ಹಣ ನೀಡಿ ತಂದ ಕ್ಯಾಮರಾಗಿಂತ ಸಹಜ ಮತ್ತು ಅಂತರ್ಗತವಾದ ಜೀವಸತ್ವದ ಅವಯವಗಳು.

ಮನಸ್ಸೆಂಬ ನ್ಯಾಯಾಲಯ

ಮನಸ್ಸು ನಿತ್ಯಸಂವೇದನಾಶಾಲಿ ಭಾಷೆಯನ್ನು ಮೀರಿ ನಿಂತು ಭಾವನೆಗಳನ್ನು ವ್ಯಕ್ತಪಡಿಸುವ ಬಹಳ ದೊಡ್ಡ ಶಕ್ತಿ ಮನಸ್ಸು. ಕಸಪೊರಕೆಯಿಂದ ಹಿಡಿದು ಕೈಲಾಸದವರೆಗೂ ಆಲೋಚಿಸಬಲ್ಲ ವಿಹಂಗಮತೆ ಅದಕ್ಕಿದೆ. ಮನಸ್ಸಾಕ್ಷಿ ಇದ್ದವರಿಗೆ ಅದೇ ಸರ್ವೋಚ್ಚ ನ್ಯಾಯಾಲಯ.

ನ್ಯಾಯಾನ್ಯಾಯಗಳ ವಿಚಕ್ಷಣೆ ಆ ಮನಸ್ಸುಗಳ ಪರಿಧಿಯಲ್ಲೇ ನಿರ್ಧಾರ ವಾಗಿಬಿಡುತ್ತವೆ. ಆದರೆ ದೃಢ ನಿರ್ಧಾರ ಕೈಗೊಳ್ಳಲಾಗದ ಅಳ್ಳೆದೆಯವರಿಗೆ

"Not taking any Decision itself is my decision" ಎನ್ನುವುದೇ ಮೂಲಮಂತ್ರವಾಗಿರುತ್ತದೆ. ಹಾಗಿದ್ದರೆ ಮನಸ್ಸುಗಳ ಎಚ್ಚರಿಕೆಯ ನಡೆ ಹೇಗಿದ್ದರೆ ಸರಿ? ಎಂಬ ಪ್ರಶ್ನೆ ನಮ್ಮ ಮುಂದೆ ಎದುರಾಗುವುದು ಸಹಜ.

``Don't trust the doubted ones
Don't doubt the trusted ones
Realize with real eyes''

ಎಂದಾಗ ಮಾತ್ರ ಮನಸ್ಸಿನಿಂದ ಸಕ್ರಮವಾದ ವಿವೇಚನಾ ಯುಕ್ತ ನಿರ್ಧಾರಗಳು ಹೊರಹೊಮ್ಮಲು ಸಾಧ್ಯ.

ಮನಸ್ಸನ್ನು ಸ್ಥಿಮಿತದಲ್ಲಿಟ್ಟುಕೊಳ್ಳದೆ ಅದಕ್ಕಾಗಿ ಅಮಾಯಕವಾದ ನಮ್ಮ ದೇಹಕ್ಕೆ ನಾವೇ ಶಿಕ್ಷೆಗಳನ್ನು ಕೊಟ್ಟುಕೊಳ್ಳುವುದು ಎಂದೆಂದಿಗೂ ಸಮ್ಮತವಲ್ಲ.

ಹಂಸಲೇಖ ಅವರು ಬರೆದಿರುವಂತೆ,

"ಅಂಕೆಯಿರದ ಮನಸನು ದಂಡಿಸುವುದು ನ್ಯಾಯ
ಮೂಕಮುಗ್ಧ ದೇಹವ ಹಿಂಸಿಸುವುದು ಹೇಯ.
ಎನ್ನುವ ಸಾಲುಗಳು ಅಕ್ಷರಶಃ ನಿಜ.

ಸಾವು ನೋವುಗಳ ಮನಸ್ಸಿನ ಆಕ್ರಂದನಕ್ಕೆ ಒಳ್ಳೆಯವರು ಕೆಡುಕರು, ಭಾಷೆ, ಜಾತಿ, ಬಣ್ಣ ಪ್ರದೇಶ, ಲಿಂಗ ಭೇದಗಳಿಲ್ಲ."

ಮಹಾಭಾರತದಲ್ಲಿ ದುರ್ಯೋಧನ ತನ್ನ ಮಗ ಲಕ್ಷಣ ಕುಮಾರನನ್ನು ಕುರುಕ್ಷೇತ್ರ ಯುದ್ಧದಲ್ಲಿ ಕಳೆದುಕೊಂಡಾಗ ವಿಲಾಪಿಸುವ ಹೃದಯವಿದ್ರಾವಕ ರೋದನೆಯನ್ನು ರನ್ನ ಅತ್ಯಂತ ಕರುಣಾಜನಕವಾಗಿ ಚಿತ್ರಿಸುತ್ತಾನೆ.

"ಜನಕಂಗೆ ಜಲಾಂಜಲಿಯಂ ತನೂ
ಭವಂಕುಡುವುದುಚಿತಮದುಗೆಟ್ಟೀಗಳ್
ನಿನಗಾಂಕುಡುವಂತಾದುದೇ
ತನೂಜ ನೀಂ ಕರ್ಮವಿಪರ್ಯಯಂ ಮಾಡುವುದೇ?"

ಅಂದರೆ ಮಗ ಲಕ್ಷಣಕುಮಾರನೇ, ಮಗನಾದ ನೀನು ತಂದೆ ಸತ್ತಾಗ ನೀರನ್ನು ಬಿಡಬೇಕು, ಆದರೆ ಇಲ್ಲಿ ಆಗಿರುವುದೇನು?

ತಂದೆಯಮುಂದೆ ಮಗನಾದನೀನು ಹೆಣವಾಗಿಮಲಗಿರುವೆ, ಮಗನಾದ ನಿನಗೆ ನಾನು ನೀರು ಬಿಡಬೇಕಾದ ಪರಿಸ್ಥಿತಿ ಬಂದೊದಗಿತಲ್ಲ? ನೀನೇಕೆ ತಂದೆಗಿಂತ ಮುಂದೆಯೇ ಉಸಿರು ನೀಗಿದೆ? ತಂದೆಗಿಂತ ಮೊದಲೇ ಸತ್ತು ನೀನು ಏಕೆ ಹೀಗೆ ಸಾವಿನ ವಿಷಯದಲ್ಲಿ ವ್ಯತ್ಯಾಸವನ್ನು ಉಂಟು ಮಾಡಿದೆ ಎನ್ನುತ್ತಾನೆ. ತಮ್ಮ ದುಶ್ಶಾಸನನ ಸಾವಿಗೂ ಸಹ ದುರ್ಯೋಧನ ತನಗಿಂತ ಮುಂಚೆ ಗತಿಸಿದ್ದಕ್ಕಾಗಿ ಅಪಾರವಾಗಿ ದುಃಖಿಸುತ್ತಾನೆ.

"ಕಣ್ಣರಿಯದಿದ್ದಡೆ ಕರುಳರಿಯದೆ" –ಜನ್ನ

ಒಂಬತ್ತು ಮಕ್ಕಳಲ್ಲಿ ಆರು ಮಕ್ಕಳನ್ನು ಕಣ್ಣುಮುಂದೆಯೇ ಕಳೆದುಕೊಂಡ ಬೇಂದ್ರೆ, ಮಗ ಹರ್ಷ ತೀರಿಹೋದಾಗ "ಮಕ್ಕಳನ್ನು ಕಳೆದುಕೊಂಡವರಲ್ಲಿ ನಾನೇ ಮೊದಲಿಗನೇನಲ್ಲ ಎಂದು ನೋವು ನುಂಗಿಕೊಂಡ ಶಿವರಾಮ ಕಾರಂತರು, ಮಗ ಸತ್ತ ತಂದೆಗೆ ಸಮಾಧಾನ ಮಾಡಲು ಬಂದವರನ್ನೇ ಸಮಾಧಾನ ಮಾಡಿ ದೇಶ, ನಾಡಿನ ಕೆಲಸಗಳು ಇನ್ನೂ ಸಾಕಷ್ಟಿವೆ, ಅದನ್ನು ಮಾಡುವುದು ಮುಖ್ಯ, ಅದನ್ನು ಬಿಡಬೇಡಿ ಎಂದು ಹೇಳಿ ಪುತ್ರಶೋಕವನ್ನು ಸಹಿಸಿಕೊಂಡ ಗೊರೂರು ರಾಮಸ್ವಾಮಿ ಅಯ್ಯಂಗಾರ್, "ನಿಮ್ಮ ಇಬ್ಬರು ಮಕ್ಕಳಲ್ಲಿ ಒಬ್ಬ ಮಗ ಮಾತ್ರ ಉಳಿಯುತ್ತಾನೆ" ಎಂಬ ಮಾತುಗಳನ್ನು ಅರಗಿಸಿಕೊಳ್ಳುತ್ತಾ ಮಗ ಶಂಕರನಾಗ್ ತೀರಿಕೊಂಡಾಗ ತಾಯಿ ಆನಂದಿ ನಾಗರಕಟ್ಟೆ ದಹಿಸಿಕೊಂಡ ಮಾತೃಹೃದಯದ ಕರುಳ ಉರಿಗೆ ಯಾವ ಮುಲಾಮು ಹಚ್ಚಲು ಸಾಧ್ಯವಿತ್ತು? ಭಾರತೀಯ ಚಿತ್ರರಂಗದಲ್ಲಿ ಅಚ್ಚಳಿಯದ ಹೆಸರು ಮಾಡಿ ತನ್ನ ಮುಂದೆಯೇ 54 ವರ್ಷದ ಏಕಮಾತ್ರ ಪುತ್ರ ಆರ್.ಡಿ. ಬರ್ಮನ್‌ರನ್ನು ಹೆಣವಾಗಿ ನೋಡಬೇಕಾಗಿ ಬಂದಾಗ ತಾಯಿ ಮೀರಾ "ಬೇಟಾ, ಬೇಟಾ ಎಂದು ಒದ್ದಾಡಿದ ತಾಯಿ ಮನಸ್ಸಿನ ಆರದ ಹುಣ್ಣು, ಅದನ್ನು ಒಂದು ದಶಕಕ್ಕೂ ಮೀರಿ ಅನುಭವಿಸುತ್ತಲೇ ಹೊರಟುಹೋದ ಅವರ ಎದೆಯೊಳಗಿನ ಅಗ್ನಿ ಕುಲುಮೆ ಎಂಥದ್ದಿರಬಹುದೆಂದು ಅಂದಾಜಿಸಲೂ ಸಾಧ್ಯವಿದೆಯೇ? ಆಕಾಶವಾಹನದ ಅವಘಡದಲ್ಲಿ ತನ್ನಿಬ್ಬರು ಮಕ್ಕಳಾದ ಚಿತ್ರನಟಿ ಸೌಂದರ್ಯ, ಮಗ ಅಮರನಾಥ್‌ರನ್ನು ಒಟ್ಟಿಗೇ ಕಳೆದುಕೊಂಡ ಅವರ ತಾಯಿ ಮಂಜುಳ ತಾವು ತೀರಿಕೊಳ್ಳುವವವರೆಗೂ ಅನುಭವಿಸಿದ ಶೋಕ ಸಮುದ್ರಕ್ಕೆ ಯಾವ ಪದಗಳೂ ಸಾಲುವುದಿಲ್ಲ.

ಗಾಯಕ, ಸಂಗೀತ ನಿರ್ದೇಶಕ, ನಟ ಎಲ್ಲವೂ ಆಗಿಹೆಸರು ಮಾಡುತ್ತಿದ್ದ ಮಗ ರಾಜು ಅನಂತಸ್ವಾಮಿಯ ಶವವನ್ನು ತನ್ನ ಜೀವಿತಾವಧಿಯಲ್ಲೇ ನೋಡಬೇಕಾಗಿ ಬಂದ ತಾಯಿ ಶಾಂತಾ ಅನಂತಸ್ವಾಮಿ ಅವರ ಶಾಂತತೆಗೆ ಬಂದ ಭಂಗ, ಅದನ್ನು ಆ ತಾಯಿ ಜೀರ್ಣಾಗ್ನಿಯಾಗಿಸಿಕೊಂಡ ಮಮ್ಮಲಮರುಗಿದ ಕರುಳಿರಿಯುವ ಆರ್ದ್ರ ಕಂಬನಿಗಳಿಗೆ ನಿಘಂಟುಗಳು ಸಹ ಉತ್ತರ ಹುಡುಕಲಾರವು.

ಕಣ್ಣುಗಳು ನೈಸರ್ಗಿಕವಾದ ಕ್ಯಾಮರಾ ಆಗಿ ಬದುಕಿಗೆ ಮುಖ್ಯವಾದರೆ, ಮನಸ್ಸು ನಮ್ಮ ದಿನನಿತ್ಯದ ಬಾಳಿನ ಜೀವನದ ಪಥದಲ್ಲಿ ಸರಿ–ತಪ್ಪುಗಳ ನಿರ್ಣಾಯಕ ತೀರ್ಪುಗಾರ/ರ್ತಿಯಾಗಿ ಸರ್ವೋಚ್ಚ ನ್ಯಾಯಾಲಯವೇ ಆಗಿಬಿಡುವುದು ನಿಜ ಅಲ್ಲವೇ.

ಭಾರತೀಯ ಕಾವ್ಯಮೀಮಾಂಸೆಯ ಹಿನ್ನೆಲೆಯಲ್ಲಿ ಕವಿ-ಸಹೃದಯ ಲೋಕ

ಭಾರತೀಯ ಕಾವ್ಯಜಗತ್ತಿನ ಸರ್ವಶ್ರೇಷ್ಠ ಕವಿಗಳಲ್ಲಿ ಒಬ್ಬನಾದ ಕಾಳಿದಾಸನು "ಅರಸಿಕೇಶು ಮಾ ಕವಿತ್ವ ನಿವೇದನಾ ಮಾ ಲಿಖಾ ಮಾ ಲಿಖಾ ಮಾಲಿಖಾ" ಎಂದಿದ್ದಾನೆ. ಅಂದರೆ ಕಾವ್ಯದ ಬಗೆಗೆ ರಸಿಕತೆ ಇಲ್ಲದವರ ಮುಂದೆ ನಾನು ಕವಿತೆಯನ್ನು ನಿವೇದಿಸಿಕೊಳ್ಳುವಂತೆ ನನ್ನ ಹಣೆಯಲ್ಲಿ ಬರೆಯದಿರು" ಎಂದು ಇದರ ಅರ್ಥ. ಹಾಗಾದರೆ ಕವಿ ಬರೆದಿದ್ದನ್ನೆಲ್ಲ ಸ್ವೀಕರಿಸಬೇಕೇ? ಎಂಬ ಜಿಜ್ಞಾಸೆ ಮೂಡುತ್ತದೆ. ಕ್ರಿಯೆ-ಪ್ರತಿಕ್ರಿಯೆ, ಸ್ಪಂದನೆ-ಪ್ರತಿಸ್ಪಂದನೆ ಎರಡೂ ಸಾಧ್ಯವಾಗುವ ರೀತಿಯಲ್ಲಿ ಕವಿ-ಸಹೃದಯರ ಸಹಸಂಬಂಧದ ಅನು ಸಂಧಾನವಾಗಬೇಕು.ಕವಿಯ ವಾಚನವನ್ನು ಆಲಿಸುವ ಸಮಾನವಾದ ಸಂವೇದನೆ, ಕವಿಗೆ ಸಮಾನವಾದ ಹೃದಯ ಇಲ್ಲದಿದ್ದರೆ ಕಾವ್ಯದ ಕೇಳುಗ ಸಹೃದಯನಾಗಲಾರ.

ಹಾಗೆಯೇ ಕವಿ ತಾನು ವಾಚಿಸುತ್ತಿರುವ ಕವಿತೆಯ ಸತ್ವ ಮತ್ತು ಅದನ್ನು ಆಲಿಸುವ ಶ್ರೋತೃವರ್ಗದ ಅಭಿರುಚಿಯನ್ನು ತಿಳಿಯದಿದ್ದರೆ ಅದು ವ್ಯರ್ಥ ವಾಗುತ್ತದೆ. "ನೀರಿಳಿಯದ ಗಂಟಲೊಳ್ ಕಡುಬು ತುರುಕಿದಂತಾಯ್ತು" ಎಂಬ ಬಲವಂತದ ಮಾಘಸ್ನಾನವಾಗಿ ಕವಿತೆಯ ಅಂತಸ್ಸತ್ವ ಮೌಲ್ಯಹೀನ ವಾಗುತ್ತದೆ.

ಕವಿಯ ಜವಾಬ್ದಾರಿ ಮತ್ತು ಬಾಧ್ಯತೆ

ಭಾರತೀಯ ಮತ್ತು ಪಾಶ್ಚಾತ್ಯಕಾವ್ಯ ಪರಂಪರೆಯಲ್ಲಿ ಕವಿ ಮಹತ್ವದ ಭೂಮಿಕೆಯನ್ನು ವಹಿಸುತ್ತಾನೆ. ಸ್ವಾನುಭವ-ಪರಾನುಭವ ಎರಡೂ ಅನುಭವಜನ್ಯ ಜನಕ ಭಾವಲೋಕದಲ್ಲಿ ವಿಹರಿಸುವ ಕವಿ ಅದನ್ನು ಹೇಗೆ ತನ್ನ ಕಾವ್ಯದ ಮೂಲಕ ಆಕೃತಿಯನ್ನು ನೀಡುತ್ತಾನೆ ಎನ್ನುವುದು ಬಹಳ ಮುಖ್ಯ ಮತ್ತು ಔಚಿತ್ಯಪೂರ್ಣವಾಗುತ್ತದೆ.

ವಿಶ್ವನಾಥ ಕವಿಯು ತನ್ನ **ಸಾಹಿತ್ಯ ದರ್ಪಣ** ಕೃತಿಯಲ್ಲಿ **"ವಾಕ್ಯಂ ರಸಾತ್ಮಕಂ ಕಾವ್ಯಂ"** ಎನ್ನುತ್ತಾನೆ. ರಸಾತ್ಮಕವಾದ ವಾಕ್ಯಗಳು ಕಾವ್ಯವಾಗುತ್ತದೆ ಎಂಬ ಅವನ ಮಾತು ಸತ್ಯ. ಆದರೆ ಅರ್ಥವೇ ಇಲ್ಲದ ವಾಕ್ಯಗಳು ಕಾವ್ಯವೂ ಆಗುವುದಿಲ್ಲ, ರಸಾತ್ಮಕವಂತೂ ಆಗುವುದೇ ಇಲ್ಲ.

ಭಾಮಹ ತನ್ನ ಕಾವ್ಯಾಲಂಕಾರದಲ್ಲಿ ಹೇಳುವ "ಶಬ್ದಾರ್ಥ ಸಹಿತಂ ಕಾವ್ಯಂ" ಎನ್ನುವ ಮಾತು ಹೆಚ್ಚು ಅರ್ಥಪೂರ್ಣ ವಾಗಿದೆ. ಶಬ್ದ-ಅರ್ಥ ಸೇರಿ ಕಾವ್ಯವಾಗಬೇಕು ಎನ್ನುವುದು ಕವಿಗೂ ಆತನ ಕಾವ್ಯಕ್ಕೂ ಇರಲೇಬೇಕಾದ ಸಾವಯವ ಸಂಬಂಧ. ಇಲ್ಲದಿದ್ದರೆ

"ಪದಕ್ಕೆ ಪದ ಜೊತೆಗಿದ್ದ ಮಾತ್ರಕ್ಕೆ
ಪದ್ಯವಾದೀತು ಹೇಗೆ?
ಅರ್ಥ ಹುಟ್ಟೀತು ಹೇಗೆ?"

-ಜಿ.ಎಸ್. ಶಿವರುದ್ರಪ್ಪ

ಪದ-ಪದ್ಯಗಳ ಅಂತರ್ಸಂಬಂಧ ಸರಿಹೋಗದಿದ್ದರೆ ಅದು ಕವಿ ಮತ್ತು ಕಾವ್ಯದ ಸೋಲೂ ಆಗುತ್ತಲ್ಲದ ಕವಿಯಾದವನು ತನ್ನ ವ್ಯಾಪ್ತಿಯೊಳಗೆ ಬರುವುದನ್ನು ಮಾತ್ರ ಕಾವ್ಯದ ಪರಿಕರ ಗಳನ್ನಾಗಿಯೋ, ಕಾವ್ಯದ ಸಾಮಗ್ರಿಗಳನ್ನಾಗಿಯೋ ಬಳಸಿಕೊಳಬೇಕೆಂದಿಲ್ಲ.ಏಕೆಂದರೆ ಕವಿಯ ಭಾವ ಪ್ರಪಂಚ ಅಸೀಮ ಮತ್ತು ಅನಂತ. ಸ್ವಾಯತ್ತತೆ ಅವನ ಸ್ವಾತಂತ್ರ್ಯ ಮತ್ತು ಹಕ್ಕು. ಇದಕ್ಕೆ ಅವನಿಗೆ ಯಾರ ಅನುಮತಿಯ ಅವಶ್ಯಕತೆಯೂ ಬೇಕಾಗಿರುವುದಿಲ್ಲ.

ತನ್ನ ಪರಿಚಿತವಲಯದ ಸಂಗತಿಗಳನ್ನು ಕಾವ್ಯವಾಗಿಸಬಲ್ಲ ಸಹಜತೆಯ ಜೊತೆಜೊತೆಗೇ ಕವಿಯು, ತನ್ನದಲ್ಲದ ಭಾವ ಲೋಕದ ಒಳಹೊಕ್ಕು ಅದನ್ನೂ ಕಾವ್ಯದ ಒಳಗೆ ಉಚಿತ ರೀತಿಯಲ್ಲಿ ತರಬಹುದು.ಈ ಸೀಮೋಲ್ಲಂಘನ ಕ್ರಿಯೆ ಅವನ ಅಯಾಚಿತವಾದ ಸ್ವತ್ತು.

"Heard Melodies are Sweet
But those Unheard are more Sweeter"

-John Keats.

ಭಾರತೀಯ ಕಾವ್ಯ ಮೀಮಾಂಸೆಯಲ್ಲಿ ವಾಚ್ಯಾರ್ಥ ತಿರಸ್ಕೃತ ವಾಕ್ಯ ಮತು ವಾಚ್ಯಾರ್ಥ ತಿರಸ್ಕೃತವಾಗದ ವಾಕ್ಯಗಳಿಗೆ ಮಹತ್ತರವಾದ ಸ್ಥಾನವಿದೆ. ವಾಚ್ಯಾರ್ಥ ತಿರಸ್ಕೃತ, ವಾಚ್ಯಾರ್ಥ ತಿರಸ್ಕೃತವಲ್ಲದ ಕಾವ್ಯಾಭಿವ್ಯಕ್ತಿಗಳಿವೆ ಜಹಲ್ಲಕ್ಷಣೆ, ಅಜಹಲ್ಲಕ್ಷಣೆ ಎನ್ನುವ ಪರಿಕಲ್ಪನೆಯಲ್ಲಿ ವಾಚ್ಯಾರ್ಥ ತಿರಸ್ಕೃತ, ವಾಚ್ಯಾರ್ಥ ತಿರಸ್ಕೃತವಲ್ಲದ್ದನ್ನು ಗಮನಿಸಬಹುದು.

ಊರಿಗೆ ಊರೇ ಕಣ್ಣೀರು ಸುರಿಸಿತು, ಪುರದ ಪುಣ್ಯಂ ಪುರುಷ ರೂಪಿಂದೆ ಪೋಗುತಿದೆ ಇಲ್ಲಿ ಎಲ್ಲೂ ವಾಚ್ಯಾರ್ಥ ತಿರಸ್ಕೃತ ಆಗುವುದೇ ಇಲ್ಲ, ಆದರೆ ಕುಮಾರವ್ಯಾಸ ಹೇಳುವ ತನ್ನ ಭಾರತದಲ್ಲಿ ಹೇಳುವ ಉತ್ಪ್ರೇಕ್ಷಾಲಂಕಾರದ "ಕೈಕಾಲ್ ಮೂಡಿತೋ ನಭಕೆ" ಎಂಬಲ್ಲಿ ಸ್ಪಷ್ಟವಾಗಿ ವಾಚ್ಯಾರ್ಥ ತಿರಸ್ಕೃತ

ಆಗುತ್ತದೆ. ಹೀಗೆ ಕವಿಗಳಿಗೆ ವಾಚ್ಯಾರ್ಥ ತಿರಸ್ಕೃತ, ವಾಚ್ಯಾರ್ಥ ತಿರಸ್ಕೃತವಲ್ಲದ ಜಹಲ್ಲಕ್ಷಣೆ, ಅಜಹಲ್ಲಕ್ಷಣೆ ಎರಡರಲ್ಲೂ ತಮ್ಮ ಸಾಮರ್ಥ್ಯವಿ ರುತ್ತದೆ. ಸೃಜನಶೀಲ ಕವಿಗಳು ಮಾತ್ರ ಇದರಲ್ಲಿ 'ಪ್ರತಿಭೆ'ಯಿಂದ ಅದನ್ನು ಸಜೀವವಾಗಿ ಕಾವ್ಯದಲ್ಲಿ ಮೂಡಿಸಲು ಸಾಧ್ಯವಾಗುತ್ತದೆ.

ಕುಮಾರವ್ಯಾಸ ದುರ್ಯೋಧನನಿಂದ ನುಡಿಸುವ ಮಾತುಗಳು ಬಹಳ ಪರಿಣಾಮಕಾರಿಯಾಗಿವೆ.

"ಭೀಷ್ಮಾದಿ ಯೌವನ ದರ್ಪದಲೇ ಜಾರಿದ ಜಯಾಂಗನೆ
ಮುಪ್ಪಿನಲಿ ಒಲಿವುದಿದು ಅರಿದೆಲ
ನಾವು ಏಕಾಕಿವಾದೆವೆಲಾ"

ದುರ್ಯೋಧನನ ಈ ಕರುಣಾಜನಕ ಮಾತುಗಳಲ್ಲಿ ಎಲ್ಲೂ ಸ್ವಲ್ಪವೂ ವಾಚ್ಯಾರ್ಥ ತಿರಸ್ಕೃತ ಆಗುವುದೇ ಇಲ್ಲ.

ಆದರೆ ಬೇಂದ್ರೆಯವರು ಎರಡು ವಿರುದ್ಧ ಸಂಗತಿಗಳನ್ನು ಒಟ್ಟೊಟ್ಟಿಗೆ ತಂದು staticsmoron ರೂಪದಲ್ಲಿ "ರೆಪ್ಪೆ ತುಟಿ ತೆರೆದು ಮಾತಾಡಿತು" ಎಂದಾಗ ಅದು ವಾಚ್ಯಾರ್ಥ ತಿರಸ್ಕೃತ ವಾಕ್ಯವಾಗಿದೆ.

ನೇರವಾಗಿ ಹೇಳದೆ ಕಾಕುವಿನಲ್ಲಿ ಹೇಳುವುದು ಕವಿಯ ಕೌಶಲ ಮತ್ತು ಸೃಷ್ಟಿಶೀಲ ಸ಼ಾಮರ್ಥ್ಯ. ಆ ವ್ಯಂಗ್ಯವು ಕೇವಲ ನಿಂದನೆಯಾದರೆ, ಪ್ರಯೋಜನವಿಲ್ಲದೆ ಬಯ್ಗುಳವಾಗುತ್ತದೆ. ನೋವನ್ನು, ವಿಷಾದವನ್ನು ಕಾವ್ಯಸತ್ವ ಬಿಡದೆ ಹೇಳುವ ಆ ವ್ಯಂಗ್ಯವೇ ಗುಣೀಭೂತ ವ್ಯಂಗ್ಯ.

ಪಂಚಪಾಂಡವರು ತನ್ನನ್ನು ಕಾಪಾಡದೆ ಹೋದಾಗ ನಿಸ್ಸಹಾಯಕಳಾದ ಪಾಂಚಾಲಿಯು ಐವರೂ ಗಂಡದಿರನ್ನು ಉದ್ದೇಶಿಸಿ ಆಡುವ ಕಟಕಿ, ಕಟು ಮಾತುಗಳು ಹೀಗಿದೆ.

"ಪತಿಗಳೆನ್ನನು ಮಾರಿ ಧರ್ಮಸ್ಥಿತಿಯನು ಕೊಂಡರು"

ಎಂದಾಗ ಜೂಜು, ಪಣಕ್ಕಿಟ್ಟ ಸ್ಥಿತಿ, ಮಾರಾಟ ಎಲ್ಲ ಸಂಗತಿಗಳೂ ವ್ಯಂಗ್ಯಕ್ಕೆ ಅರ್ಥಕೊಟ್ಟು ಗುಣೀಭೂತ ವ್ಯಂಗ್ಯವಾಗಿ ಯಾವ ಅಂಶವನ್ನೂ ತಪ್ಪಾಗಿಸದೆ, ಧ್ವನಿಸಿ ಗುಣೀಭೂತ ವ್ಯಂಗ್ಯಕ್ಕೆ, ಕಾವ್ಯಕ್ಕೆ ಹೊಸ ಮೆರುಗು ನೀಡಿ ಕಾವ್ಯದ ಪರಿಣಾಮ, ಅದರ ತೀವ್ರತೆಯನ್ನು ಹಿಗ್ಗಿಸಿ ಸತ್ವ ಪೂರ್ಣವಾಗುತ್ತದೆ.

ಸಹೃದಯ–ಭಾರತೀಯ ಕಾವ್ಯಮೀಮಾಂಸೆಯಲ್ಲಿ ನವನವೋನ್ಮೇಷ ಶಾಲಿನಿಯಾದ ಕವಿಪ್ರತಿಭೆಗೆ ಸಮಾನ ವಾದ ಹೃದಯ ಉಳ್ಳವನೇ ಸಹೃದಯ ಎಂಬ ಸ್ಪಷ್ಟ ಉಲ್ಲೇಖವಿದೆ.

"ಸರಸ್ವತ್ಯಾಸ್ತತ್ವಂ ಕವಿಸಹೃದಯಾಖ್ಯಂ ವಿಜಯತೇ"

ಎಂದಿರುವ ಅಭಿನವಗುಪ್ತನ ಉಕ್ತಿಯು ಕವಿ–ಸಹೃದಯರ ಸಂಬಂಧ ಮತ್ತು ಅರ್ಹತೆಗಳನ್ನು ಸೊಗಸಾಗಿ ವಿಶದೀಕರಿಸಿದೆ.

"ಯೇಷಾನ್ ಕಾವ್ಯಾನುಶೀಲನವಶಾತ್ ವಿಶದೀಭೂತೇ
ಮನೋಮುಕುರೇ ವರ್ಣನೀಯ ತನ್ಮಯೀಭವನ
ಯೋಗ್ಯತಾ ತೇ ಹೃದಯ ಸಂವಾದಭಾಜಃ ಸಹೃದಯಾಃ"

ಅಭಿನವ ಗುಪ್ತ–ಧ್ವನ್ಯಾಲೋಚನ

"ಕಾವ್ಯಗಳನ್ನು ಪರಿಶೀಲಿಸಿ ನಿರ್ಮಲವಾದ ಮನಸ್ಸೆಂಬ ಕನ್ನಡಿಯಲ್ಲಿ ಕವಿಯ ಕಾವ್ಯವರ್ಣನಾಪ್ರಪಂಚದಲ್ಲಿ ತಲ್ಲೀನವಾಗುವ, ತನ್ಮಯವಾಗುವ, ಕವಿಯ, ಕಾವ್ಯದ ಜೊತೆಗೆ ಹೃದಯ ಸಂವಾದ ಮಾಡಬಲ್ಲ ಸಮರ್ಥನೇ ಸಹೃದಯ."

ಹೀಗಾಗಿಯೇ ಕವಿಯದ್ದು ದೃಷ್ಟಿ ಕಾವ್ಯ, ಸೃಷ್ಟಿ ಕಾವ್ಯವಾದರೆ, ಸಹೃದಯನದ್ದು ಅನುಸೃಷ್ಟಿಯ ಕಾರ್ಯ, ಆಸ್ವಾದನಾಕಾರ್ಯ.

ಕಾವ್ಯಮೀಮಾಂಸೆ ಕೃತಿ ಬರೆದ ರಾಜಶೇಖರನು ಕವಿಯ ಪ್ರತಿಭೆಯನ್ನು "ಕಾರಯಿತ್ರೀ ಪ್ರತಿಭೆ" ಎಂದೂ, ಸಹೃದಯನ ಪ್ರತಿಭೆಯನ್ನು "ಭಾವಯಿತ್ರೀ ಪ್ರತಿಭೆ" ಎಂದು ಸಮಂಜಸ ವಾಗಿ ವಿಭಾಗಿಸಿದ್ದಾನೆ. ಕವಿಯ ಕಾವ್ಯವನ್ನು ಆಹ್ಲಾದಿಸುವ, ಆಘ್ರಾಣಿಸುವವರಿಲ್ಲದಿದ್ದರೆ ಕವಿ ಮತ್ತು ಕಾವ್ಯದ ಪರಿಸ್ಥಿತಿಯು ಹೂವಿನ ಹಾರ ಕಟ್ಟಿ ಅದನ್ನು ಯಾರೂ ಮುಡಿಯುವವರೇ ಇಲ್ಲದೆ ಹೋದಾಗ ಹೂ ಕಟ್ಟಿದವನ ಕಳಾಹೀನ ನಿಸ್ತೇಜನಾಗಿ, ಮ್ಲಾನವದನದಿಂದ ಕವಿ ಬಾಡಿ ಹೋಗುತ್ತಾನೆ.

"ಕಟ್ಟಿಯುಮೇನೋ? ಮಾಲೆಗಾರನ ಪೊಸಬಾಸಿಗಂ
ಮುಡಿವ ಭೋಗಿಗಳಿಲ್ಲದೆ ಬಾಡಿಪೋಗದೇ!"

ಜನ್ನ–ಅನಂತನಾಥ ಪುರಾಣ

ಭಾರತೀಯ ಕಾವ್ಯಮೀಮಾಂಸೆಯಲ್ಲಿ ಕವಿ–ಸಹೃದಯ ಇಬ್ಬರೂ ಕಾವ್ಯಸರಸ್ವತಿಯ ಎರಡು ಕಣ್ಣುಗಳು, ಇವರಿಬ್ಬರ ಹೊಣೆಗಾರಿಕೆ ಮತ್ತು ಶಕ್ತಿ ಕಾವ್ಯಪರಂಪರೆಗೆ ವಿನೂತನವಾದ ಹೊಳಹುಗಳನ್ನು ಸ್ಫುರಿಸಿ, ಕಾವ್ಯದ ವಿಸ್ತಾರವಾದ ಅಧ್ಯಯನಕ್ಕೆ ಸಾತತ್ಯ ಒದಗಿಸುವ, ನಿರಂತರವಾದ ಕಾವ್ಯ ಮನೋಭೂಮಿಕೆಯನ್ನು ಹಿಗ್ಗಿಸುವ ಸಕ್ರಮವಾದ ಕಾರ್ಯಾನುಶೀಲತೆಯಲ್ಲಿ ಬಹಳ ವಿಶಿಷ್ಟವಾದ ಪಾತ್ರ ವಹಿಸುವುದರಲ್ಲಿ ಅನುಮಾನವೇ ಇಲ್ಲ ಎನ್ನುವುದು ನನ್ನ ಬಲವಾದ ನಂಬಿಕೆ.

ಜೋಗದ ಸಿರಿ ಅಷ್ಟೇ ಅಲ್ಲ, ನಿಸಾರ್ ಅಹಮ್ಮದ್ ಅವರ ಕಾವ್ಯಜಗತ್ತು!!?

ಸಾಮಾನ್ಯವಾಗಿ ಯಾವುದೇ ಭಾಷೆಯ ಪ್ರಸಿದ್ಧ ಕವಿ ತೀರಿಹೋದಾಗ ಆ ಕವಿಯ/ಬರೆಹಗಾರರ ಅತ್ಯಂತ ಪ್ರಖ್ಯಾತವಾದ ಕವನದ ಸಾಲುಗಳು ಶ್ರದ್ಧಾಂಜಲಿ, ನುಡಿನಮನಗಳ ತಲೆಬರೆಹವನ್ನು ಅಲಂಕರಿಸಿಬಿಡುತ್ತವೆ. ಇದು ತಪ್ಪು ಎಂದಲ್ಲ, ಆದರೆ ಅದರಿಂದಾಚೆಗೆ ಕವಿಯ ಬೇರೆಬೇರೆ ಆಯಾಮಗಳ ಕಾವ್ಯಕಸುವನ್ನು ನೋಡುವ ಪರಿಪಾಠ ತಪ್ಪಿ ಹೋಗುವ ಅಪಾಯ ಮತ್ತು ಒಂದೆರಡು ಕವಿತೆಗಳ ಸೀಮಿತ ಚೌಕಟ್ಟಿಗೆ ಮಾತ್ರ ಸೀಮಿತವಾಗಿಸಿ ಬಿಡುವ ಲೆಕ್ಕಾಚಾರ ಆ ಕವಿಯ ವ್ಯಾಪ್ತಿ ಮತ್ತು ಅಗಾಧವಾದ ಬಾಹುಳ್ಯವನ್ನು ಮೂಲೆಗುಂಪು ಮಾಡಿದಂತಾಗುತ್ತದೆ ಎನ್ನುವ ಪ್ರಬಲವಾದ ನಂಬಿಕೆ ನನ್ನದು.

ನರಸಿಂಹಸ್ವಾಮಿಯವರನ್ನು ಕೇವಲ ಮೈಸೂರು ಮಲ್ಲಿಗೆಯ ಪರಿಧಿಯಲ್ಲಿ, ಡಿ.ವಿ.ಜಿ.ಯವರನ್ನು ಮಂಕುತಿಮ್ಮನ ಕಗ್ಗದಿಂದಾಚೆ ನೋಡದ ನಮ್ಮ ಅವಜ್ಞೆ... ಹೀಗೆ ಅನೇಕ ನಿದರ್ಶನಗಳಿವೆ.ಮೈಸೂರು ಮಲ್ಲಿಗೆ, ಕಗ್ಗ ಇವೆಲ್ಲವೂ ಬಹಳ ಹೆಸರಾದವುಗಳು ಹೌದು, ಆದರೆ ಅವುಗಳನ್ನು ದಾಟಿ ಕವಿಗಳ ಇನ್ನಿತರ ವಿಸ್ತಾರವಾದ ಕಾವ್ಯ-ಗದ್ಯಪ್ರಪಂಚವನ್ನು ಅರ್ಥೈಸುವ ಅಗತ್ಯ ಬಹಳ ಮುಖ್ಯವೂ ಹೌದು ಬಹಳ ಗಂಭೀರವಾದ ಸಂಗತಿಯೂ ಹೌದು.

ಇತ್ತೀಚೆಗೆ ನಮ್ಮನ್ನಗಲಿದ ನಿಸಾರ್ ಅಹಮದ್ ಅವರು ಹೀಗೆ ಕೇವಲ ಕುರಿಗಳು ಸಾರ್ ಕುರಿಗಳು, ಜೋಗದ ಸಿರಿಯ ಷ್ಟಕ್ಕೇ ಮಿತಿಗೊಂಡವರಲ್ಲ.

ಸ್ವತಃ ನಿಸಾರ್ ಅಹಮದ್ ಅವರೇ "ನಾನು ಎಷ್ಟೋ ಕವಿತೆಗಳನ್ನು ಬರೆದಿದ್ದೇನೆ, ಆದರೆ ನನ್ನ ಜೋಗದ ಸಿರಿಯ ಬೆಳಕಿನಲ್ಲಿ, ಕುರಿಗಳು ಸಾರ್ ಕುರಿಗಳು ಕವಿತೆಗಳ ಬಗ್ಗೆಯೇ ಹೇಳುತ್ತಾರೆ ಬೇರೆ ಎಷ್ಟೋ ಬರೆದಿದ್ದೇನೆ" ಎಂದಿದ್ದರು. ಇದು ಕವಿ ಒಂದಕ್ಕೇ ಜೋತು ಬೀಳದೆ ಅನನ್ಯತೆಯನ್ನು ಬಯಸುವ ನಿಜವಾದ ಸಾಹಿತಿಯ ತುಡಿತದ ಮನೋಧರ್ಮ.

ಪಾಬ್ಲೋ ನೆರೂಡನಂಥ ಉತ್ತಮ ಬರಹಗಾರನನ್ನು ಕನ್ನಡಕ್ಕೆ ತಂದ ಮಹನೀಯರು ನಿಸಾರ್ ಅಹಮದ್ ಎನ್ನುವುದನ್ನು ನಾವು ಮರೆಯಬಾರದು. ನಿಸಾರ್ ಅವರ ಕಾವ್ಯಭಾಷೆಯಲ್ಲಿ ನಮ್ಮ ಕನ್ನಡವು ಸುಂದರವಾಗಿ ಮತ್ತು ಕ್ಲಿಷ್ಟವಲ್ಲದ ರೀತಿಯಲ್ಲಿ ಅರಳುತ್ತ ಮೈದಾಳುತ್ತದೆ. ಚೆಲುವನ್ನು ಅವರು "ಸಗ್ಗದ ಸಿರಿ ಬಂತು ನಮ್ಮೂರಿಗೆ" ಎಂದು ಬರೆದವರು. ಆದರೆ ಇದೇ ಕವಿ "ಒಂದೆದೆಯ ಹಾಲ ಕುಡಿದವರ ನಡುವೆ ಎಷ್ಟೊಂದು ಭೇದ ತಾಯಿ"... ಎಂದು ನಾಡದೇವಿಗೆ ಮೊರೆಯಿಡುವ ವಿಶಿಷ್ಟ ಪ್ರಜ್ಞಾವಂತ ಕವಿ.

ನಿಮ್ಮೊಡನಿದ್ದೂ ನಿಮ್ಮಂತಾಗದೆ ಹೀಗೆ ನನಗೆ ಬಹಳ ಇಷ್ಟವಾದ ನಿಸಾರ್ ಅಹಮದ್ ಅವರ ಸೊಗಸಾದ ಕವನ.

ನಿಮ್ಮೊಡನಿದ್ದೂ ನಿಮ್ಮಂತಾಗದೆ
ನಿಮ್ಮೊಡನಿದ್ದೂ ನಿಮ್ಮಂತಾಗದೆ
ಜಗ್ಗಿದ ಕಡೆ ಬಾಗದೆ
ನಾನು ನಾನೇ ಆಗಿ. ಈ ನೆಲದಲ್ಲೆ ಬೇರೊತ್ತಿದ್ದರೂ ಬೀಗಿ
ಪರಕೀಯನಾಗಿ
ತಲೆಯೆತ್ತುವುದಿದೆ ನೋಡಿ
ಅದು ಬಲುಕಷ್ಟದ ಕೆಲಸ.

ವೃತ್ತದಲ್ಲಿ ಉನ್ಮತ್ತರಾದ
ನಿಮ್ಮ ಕುಡಿತ ಕುಣಿತ ಕೂಟಗಳು
ಕೆಣಕಿ ಎಸೆದಿದ್ದರೂ
ಪಂಚೇಂದ್ರಿಯಕ್ಕೆ ಲಗಾಮು ಜಡಿದು ಜಾರದೆ ನಿಮ್ಮತ್ತ
ಸಂಯಮವನ್ನೇ ಪೋಷಿಸಿ ಸಾಕುತ್ತ
ರೇಖೆಯಲ್ಲೇ ದೊಂಬರಾಟ ನಡೆಸುವುದಿದೆ ನೋಡಿ
ಅದು ಬಲು ಕಷ್ಟದ ಕೆಲಸ.

ಒಳಗೊಳಗೆ ಬೇರುಕೊಯ್ದು
ಲೋಕದೆದುರಲ್ಲಿ ನೀರು ಹೊಯ್ದು
ನನ್ನ ಸಲಹುವ ನಿಮ್ಮ ಕಪಟ ಗೊತ್ತಿದ್ದರೂ
ಗೊತ್ತಿಲ್ಲದಂತೆ ನಟಿಸಿ

ಚಕಾರವೆತ್ತದೆ ನಿಮ್ಮೊಡನೆ ಕಾಫಿಹೀರಿ ಪೇಪರೋದಿ ಹರಟಿ
ಬಾಳ ತಳ್ಳುವುದಿದೆ ನೋಡಿ
ಅದು ಬಲು ಕಷ್ಟದ ಕೆಲಸ.

ನಿಮ್ಮ ಮಾತುಕತೆಗಳಲ್ಲಿ ಹುದುಗಿದ ಬೆಕ್ಕು
ಸಂಶಯದ ಪಂಜವೆತ್ತಿ
ನನ್ನ ನಂಬಿಕೆ ನೀಯತ್ತು ಹಕ್ಕು
ಕೊನೆಗೆ ಸಾಚಾತನವನ್ನು ಪರಚಿ, ಒತ್ತಿ
ನೋವಿಗೆ ಕಣ್ಣು ತುಂಬಿದ್ದರೂ,
ಚೆಲ್ಲಿದ ರಕ್ತದಲ್ಲಿ ರಾಷ್ಟ್ರೀಯತೆಯ ಧಾತುಗಳ
ನನ್ನದುರಿನಲ್ಲೇ ತನಿಖೆಮಾಡುವ ಕ್ಷಣವನ್ನು
ಹುಸಿನಗುತ್ತ ಎದುರಿಸುವುದಿದೆಯಲ್ಲ
ಅದು ಬಲು ಕಷ್ಟದ ಕೆಲಸ.

ಕಣ್ಣೆದುರಿಗೆ ಆತ್ಮೀಯವಾಗಿ ಮಾತನಾಡಿಸುವವರೇ ಸಂಶಯದ ಪಂಜುಗಳ ಹುದುಗಿಟ್ಟ ಕುತ್ಸಿತ, ಸಂಕುಚಿತ ಭಾವ ಲೋಕದಲ್ಲಿ ಒಳಗೊಳಗೇ ಬೇರು ಕೊಯ್ಯುವ, ಕಂಗೆಡಿಸುವ ಹುಸಿಸೋಗು, ಕಪಟತನದವರನ್ನು ನಿಮ್ಮೊಡನಿದ್ದೂ ನಿಮ್ಮಂತಾಗದೆ ಕವನ ಸಾರವತ್ತಾಗಿ ಬಿಡಿಸಿಡುತ್ತದೆ. ಹಾಗೆ ನೋಡಿದರೆ ಈ ರೀತಿಯ ಪರಕೀಯತೆ, ಕುಹಕಗಳು ಗೊತ್ತಿದ್ದೂ, ಕಷ್ಟವಾದರೂ ಅದನ್ನು ಎದುರಿಸಿ ಸೆಟೆದು ತನ್ನತನಕ್ಕಾಗಿ ತನ್ನ ಸ್ವಂತಿಕೆಯ ವ್ಯಕ್ತಿತ್ವಕ್ಕಾಗಿ ಅಂತಹವರ ಜೊತೆಗಿದ್ದುಕೊಂಡೇ ನಡೆಸಬೇಕಾದ ಅನಿವಾರ್ಯ ಸೆಣಸಾಟಗಳನ್ನು ನಿಸಾರ್ ಅಹಮದ್ ಅವರು ಹೇಳಿರುವಂತೆ ಮತ್ತೊಬ್ಬ ಕವಿ ಹೇಳಲಾಗಿಲ್ಲ. ಆದರೆ ಇಂಥವರು ಹೀಗೇ ಎಂದು ತಿಳಿದಿದ್ದೂ ಅವರ ಜೊತೆಗೇ ಕಾಫಿ ಕುಡಿಯುತ್ತಾ ಹರಟೆಹೊಡೆಯುತ್ತಾ ಪೇಪರ್ ಓದುತ್ತಾ ಕಾಲ ತಳ್ಳುವ ಪ್ರಯಾಸದ ಕೆಲಸ ಕಷ್ಟ ಎನ್ನುವುದರಲ್ಲಿ ಸೊಗಸಿದೆ.

ವಿಡಂಬನೆಯ ನಗೆ ಹೊತ್ತ ಈ ಸಾಲುಗಳು ಮೊನಚು ಮಾತುಗಳ ಹರಿತ ವಾಗ್ಬಾಣಗಳಿಲ್ಲದೆ ಪರಕೀಯ ಭಾವ ಸೃಷ್ಟಿಸುವ ಜನರ ನಡುವೆ ಹೇಗೆ ದಿನ ದೂಡಬೇಕು ಎನ್ನುವುದನ್ನು ಮಾರ್ಮಿಕವಾಗಿ ಧ್ವನಿಸುತ್ತದೆ .ಇದು ನಿಸಾರ್ ಅಹಮದ್ ಅವರ ಸಶಕ್ತ ಸಾಮರ್ಥ್ಯ.

ಅತಿಯಾದ ವ್ಯಂಗ್ಯ, ಕಟಕಿಗಳಿಲ್ಲದೆ, ಸಂಕೀರ್ಣ ಮತ್ತು ಒರಟಾದ ಸಂಗತಿಗಳನ್ನೂ ಸರಳಸಂವಹನ ಶೈಲಿಯಲ್ಲಿ ಹೇಳಬಲ್ಲೆ ಎಂದು ಅದನ್ನು ದಕ್ಕಿಸಿಕೊಂಡ ಪ್ರಭಾವಶಾಲೀ ಅಂತಸತ್ವದ ಸೃಜನಶೀಲರಾದ ಈ ಕವಿಯ ಈ ಕವಿತೆ ಇಂದಿಗೂ ಇಂಥ ಪರಕೀಯತೆ, ಮೆಲುಮಾತಿನ ಸ್ವಾರ್ಥ ಸಾಧಕರು, ಪಟ್ಟಭದ್ರರ ಚಿತಾವಣೆ ಮಳ್ಳ ಕೆಲಸಗಳಿಂದ ಯೋಗ್ಯರಾಗಿಯೂ ಅಯೋಗ್ಯರಾಗಿ,

ಅರ್ಹರಾಗಿಯೂ ಅನರ್ಹರಾಗಿ ಉಳಿದು ನೋವು ನುಂಗುವವರ ಎಷ್ಟೋ ಜನರ ಆತ್ಮಗೀತೆಯಾಗಿದೆ.

ಸಮಾಜದಲ್ಲಿ ಇಂಥ ಮೆಲುಮಾತಿನ ನಸುಗುನ್ನಿಗಳ ಸಂಖ್ಯೆ ಬಹಳ ಹೆಚ್ಚು. ಮಾತೆಲ್ಲ ಮಧುರ, ಆದರೆ ತನ್ನ ಸ್ಥಾನಕ್ಕೆ ಇವನೋ, ಇವಳೋ ಬಂದುಬಿಟ್ಟರೆ, ಅವನು/ಳು ಹೆಸರು ಮಾಡಿಬಿಟ್ಟರೆತನ್ನ ಬೆಲೆಯೆಲ್ಲಿಕುಸಿದು ಕುಂಠಿತವಾಗುತ್ತದೋ ಎಂಬ ಹುನ್ನಾರದಲ್ಲಿ ಮೇಲೆ ಬರಲು ಬಿಡದೆ, ತುಳಿಯುವ ಕೆಲಸಗಳಲ್ಲೇ ತೊಡಗುವ ಸ್ವಯಂಪ್ರತಿಷ್ಠಾಪಿತ ಪಟ್ಟಭದ್ರರಾದ ಮೆಲುಮಾತಿನ, ಬೆಣ್ಣೆಮಾತಿನ ವ್ಯಕ್ತಿಗಳ ಬಗ್ಗೆ, ಅಂಥವರಿಗೆ ಅಧಿಕಾರದಲ್ಲಿರುವವರೂ ಹೆದರಿ, ಯಾವ ನಿರ್ಧಾರವನ್ನೂ ತಾಳದೆ, ಅರ್ಹರನ್ನು ಕಡೆಗಣಿಸುತ್ತಾ ಮೆಲುಮಾತಿನ ಪಾಕಡಾಗಳಿಗೆ ಮಣೆ ಹಾಕುವ ಎಲ್ಲ ವಿಷಯಗಳನ್ನೂ ನಿಸಾರ್ ಅಹಮದ್ ಅವರ ನಿಮ್ಮೊಡನಿದ್ದೂ ನಿಮ್ಮಂತಾಗದೆ ಅದ್ಭುತವಾಗಿ ಲೋಕಸತ್ಯವಾಗಿ ಮನಗಾಣಿಸುತ್ತದೆ.

ನಿಸಾರ್ ಅಹಮದ್ ಅವರ "ಹಮೀದಾ ಹೈದರ್" ನಿವಾಸಕ್ಕೆ ನಾನು ಹಲವು ಸಲ ಹೋಗಿದ್ದೇನೆ. ಅಲ್ಲಿ ನನಗೆ ಇಷ್ಟವಾಗಿದ್ದು ನಿಸಾರ್ ಅಹಮದ್ ಅವರ ಅಸಹಜವಲ್ಲದ, ಕೃತಕ ಅಲ್ಲವೇ ಅಲ್ಲದ, ಮನುಷ್ಯನಾಗಿ ನಡೆದುಕೊಳ್ಳುತ್ತಿದ್ದ ಅವರ ವ್ಯಕ್ತಿತ್ವ.

"ಭೂಗರ್ಭಶಾಸ್ತ್ರದ ಪ್ರಾಧ್ಯಾಪಕರಾಗಿ ಇಷ್ಟು ಸುಂದರವಾದ ಕನ್ನಡ ನಿಮಗೆ ಹೇಗೆ ಒಲಿಯಿತು ಸಾರ್" ಎಂದೊಮ್ಮೆ ಪ್ರಶ್ನಿಸಿದಾಗ ಅವರು ಕೈಮುಗಿದು ನೆನೆದದ್ದು ಅವರ ತಂದೆ ಷೇಕ್ ಹೈದರ್ ಅವರನ್ನು. ನನಗೆ ಅವರು ಬಳಸುತ್ತಿದ್ದ ಚೆಂದದ ಕನ್ನಡ ಭಾಷೆ ಬಹಳ ಇಷ್ಟವಾಗುತ್ತಿತ್ತು. ಒಮ್ಮೆ "ಸರ್, ಪ್ರಕೃತಿ ನಿಮ್ಮನ್ನು ಎಷ್ಟು ಕಾಡಿದೆ" ಎಂದು ಕೇಳಿದೆ. ಅದಕ್ಕೆ ಅವರು "ನೋಡಿ ಪ್ರಸಾದ್, ಈ ಪ್ರಕೃತಿ ನಿತ್ಯಾಸ್ವಾದಿನಿ, ಇದರ ಸೈಪು ಅಕ್ಷಯಸಂಪದ. ಇದನ್ನು ಪ್ರಗಲ್ಭವಿಧಾನದಲ್ಲಿ ಗಮನಿಸಿ, ಗಮನಿಸಿ ಮನಸ್ಸಿನ ಆಡುಂಬೊಲದಲ್ಲಿ ಚಿರಸ್ಥಾಯಿಯಾಗಿಸಿಕೊಳ್ಳುವ ಪ್ರಯತ್ನವನ್ನು ನಾವು–ನೀವು ಮಾಡುತ್ತಲೇ ಇರಬೇಕು, ಅದು ಸಂಪೂರ್ಣವಾಗಿ ಸಾಧ್ಯ ಆಗೋಲ್ಲ ನಿಜ, ಆದರೆ ಹಾಗೆ ನಡೆಸುವ ಯಶೋಮಾರ್ಗದ ಪ್ರಯಾಣ ಇದ್ಯಲ್ಲ ಅದೇ ನಮ್ಮ ಬದುಕಿನ ಪ್ರಾಂಜಲವಾದ ಹೆಜ್ಜೆಗುರುತಿನ ಹಾದಿ" ಅಂದರು. ಇದು ನಿಸಾರ್ ಅಹಮದ್ ಅವರ ನುಡಿಗನ್ನಡದ ಭಾಷಾಸಂಪತ್ತು.

ಆದರೆ ಅವರಲ್ಲಿ ಹಾಸ್ಯಪ್ರಜ್ಞೆಗೇನೂ ಕೊರತೆ ಇರಲಿಲ್ಲ, ಒಂದು ಸಲ ಪದ್ಮನಾಭನಗರದ ಹತ್ತಿರವೇ ಕೆಲಸ ಮುಗಿಸಿ ಅವರ ಮನೆಗೆ ಹೋಗುವುದು 5–10 ನಿಮಿಷ ತಡವಾಗಿತ್ತು. ಅವರೇನೂ ಬೇಸರಿಸಲಿಲ್ಲ, "ಬಿಸಿಲಿನಲ್ಲಿ ಬೆಂದು ಹೋದ ಹಾಗಿದೆ ನೀವು" ಅಂದವರೆ ಚಾಯ್ ಕುಡೀರಿ ಅಂದರು. ಟೀ

ಸಹ ಬಂತು. ನನಗೆ ಆಗಿನಿಂದ ಈಗಿನ ತನಕ ಟೀ ಆಗಿ ಬರೋದಿಲ್ಲ ಟೀ ಕುಡಿಯೋದಕ್ಕೆ ಬಹಳ ಕಷ್ಟಪಟ್ಟು ದ್ರಾವಿಡ ಪ್ರಾಣಾಯಾಮ ಮಾಡುತ್ತಿದ್ದೆ. ಅದನ್ನು ಗಮನಿಸಿದ ನಿಸಾರ್ ಅಹಮದ್ ಕಾರಣ ಕೇಳಿದರು.ನನಗೆ ಟೀ ಸೇರಲ್ಲ ಸರ್ ಅಂದೆ. ಆಗ ಅವರು ಓ ಹಾಗಾ, ಟೀ ಠೀಕ್ ನಹೀ, ಇರಿ, ಅದನ್ನ ಮಾಡ್ಬಿಡಿ ಮಾಫಿ, ಕೊಟ್ಟರಾಯ್ತು ಕಾಫಿ ಅಂದಾಗ ಅಲ್ಪಸ್ವಲ್ಪ ಟೀ ಗಂಟಲಿನಿಂದ ಬಾಯಿಗೆ ಬಂದು ಬಹಳ ಪ್ರಯಾಸದಿಂದ ನಗುತಡೆದುಕೊಂಡಿದ್ದೆ. ಕವಿಯ ಮನೆಗೆ ಸುಮಾರು 10+15 ಸಲ ಹೋಗಿದ್ದ ನನಗೆ ಯಾವತ್ತಿಗೂ ಅದೇ ವಿಶ್ವಾಸವೇ ಹೊರತು ಅದರಲ್ಲಿ ಒಂದು ದಿನವೂ ಲವಲೇಶವೂ ಲೋಪ ಕಾಣಲಿಲ್ಲ.

ಕೊನೆಯ ಮಾತು

ವಯೋಸಹಜ ಅನಾರೋಗ್ಯ, ಕಾಡಿದ ಹೃದಯದ ಬೇನೆ, ಕ್ಯಾನ್ಸರ್ ಹೆಮ್ಮಾರಿ, ಪತ್ನಿಯ ಅಗಲಿಕೆ, ಕೆಲವೇ ದಿನಗಳ ಹಿಂದೆ ದೂರದ ಅಮೇರಿಕಾದಲ್ಲಿ ಮಗನ ಸಾವು... ಇಷ್ಟೆಲ್ಲ ನೋವುಗಳನ್ನು ನುಂಗಿದ 84ರ ಜೀವ ನಿಸಾರ್ ಅಹಮದ್ ಜೀವನ ಮುಗಿಸಿದ್ದಾರೆ. ಆದರೆ ಸಂಯಮ, ಗಾಂಭೀರ್ಯ, ಸುಲಲಿತವಾದ ಹಾಸ್ಯಪ್ರಜ್ಞೆ ಎಲ್ಲವನ್ನೂ ಹೊತ್ತು ಧನ್ಯ ಬದುಕು ಸಾಗಿಸಿ ಮಾಗಿದ ಕನ್ನಡದ ಪ್ರಜ್ಞಾವಂತ ಸಾಹಿತ್ಯ ಕೃಷಿಕ "ಜಾತಸ್ಯ ಮರಣಂ ಧ್ರುವಂ" ಎಂಬಂತೆ 84ರತುಂಬು ಬಾಳುವೆ ನಡೆಸಿ ಇಹಬದುಕಿಗೆ ಮುಕ್ತಾಯಹಾಡಿದ್ದಾರೆ.

ಬದುಕಿನಲ್ಲಿ ನಿಸಾರ್ ಅಹಮದ್ ಅವರಂಥವರ ಜೊತೆಗಿನ ಒಡನಾಟ ನನ್ನ ಪಾಲಿಗೆ, ಬಾಳಿಗೆ ಸೌಭಾಗ್ಯ ಎನ್ನುವುದರಲ್ಲಿ ಎಳ್ಳಷ್ಟೂ ಅನುಮಾನವಿಲ್ಲ. ನಿಸಾರ್ ಅಹಮದ್ ಅವರೇ ನಿಮಗೆ ಸಾಷ್ಟಾಂಗ ನಮಸ್ಕಾರ.

ಕವಿ ಕಾವ್ಯಾಭಿವ್ಯಕ್ತಿ

ಕವಿಗಳದ್ದು ಆತ್ಮಕೇಂದ್ರಿತವಾದ ಸ್ವಾಯತ್ತ ಜಗತ್ತು. ಅವರವರ ಲೋಕದಲ್ಲಿ ಅವರ ಭಾವಾಭಿವ್ಯಕ್ತಿ ಸ್ವಾನುಭವ–ಪರಾನುಭವ ಎರಡೂ ನೆಲೆಗಳಿಂದ ಕೂಡಿರುತ್ತವೆ. ಆದರೆ ಕವಿಯಾಗಿ ತನಗೆ ಅನ್ನಿಸಿದ ಸಂವೇದನೆಗಳ ಭಾವಕೋಶ ಗಳಿಂದಲೇ ಕಾವ್ಯಕ್ಕೊಂದು ರೂಪುರೇಷೆ ಕಲ್ಪಿಸಿಕೊಳ್ಳುವ ಕವಿಯ ಮಾರ್ಗ ಅಬಾಧಿತ ಮತ್ತು ಸ್ವಯಂನಿರ್ಮಿತ ಲೋಕ.

ಭಾರತೀಯ ಕಾವ್ಯಮೀಮಾಂಸೆಯ ಮಹತ್ವದ ಲಾಕ್ಷಣಿಕನಾದ ಆನಂದವರ್ಧನ ತನ್ನ "ಧ್ವನ್ಯಾಲೋಕ"ದಲ್ಲಿ ಬಹಳ ಸ್ಪಷ್ಟವಾಗಿ ಹೇಳಿದ್ದಾನೆ. ಅದು ಹೀಗಿದೆ.

"ಅಪಾರೇ ಕಾವ್ಯಸಂಸಾರೇ ಕವಿರೇವ ಪ್ರಜಾಪತಿಃ
ಯಥೇಸ್ಮೈ ರೋಚತೆ ವಿಶ್ವಂ ತಥೇದತ್ ಪರಿವರ್ತತೆ"

ಅಪಾರವಾದ ತನ್ನ ಕಾವ್ಯಜಗತ್ತಿನಲ್ಲಿ ಕವಿಯೇ ಬ್ರಹ್ಮ. ತನಗೆ ಅನ್ನಿಸಿದಂತೆ ವಿಶ್ವವನ್ನು ಕಾವ್ಯಲೋಕದಲ್ಲಿ ಪರಿವರ್ತಿಸಿಕೊಳ್ಳುವ ಸೌಲಭ್ಯ ಅವನದ್ದು.

ಯಾವುದೇ ಒಬ್ಬ ಸಾಹಿತಿಗೆ ಹೀಗೇ ಬರೆಯಬೇಕೆಂಬ ಆಜ್ಞೆ, ಆಣತಿಗೆ ಕವಿಮನಸ್ಸು ಒಪ್ಪುವುದಿಲ್ಲ. ತಮಗೆ ಇಷ್ಟವಾಗುವಂತೆ, ತಮ್ಮ ಆಲೋಚನಾ ವಿಧಾನಗಳಿಗೆ ಅಭಿರುಚಿಗೆ ತಕ್ಕಂತೆಯೇ ಬರೆಯಬೇಕೆಂದು ಓದುಗವರ್ಗ, ಕಾವ್ಯರಸಿಕರು ಅಂದಾಗ ಸೃಜನಶೀಲ ಬರಹಗಾರರು ಅದನ್ನು ಒಪ್ಪುವುದಿಲ್ಲ. ಒಪ್ಪಬೇಕಾಗಿಯೂ ಇಲ್ಲ.

"ಆನು ಒಲಿದಂತೆ ಹಾಡುವೆ"

ಎಂಬ ಬಸವಣ್ಣನವರ ವಚನದ ಸಾಲೇ ಕವಿಯ ಅಭಿವ್ಯಕ್ತಿಯ ಸ್ವೋಪಜ್ಞತೆ ಸ್ವಂತಿಕೆಯೊಳಗೆ ತನ್ನ ಅನನ್ಯತೆಯನ್ನು ಸಾಧಿಸಿಕೊಳ್ಳುವ, ಸ್ಥಾಪಿಸಿಕೊಳ್ಳುವ ದಾರಿಯನ್ನು ಮೌಲಿಕವಾದ ಸಾಹಿತಿಗಳು ಪಾಲಿಸುತ್ತಾರೆ. ತಮ್ಮ ಕೃತಿ, ಲೇಖನಗಳು ಇನ್ನೊಬ್ಬರಿಗೆ ಬರಿಯ Source Material ಎಂದು ಯಾರೋ ಒಬ್ಬಿಬ್ಬರಿಗೆ ಅನ್ನಿಸಿದಾಕ್ಷಣ ಅವರುಗಳಿಗಾಗಿ ತನ್ನ ಮಾರ್ಗವನ್ನು ಕವಿ ಬಿಡಲಾರ ಮತ್ತು ಬಿಡಬಾರದು.

ಸಹೃದಯನ ರೀತಿಯಲ್ಲಿ ಸಲಹೆ ಬಂದಾಗ ಅದನ್ನುಬಹಳ ಪ್ರಾಮಾಣಿಕವಾಗಿ ಸ್ವೀಕರಿಸಿ, ಹೀಗೇಬರೆಯಬೇಕೆಂಬ ಅಪ್ಪಣೆ–ಆದೇಶಗಳು ಬಂದಾಗ ಅದನ್ನು ದಿಟ್ಟವಾಗಿ, ಸಾರಾಸಗಟಾಗಿ ತಿರಸ್ಕರಿಸಿ ತನ್ನೊಳಗಿನ ಕವಿಹೃದಯದ ಸ್ವಂತ ಭಾವಲಹರಿಗಳನ್ನು ಕಾಪಿಟ್ಟುಕೊಂಡವರಲ್ಲಿ ಕೆ.ಎಸ್.ನ. ಬಹಳ ಮುಖ್ಯವಾಗಿ ಕಾಣುತ್ತಾರೆ.

ವಿ.ಸೀ. ಅವರು ಕೆ.ಎಸ್.ನ. ಅವರಿಗೆ "ಎಷ್ಟು ದಿನ ಹೀಗೆ ಗಂಡ ಹೆಂಡತಿ ಬಗ್ಗೆಯೇ ಬರೀತೀರಿ, ಹೊಸ ಆಲೋಚನೆ, ಕಾವ್ಯದಾರಿಯ ಕಡೆಗೆ ಯೋಚಿಸಿ ಎಂದ ಸಹೃದಯ ಸಲಹೆ ಕೆ.ಎಸ್.ನ. ಅವರ ಸುದೀರ್ಘ ಕಾವ್ಯಚಿಂತನೆಗೆ, ಹೊರಳು ಹಾದಿಗೆ ಕಾರಣವಾಗಿದ್ದು, ಮೈಸೂರು ಮಲ್ಲಿಗೆಯಿಂದ ದಾಟಿ ಕೆ.ಎಸ್.ನ. ಶಿಲಾಲತೆ, ತೆರೆದ ಬಾಗಿಲು... ಹೀಗೆ ವಿಭಿನ್ನ ಕಾವ್ಯ ಸಂಕಲನಗಳ ಮೂಲಕವೂ ತಮ್ಮ ಸಾಮರ್ಥ್ಯ ಪ್ರಕಟ ಪಡಿಸಿದರು. ಆದರೆ ಇದೇ ಕವಿಗೆ ನಿರ್ದಿಷ್ಟವಾಗಿ ಹೀಗೇ ಬರೆಯಬೇಕೆಂಬ ಸಾಹಿತ್ಯದ ಭಿನ್ನ ಪಂಥದ ಬರಹಗಾರರ ಹುಕುಂ ಸರ್ವದಾ ಇಷ್ಟವಾಗಲಿಲ್ಲ, ಅವರಿವರ ಆಣತಿಗಳಿಗೆ ತನ್ನೊಳಗಿನ ಕವಿಯನ್ನು ಬಿಟ್ಟುಕೊಡದೆ ಅವನನ್ನು ಬಹಳ ಜೋಪಾನ ವಾಗಿಟ್ಟುಕೊಂಡು ಕಾಪಾಡಿಕೊಂಡವರು ಕೆ.ಎಸ್.ನ.

"ಅದನಿದನೇ ಹಾಡೆಂಬ ಕಡ್ಡಾಯವೇಕೆ?
ವೇದಿಕೆಯ ಮೇಲಿಂದುಪದೇಶವೇಕೆ?
ಕಬ್ಬಿಗನು ಬೆದರುವನೇ ಸ್ವಾತಂತ್ರ್ಯ ಪ್ರೇಮಿ
ತಾರೆಗಳನಾಳುವನು ಸಾಲದೇ ಭೂಮಿ."

ಹೀಗೆ ಮಾರುತ್ತರ ನೀಡಿದವರು ಕೆ.ಎಸ್.ನ.

ಗೋಪಾಲಕೃಷ್ಣ ಅಡಿಗರು ಮತ್ತು ಕೆ.ಎಸ್.ನ. ಅವರ ನಡುವೆಯೂ ಹೀಗಾಗಿರುವುದು ಸತ್ಯ. ಪುಷ್ಪಕವಿಯ ಪರಾಕು ಎಂಬ ಅಡಿಗರ ಟೀಕೆಗೆ ಕೆ.ಎಸ್.ನ. ತಣ್ಣಗೆ

"ಗೋಪಾಲಕೃಷ್ಣ ಅಡಿಗರು ಒಮ್ಮೆ ಹೇಳಿದರು
ನನ್ನ ಅನುಭವವೆ ತೆಳುವೆಂದು ಒಪ್ಪುತ್ತೇನೆ.
ಅವರವರ ಪ್ರತಿಭೆ ಅವರವರದಾಗಿರುವಾಗ
ನನ್ನ ದನಿ ಅಡಿಗರದು ಎಂತು ಆದೀತು, ಬಿಡಿ.
ಅವರ ದನಿ ಯಕ್ಷಗಾನದ ರೀತಿ; ನನ್ನ ದನಿ
ತಂಪಾದ ಸಂಜೆಯಲಿ ಗೆಳೆಯರಿಬ್ಬರು ಕುಳಿತು
ಎತ್ತರಕ್ಕೇರದೆಯೆ ಮಾತನಾಡುವ ರೀತಿ.
ಅವರವರ ಅನುಭವದ ಆಯ್ಕೆ ಅವರವರಿಷ್ಟ.
ಅವರ ನಂಬಿಕೆ ಅವರ ದೇವರಾಗಿರುವಾಗ,
ಅದ ಹೊತ್ತು ಮುಂದುವರಿಯುವುದು ಸೌಜನ್ಯ.
ಕವಿತೆಯುತ್ಸಾಹದಲಿ ಡೊಂಕು ನುಡಿಗಳುಬೇಡ;
ಅಡ್ಡದಾರಿಯ ಹಿಡಿದು ಮಾತಾಡುವುದು ಬೇಡ."
–ಅಡಿಗರ ಮಾತು (ಕವನ ಸಂಕಲನ–ಸಂಜೆ ಹಾಡು)

ಅಡಿಗರು ಭೂಮಿಗೀತದಲ್ಲಿ ಕೋಶಾವಸ್ಥೆ ಮಣ್ಣು ಎಂದ ನೆಲವನ್ನು ನರಸಿಂಹ ಸ್ವಾಮಿಯವರು ಕುಂಕುಮಭೂಮಿ ಕವನದಲ್ಲಿ,

"ಅಗೆದಾಗ ನಕ್ಕದ್ದು ನುಣುಪು ಕೆಂಪು ಭೂಮಿ;
ಗುದ್ದಲಿಯ ಕೆಲಸ ಅಲ್ಲಿಗೆ ನಿಂತಿದೆ.
ಪಂಚಾಂಗದಂತೆ ಮಳೆಯೂ ಬಿತ್ತು ಹತ್ತು ಹನಿ;
ಬೆವರಿಳಿದು ಬೊಗಸೆ ಹಾಗೂ ತುಂಬಿದೆ.

ಹೀಗೆ ಮುಂದುವರೆಯುತ್ತಾ...

ಚೆಲ್ಲಿದಷ್ಟೂ ಕಾಳು ಪಯಿರಾಗಲಿಲ್ಲೆನುವ
ಚಿಂತೆ ಚಪ್ಪರದೊಳಗೆ ಚಿನ್ನದ ಕಿಡಿ;
ಬಿತ್ತ ಚೆಲ್ಲದೆ ಬೆಳೆದ ಹಳೆಯ ಮಾತಿನ ಭೂತ.
ಯಾರ ಅಬ್ಬರವಿಲ್ಲಿ ನಿಲ್ಲುವ ನುಡಿ?

ಎಂದು ಅಡಿಗರ ಕಾವ್ಯ, ಕಾವ್ಯಶೈಲಿಯನ್ನೇ ಮನದಲ್ಲಿರಿಸಿ ಮೂಡಿಸಿದ್ದಾರೆ.

ಅಡಿಗರು ಹಂಬಲಿಸಿದ ಸ್ವಂತಿಕೆಯ ಹಂಬಲ

ನವ್ಯಕಾವ್ಯದ ದೀರ್ಘಕಾಲೀನ ಪರಂಪರೆಗೆ ಅಡಿಗರ ಕೊಡುಗೆ ಬಹಳ ಗಾಂಭೀರ್ಯ ಪೂರ್ಣವಾದುದು. ಗೋಕಾಕರಿಗಿಂತ ಅಡಿಗರು ನವ್ಯಕಾವ್ಯದ ಹೊಸಹೊಸ ಮತ್ತುಅತ್ಯಂತ ಪ್ರಯೋಗಶೀಲವಾದ ಕಾವ್ಯದ ಕಸುವನ್ನು ತುಂಬಿದ ಶ್ರೀಮಂತ–ಧೀಮಂತ ಕವಿ ಎನ್ನುವುದು ನಿಜ.

ಸ್ವಂತಿಕೆಯಿಂದಲೇ ಅನನ್ಯತೆ ಸಾಧ್ಯವೆಂಬ ಗಟ್ಟಿ ನಂಬುಗೆಯ ಕಾವ್ಯ ಪಥಿಕ ಗೋಪಾಲಕೃಷ್ಣ ಅಡಿಗರು. ಅವರ ಕವನಗಳ ಈ ಆಶಯಗಳು ತೆಳುವಾಗಿ ಮೂಡದೆ, ಗಾಢವಾಗಿ ವ್ಯಕ್ತಿಸ್ವಂತಿಕೆ, ವ್ಯಕ್ತಿತ್ವದ ಅಸ್ತಿತ್ವ ದ ಮೇಲ್ಮೆಯನ್ನು ಎತ್ತಿ ಹಿಡಿಯುತ್ತದೆ. ಭಾವತರಂಗ ಕವನಸಂಕಲನದ "ನನ್ನ ನುಡಿ" ಎಂಬ ಕವನವು,

ಅನ್ಯರೊರೆದುದನೆ, ಬರೆದುದನೆ ನಾ ಬರೆ ಬರೆದು
ಬಿನ್ನವಾಗಿದೆ ಮನವು, ಬಗೆಯೊಳಗನೇ ತೆರೆದು
ನನ್ನ ನುಡಿಯೊಳೆ ಬಣ್ಣಬಣ್ಣದಲಿ ಬಣ್ಣಿಸುವ
ಪನ್ನತಿಕೆ ಬರುವ ತನಕ ನನ್ನ ಬಾಳಿದು ನರಕ.

ಅಡಿಗರ ಹೊಸ ಹಾದಿ ಕವನವೂ ಸಹ ಇಂಥ ಸ್ವಂತಿಕೆಗೆ ಹಂಬಲಿಸುವ ಕಾಳಜಿಯನ್ನು ಬಯಸುತ್ತದೆ.

"ಹೊಸ ಹಾದಿಯನು ಹಿಡಿದು ನಡೆಯಣ್ಣ ಮುಂದೆ
ಹೊಸಜೀವ ಹೊಸ ಭಾವ ಹೊಸ ವೇಗದಿಂದೆ."

ಹುತ್ತಗಟ್ಟದೆ ಚಿತ್ತ ಮತ್ತೆ ಕೆತ್ತಿತೇನು... ಎನ್ನುವ ಅವರ ಕಾವ್ಯದೊಳಗಿನ ಈ ತನ್ನತನದ ಅವಲೋಕನ ಸತ್ವಾನುಭವದ ಆಸಕ್ತಿ, ಕಳಕಳಿ ಸಕಾರಾತ್ಮಕ ಮತ್ತು ವಾಸ್ತವವಾಗಿ ಆಗಬೇಕಾದ ಚಲನಶೀಲತೆ.

"ಹನುಮದ್ವಿಕಾಸಕೆ ಇಲ್ಲ ಎಲ್ಲೆ" ಎನ್ನುವ ಅಡಿಗರ ಕಾವ್ಯ ಸಂಕಲ್ಪಬಲದ ಕಾವ್ಯ. ಅಡಿಗರು ನಡೆಸುವ ಅನನ್ಯತೆಯ ಹೋರಾಟ-ಹೊಯ್ದಾಟ, ಸ್ವೋಪಜ್ಞತೆಗಾಗಿನ ತುಡಿತ, ಛಲ ಅಸಾಮಾನ್ಯವಾದುದು.

ಅಡಿಗರ ಕಾವ್ಯದ ಮನುಷ್ಯ ಮತ್ತು ಅಡಿಗರ ಅನನ್ಯತೆಯ ಆಶಯ ಹೀಗಾಗಿಯೇ ಸದಾ ಚಿರಂತನವಾದುದು.

ಭಿನ್ನ-ವಿಭಿನ್ನ ಹಾದಿಯಲ್ಲಿದ್ದರೂ ಹೀಗಾಗಿಯೇ ಕೆ.ಎಸ್.ನ. ಮತ್ತು ಗೋಪಾಲಕೃಷ್ಣ ಅಡಿಗರ ಕಾವ್ಯಭೂಮಿಕೆ ಮತ್ತು ಮನೋಧರ್ಮಗಳು ಸದಾ ಚಲನಾತ್ಮಕತೆಯ ಸಾರ್ಥಕ ಸೃಜನಶೀಲತೆಯೂ ಹೌದು.

ಯಾರೋ ಒಬ್ಬಿಬ್ಬರು ವಿಮರ್ಶಾಮಹಾರಥರೆಂದು ತಮಗೆ ತಾವೇ ಅಂದುಕೊಂಡವರು ಕವಿಗಳ ಕವನ, ಬರೆಹಗಳನ್ನು SourceMaterial ಎಂದು ಡೊಂಕು, ಕೊಂಕು ನುಡಿದರೆ ಅದು ಅವರ ಕೀಳು ಮನಸ್ಥಿತಿಯ ಅಭಿವ್ಯಕ್ತಿ ಮತ್ತು ತಾವು ಹೇಳಿದಂತೆ ಬರೆಯಲೆಂಬ ಅಪ್ಪಣೆ ಕೊಡಲು ಬರುವ ಸ್ವಯಂಘೋಷಿತ ಕುವಿಮರ್ಶಕರು.

"ಯಾರು ಕಿವಿ ಮುಚ್ಚಿದರೂ ನನಗಿಲ್ಲ ಚಿಂತೆ" ಎಂಬ ಜಿ.ಎಸ್.ಎಸ್. ಅವರ ಹಾಡಿನ ಸಾಲುಗಳು ನಮಗೆ ಮಾರ್ಗದರ್ಶಕವಾಗಿದ್ದಾಗ ಬರೀ

ವಿಮರ್ಶೆಯ ಹೆಸರಿನಲ್ಲಿ ಕುಟುಕುವುದಕ್ಕೆಂದೇ ಹುಟ್ಟಿದವರಂತೆ ಆಡುವ ಮಹಾ ಮಹಾ ವ್ಯಂಗ್ಯೋತ್ತಮರಿಗೆ ಯಾವ ಸೃಜನಶೀಲ ಬರಹಗಾರರೂ ಹೆದರಬೇಕಾಗೂ ಇಲ್ಲ, ಅವರ ಆಣತಿಯನ್ನು ಶಿರಸಾವಹಿಸಿ ಪಾಲಿಸಿ ನಡೆಯುವ ಪರಾವಲಂಬಿತನದ ಅಗತ್ಯವೂ ಇಲ್ಲ.

ಸಕಾರಾತ್ಮಕ ಮನೋಧರ್ಮ

ಏನೂ ತಿಳಿದಿಲ್ಲ ಎಂಬ ಮನೋಧರ್ಮವೇ ತಿಳಿಯುವುದರ ಹಾದಿ.

"ತಿಳದದ ಅಂಬೋದು ಅಜ್ಞಾನದ ಹಾದಿ
ತಿಳೀತಾ ಅದ ಅಂಬೋದು ಜ್ಞಾನದ ಹಾದಿ
ಇದು ಅಂಬಿಕಾತನಯನ ಅಂತರ್ವಾಣಿ"

–ದ.ರಾ. ಬೇಂದ್ರೆ

ಮನುಷ್ಯ ಜಗತ್ತಿನಲ್ಲಿ ಹೊಸಹೊಸ ಆವಿಷ್ಕಾರಗಳು ಆಗಿವೆ, ಆಗುತ್ತಲಿವೆ ನಿಜ. ಬೆಳವಣಿಗೆ ಬದುಕಿನ ಪ್ರೇರಕ ಮತ್ತು ಪೂರಕ ಶಕ್ತಿಗಳು. ಆದರೆ ಎಲ್ಲವನ್ನೂ ತಿಳಿದು ಕೊಂಡಿದ್ದೇವೆ ಎಂದು ಅಂದುಕೊಂಡು ಬೀಗಿದರೆ ಅದು ನಮಗೆ ಆ ಕ್ಷಣದ ಅಹಂಕಾರ, ಸ್ವಪ್ರತಿಷ್ಠೆಯ ಪ್ರದರ್ಶನವಷ್ಟೇ. ಬೀಗುವ ಗುಣಕ್ಕಿಂತ ಬಾಗುವ ಗುಣ ಬೆಳೆಯುವ ದಾರಿಗಳನ್ನು ತೋರಿಸುತ್ತಾ ಹೋಗುತ್ತದೆ.

ಸಂಗೀತ ಲೋಕದ ಪ್ರಾತಃಸ್ಮರಣೀಯರಾದ ತ್ಯಾಗರಾಜರು "ಎಂದರೋ ಮಹಾನುಭಾವುಲು, ಅಂದರಿಕಿ ಮಾ ವಂದನಮುಲು" ಎಂಬ ವಿನೀತ ಭಾವದಲ್ಲಿ ಹಾಡಿದ್ದಾರಲ್ಲ, ಇದಕ್ಕಿಂತ ವಿನಮ್ರತೆಯ ಸಾಕ್ಷಿ ಮತ್ತೊಂದು ಬೇಕಿಲ್ಲ.

ಇಷ್ಟು ತಿಳಿದಿದ್ದರೆ, ಅಷ್ಟು ತಿಳಿಯಿತೆಂಬ ಶುಷ್ಕಸೊಕ್ಕು, ಒಣ ತಿಮಿರು ನಮ್ಮಿಂದ ಬಹುಬೇಗ ಮರೆಯಾಗುತ್ತದೆ. ಬೇರೆ ಎಲ್ಲಿಂದಲೋ ನಮ್ಮ ಗರ್ವಭಂಗವಾಗಬೇಕಾಗಿಲ್ಲ. ದಿನನಿತ್ಯ ನೋಡುವ ವಿಶಾಲವಾದ ಆಕಾಶದ ಎತ್ತರವನ್ನು ಮುಟ್ಟಲಾ ಗದ ನಾವು, ಭೂಮಿಯ ಆಳ–ಅಗಲಗಳನ್ನು ಜನ್ಮಪೂರ್ತಿ ತಿಳಿಯಲಾಗದ ನಾವು ಅಲ್ಲಿಂದಲೇ ವಿನಯದ ಮೊದಲ ಪಾಠವನ್ನು ಅರಿಯಬೇಕು.ತಿಳಿದಿಲ್ಲ ಎಂಬುದು ಅಮಾಯಕತನದ, ಹುಸಿಸೋಗಿನ ಪ್ರದರ್ಶನ ಆಗಬಾರದು. ಆತ್ಮವಿಶ್ವಾಸವನ್ನು ಇಟ್ಟುಕೊಂಡೇ ಬದುಕನ್ನು ಎದುರಿಸುವ ಮನೋಸ್ಥೈರ್ಯ ಮತ್ತು ನೈತಿಕವಾದ ಸಕಾರಾತ್ಮಕತೆ ನಮ್ಮಲ್ಲಿರಲೇಬೇಕು. ಆದರೆ ನಮ್ಮನ್ನು ನಾವೇ ಸಂಪೂರ್ಣ ವಾಗಿ ಅವಲೋಕಿಸಿಕೊಳ್ಳದೆ ಜಗತ್ತಿನವರ ಸರಿ–ತಪ್ಪುಗಳ ಹೋಲಿಕೆ, ಅದರಲ್ಲಿಯೇ

ಮರೆತು, ಮಲೆತು ಮೆರೆಯುವುದು ದುರಂತವೂ ಹೌದು, ನೈತಿಕ ವ್ಯಕ್ತಿತ್ವದ ಅಧಃಪತನವೂ ಹೌದು.

ಬೀಚಿಯವರು ಹೇಳಿದಂತೆ,

"ನಿನ್ನಂತೆ ನೀನಾಗು
ನಿನ್ನ ನೀ ಅರಿ ಮೊದಲು"

ಲೋಕವನ್ನು, ಲೋಕದ ಅಂಕುಡೊಂಕುಗಳನ್ನು ತಿದ್ದಲು ಹೋಗದೆ ಮೊದಲು ನಮ್ಮನ್ನು ನಾವು ಅರ್ಥಮಾಡಿಕೊಳ್ಳುವ ನಿಲ್ಲದ ಸ್ವಪರೀಕ್ಷೆಗಳು ಆದಾಗ ಮಾತ್ರ ನಿರಂತರವಾದ ನಿರಾಳತೆ, ನಿರುದ್ವಿಗ್ನತೆ ಮತ್ತು ನಿರಾತಂಕ ಸ್ಥಿತಿಗೆ ಬರಲು ಸಾಧ್ಯ.

"ವಿದ್ಯಾದದಾತಿ ವಿನಯಂ" ಎನ್ನುವಂತೆ ಸಂಸ್ಕಾರವಿಲ್ಲದವರು ಏನನ್ನೂ ಸಾಧಿಸಲಾರರು. ತಾನೇ ಬಲಶಾಲಿಯೆಂದು ಅಹಮಿಕೆಯಲ್ಲಿದ್ದ ಭೀಮಸೇನ ಬಾಲ ಎತ್ತಲಾಗದೆ ಅಣ್ಣ ಹನುಮನ ಮುಂದೆ ತಲೆತಗ್ಗಿಸಿದ್ದು ನಮಗೆ ಪಾಠವಾಗಬೇಕು.

ನಂಬಿಕೆ ಮತ್ತು ಭಕ್ತಿ

ವಿಶ್ವವು ಹಲವು ಧರ್ಮಗಳಿಂದ ಕೂಡಿದೆ. ನಮಗೆ ಬದುಕಿನಲ್ಲಿ ನಂಬಿಕೆ, ಭರವಸೆ ಬಹಳ ಮುಖ್ಯ ಮತ್ತು ನಿರ್ಣಾಯಕ. ಕೃಷ್ಣನನ್ನಾದರೂ ನಂಬಲಿ, ಕ್ರಿಸ್ತನನ್ನಾದರೂ ನಂಬಲಿ, ಬುದ್ಧ, ಪೈಗಂಬರ ನನ್ನಾದರೂ ನಂಬಿ ಬಾಳುವುದು ಅವರವರ ನಂಬಿಕೆ. ಯಾವುದೋ ಒಂದು ವಿಧದಲ್ಲಿ ಕಾಣದ ಶಕ್ತಿಯನಮ್ಮನ್ನು ಪರಿಪಾಲಿಸುತ್ತಾ ಇರುವ ದೈವಕ್ಕೆ ನಾವು ತಲೆಬಾಗಲೇಬೇಕು.

ಸಂಸ್ಕೃತದಲ್ಲಿ "ರಂಕಂ ಕರೋತಿ ರಾಜಾನಾಂ, ರಾಜಾನಾಂ ರಂಕಮೇವಚ, ಧನಿಕಂ ನಿರ್ಧನಂ ಚೈವನಿರ್ಧನಂ ಧನಿಕಂ ತಥಾ..." ಎಂಬ ಉಕ್ತಿಯಿದೆ.

ರಾಜನನ್ನು ಬಡವನನ್ನಾಗಿಯೂ, ಬಡವನನ್ನು ಧನಿಕನನ್ನಾಗಿ ಮಾಡುವುದು ಆ ಭಗವಂತನ ಲೀಲೆ. ಆ ನಿಯಾಮಕನಿಗೆ ಬದ್ಧರಾಗಿ ಅದರಂತೆ ನಡೆಯವುದು ಉಚಿತ ಮತ್ತು ಒಳಿತು. 'ಜಾತಸ್ಯ ಮರಣಂ ಧ್ರುವಂ' ಎಂಬಂತೆ ಹುಟ್ಟಿದ ಮೇಲೆ ಸಾವು ತಪ್ಪದು. ದಹನವೋ, ಹೂಳೋ, ಶವಪೆಟ್ಟಿಗೆಯೋ ನಮ್ಮ ಆಯಸ್ಸು, ವಯಸ್ಸು ಮುಗಿದ ಮೇಲೆ ಕಟ್ಟಿಕೊಂಡ ಸಂಸಾರ, ಧನಕನಕ–ವಸ್ತ್ರಾದಿಗಳು ಯಾವುದೂ ನಮ್ಮೊಂದಿಗೆ ಬರುವುದಿಲ್ಲ. ಆದರೆ ಪರಮಾತ್ಮನು ನಮಗೆ ಬದುಕಿನಲ್ಲಿ ಏನನ್ನೂ ಕೊಡಲಿಲ್ಲವೇ ಎಂಬ ನಿರಾಸೆ ಪಡುವ ಅಗತ್ಯವೇ ಇಲ್ಲ.

ನಮ್ಮ ನಿಮ್ಮ ಬಾಳಿನಲ್ಲಿ ಅನುಭವಿಸುವ ಸಂತೋಷ-ಸಂತಾಪದ ಕ್ಷಣ-ಚಣಗಳು ನಮ್ಮದೇ ಅಲ್ಲವೇ. ಅದನ್ನು ಹಮ್ಮಿನಿಂದ ಮೆರೆದಾಡದೆ, ಕೊರಗದೆ ಸ್ವೀಕರಿಸಿ ಜೀವಿಸಬೇಕಷ್ಟೇ.

ಶಿವರಾಮ ಕಾರಂತರು "ಬಾಳು ಇರುವುದೇ ಸ್ವೀಕರಿಸುವುದಕ್ಕೆ, ಅದಕ್ಕೆಂದೇ ನಾವು ಇಲ್ಲಿದ್ದೇವೆ, ಬಾಳು ಇರುವುದು ಸ್ವೀಕಾರಕ್ಕೆ ನಿರಾಕರಣೆಗಲ್ಲ" ಎಂದಿರುವ ಮಾತುಗಳ ಸಾರ ನಮಗೆ ಅರ್ಥವಾಗಬೇಕು.

ಮಣ್ಣಿನಿಂದಲೇ ಹುಟ್ಟಿದ ನಮ್ಮ ಹುಟ್ಟು ಮಣ್ಣಿನಲ್ಲೇ ಕೊನೆಯಾಗುತ್ತದೆ. ನಮ್ಮ ಬದುಕಿನ ಕೊನೆಯ ತಂಗುದಾಣ ವಾದ ಸ್ಮಶಾನ ಕಲಿಸುವ ಸಮಾನತೆಯ ಪಾಠ ನಮಗೆ ತಿಳಿಯಬೇಕು. ಬದುಕಿನಲ್ಲಿ ನಾವು ಅರಸನಾಗಿದ್ದರೂ, ಕೂಲಿಯವನೇ ಆಗಿದ್ದರೂ ಮಸಣದ ಮನೆಯಲ್ಲಿ ತಾರತಮ್ಯ ಲವಲೇಶವೂ ಇಲ್ಲ. "ರಾಜ ಸತ್ತರೂ ಹೆಣ, ನಾಯಿ ಸತ್ತರೂ ಹೆಣ" ಎನ್ನುವುದು ಅಲ್ಲಿ ಪ್ರತಿನಿಮಿಷವೂ ಸತ್ಯ. ಆದರೆ ಹುಲುಮಾನವರಾದ ನಾವುವಿದ್ಯುತ್ ಕಂಬಕ್ಕೆ ಸಿಕ್ಕಿ ಸತ್ತ ಕಾಗೆ ಸತ್ತರೆ (ವಿದ್ಯುದಾಲಿಂಗನಕೆ ಸಿಕ್ಕಿ ಸತ್ತಿದೆ ಕಾಗೆ ತಪ್ಪು ಮಾಡದ ವ್ಯಕ್ತಿ ಶಿಕ್ಷೆ ಪಡೆಯುವ ಹಾಗೆ) ಅಸಹ್ಯಪಟ್ಟು ಮೂಗುಮುಚ್ಚಿಕೊಂಡು, ಎಲ್ಲ ವೈಭವೋಪಚಾರಗಳಿಂದ ಸಾಕಿದ ಮನೆಯ ಸಾಕುಪ್ರಾಣಿ ಸತ್ತಾಗ ಮಾತ್ರ ಬಹಳ ವಿಷಾದದಿಂದ ದುಃಖಿಸುವುದು ತಪ್ಪು. ಕಾಗೆಯಾಗಲಿ, ಸಾಕುಪ್ರಾಣಿಯೇ ಆಗಲಿ ಜೀವ ಜೀವವೇ ಅಲ್ಲವೇ. ಪ್ರಕೃತಿಯ ಅವಿಚ್ಛಿನ್ನ ಶಕ್ತಿಗೆ ನಾವು ವಿಧೇಯರಾಗಿ ಬಾಳಲೇಬೇಕು.

"ಆಕಾಶಂ ಪತಿತಂ ತೋಯಂಯಥಾಗಚ್ಛತಿ ಸಾಗರಂ"

ಎನ್ನುವಂತೆ ಆಕಾಶದಿಂದ ಸುರಿದ ಮಳೆ ನೀರು ಸಾಗರವನ್ನು ಸೇರಲೇಬೇಕು. ಹಾಗೆಯೇ ನಮ್ಮೆಲ್ಲರ ಜೀವನವೂ ಆರಂಭ ಅಂತ್ಯ ಎರಡನ್ನೂ ಪ್ರಕೃತಿಯಿಂದಲೇ ಪಡೆದು ಅದರಲ್ಲೇ ಲೀನಗೊಂಡು ಸೇರಲೇಬೇಕು. ಹಾಗೆಂದು ಎಂದಾದರೊಮ್ಮೆ ಸಾಯುವುದು ಖಚಿತವೆಂದು ಇರುವ ಬದುಕಿನ ಮಜಲುಗಳನ್ನು ನಿರಾಕರಿಸುವ ಅತಿ ಆಗುತ್ತದೆ.

**"Sleep is a Temporary Death
But Death is a Permanent Sleep"**

ಎನ್ನುವ ಸತ್ಯ-ಸತ್ವವನ್ನು ತಿಳಿದೇ ಬಾಳಬೇಕು.

**"Men may come & Men may go,
But the show must go on."**

ಬದುಕನ್ನು ಅದು ಇರುವಂತೆ, ಅದು ಕೊಡುವುದನ್ನು ನಿರ್ಲಿಪ್ತವಾಗಿ ಅನುಭವಿಸಿ ತೆರಳಬೇಕು. ಡಿ.ವಿ.ಜಿ.ಯವರ ಕಗ್ಗದಲ್ಲಿರುವಂತೆ "ಹೊರಡು ಕರೆ ಬರಲ್ ಅಳದೆ ಮಂಕುತಿಮ್ಮ" ಇದು ನಮ್ಮ ಬದುಕಿನ ಕತ್ತಲೆಯನ್ನು ಓಡಿಸುವ ಕಂದೀಲಾಗಬೇಕು. ಬಂದದ್ದನ್ನು ಎದುರಿಸುವ, ಅನುಭವಿಸುವ ಜೀವನ್ಮುಖತೆ ಜೀವ ಸಮ್ಮುಖತೆ ನಮ್ಮ ಹೃದಯ-ಮನಸ್ಸುಗಳ ನಿತ್ಯದ ಭಾವ ಸಂವೇದನೆಯಾಗಲಿ.

ಬೇಂದ್ರೆ ಅಂದ್ರ ಮರಿಯೋದ್ ಹ್ಯಾಂಗ

ಕನ್ನಡ ಸಾರಸ್ವತ ಪ್ರಪಂಚದಲ್ಲಿ ಅಮೂಲ್ಯ, ಅನರ್ಘ್ಯ ಚೇತನಗಳು ತಮ್ಮ ಸಾಹಿತ್ಯದ ಶ್ರೀಮಂತಿಕೆ-ಧೀಮಂತಿಕೆಯಿಂದ ಮಿನುಗಿ ಸರಸ್ವತಿಯಲೋಕದಲ್ಲಿ ಚಿರಂತನವಾಗಿವೆ. ಅಂಥ ಕವಿಗಳಲ್ಲಿ ಸದಾ ನನ್ನನ್ನು ಕಾಡುವ ಕವಿ ಬೇಂದ್ರೆ. ಬೆಂದು ಬೆಂದು ನಾನಾದೆ ಬೇಂದ್ರೆ ಎಂದ ಆ ವರಕವಿ ಬದುಕಿನಲ್ಲಿ ಅನುಭವಿಸಿದ ಕಷ್ಟಗಳ ಸರಮಾಲೆ ಹೃದಯವನ್ನು ತೇವವಾಗಿಸಿ ಕಣ್ಣಾಲಿಗಳನ್ನು ಆರ್ದ್ರಗೊಳಿಸುತ್ತವೆ.

9 ಮಕ್ಕಳಲ್ಲಿ 6 ಮಕ್ಕಳನ್ನು ಕಣ್ಣಮುಂದೆಯೇ ಕಳೆದುಕೊಂಡ ಬೇಂದ್ರೆಯವರು

"ನಾ ತೊಟ್ಟ ಹೆಣಗಳ ಲೆಕ್ಕ
ಯಮ ನೋಡಿ ನಕ್ಕ"

ಎಂದು ನೋವು ನುಂಗಿದ ಮಹನೀಯ. ಆದರೆ ಅವರ ಜೀವೋತ್ಸಾಹ-ಜೀವನೋತ್ಸಾಹ ಎಷ್ಟು ಧನಾತ್ಮಕವೆಂದರೆ

"ಸಪ್ಪೆ ಬಾಳುವೆಗಿಂತ ಉಪ್ಪು ನೀರು ಲೇಸು"

ಎನ್ನುವ ಧೀರ ಕವಿ ಬೇಂದ್ರೆ.

ಕವಿ-ಕಾವ್ಯಧರ್ಮ ಮತ್ತು ಕವಿಯ ಜೀವನ್ಮುಖತೆಗೆ ಸರಿಹೊಂದುವ ಅದ್ಭುತ ಸಾಲುಗಳನ್ನು ಬರೆದ ಈ ವರಕವಿಯು,

"ಎನ್ನ ಪಾಡೆನಗಿರಲಿ ಅದರ ಹಾಡನಷ್ಟೇ
ನೀಡುವೆನು ರಸಿಕ ನಿನಗೆ
ಕಲ್ಲು ಸಕ್ಕರೆಯಂಥ ನಿನ್ನ ಮನ ಕರಗಿದರೆ
ಅದರ ಸವಿಯನಷ್ಟೇ ಬಡಿಸು ಸಾಕು ನನಗೆ"

ಹೀಗೆ ಹೇಳುತ್ತಾರಲ್ಲ, ಇದಕ್ಕಿಂತ ಧನ್ಯ ಜೀವ ಇನ್ನೊಂದಿದೆಯೇ ನನಗೆ ಗೊತ್ತಿಲ್ಲ.

20 ದಾಟಿದ ತನ್ನ ಎದೆಯೆತ್ತರ ಬೆಳೆದ ಮಗ ರಾಮ ತೀರಿಕೊಂಡಾಗ ತಂದೆಯ ವಿಲಾಪ ಕಣ್ಣುಗಳನ್ನು ಮಂಜಾಗಿಸುತ್ತದೆ. ಅದು ಹೀಗಿದೆ.

"ಸತ್ತ ದಶರಥ ಇದ್ದ ರಾಮನಿಗಾಗಿ ಅತ್ತನು ಅಂದಿಗೆ
ಸತ್ತ ರಾಮಗೆ ಅತ್ತೇ ಅಳುವನು ಇರುವ ದತ್ತನು ಇಂದಿಗೆ"

ಕರುಣಾಜನಕವಾದ ಈ ಸಾಲುಗಳ ಕವಿ ಹೊಸ ವರ್ಷದ ಜೀವಪರತೆಯನ್ನು ಸಾರ್ವತ್ರಿಕವಾಗಿ ಸಮಾಹಿತ ಹುರುಪನ್ನು ಬಯಸುತ್ತಾ,

"ಒಂದೇ ಒಂದು ಜನ್ಮದಲಿ
ಒಂದೇ ಬಾಲ್ಯ ಒಂದೇ ಹರೆಯ
ನಮಗದಷ್ಟೇ ಏತಕೋ"

ಎನ್ನುವ ಹುಮ್ಮಸ್ಸು ಇಂಥ ಜೀವಿಗೆ ನಾವು ಸಾವಿರದ ನಮನ ಸಲ್ಲಿಸಲೇಬೇಕೆನ್ನಿಸುತ್ತದೆ.

ಬಾಳಿನ ತುಂಬ ನೋವನ್ನೇ ಜೀರ್ಣಾಗ್ನಿಯಾಗಿಸಿಕೊಂಡ ವರಕವಿ ಬದುಕಿನ ಬಗ್ಗೆ ಬೇಸರ, ಹೇವರಿಕೆಯನ್ನು ತೋರಿದವರೇ ಅಲ್ಲ, ಬದಲಾಗಿ ಅದರ ಶಕ್ತಿಯ ಬಗ್ಗೆ ಅವರದ್ದು ಅಚಲವಾದ ನಂಬಿಕೆ ಮತ್ತು ಭರವಸೆ.

"ಸಂಸಾರ ಸಾಗರದಾಗ ಲೆಕ್ಕವಿರದಷ್ಟು ದುಃಖದಾ ಬಂಡಿ
ನಾ ಬಲ್ಲೆ ನನಗೆ ಗೊತ್ತಿಲ್ಲದಿದ್ದರೂ ಎಲ್ಲಿ ಆಚೆಯಾ ದಂಡಿ"

ಇದು ಅಂಬಿಕಾತನಯದತ್ತರಿಗೆ ಇದ್ದ ಬದುಕಿನ ಕುರಿತಾದ ಪೂರ್ಣ ವಿಶ್ವಾಸ.

ಹೆಂಡತಿ ಲಕ್ಷ್ಮಿಬಾಯಿ ಅವರಿಗೆ "ಅಂತಃಪಟದಾಚೆ ವಿಧಿ ತಂದ ವಧು." ಜೊತೆಗೆ, "ಅಂಟಿದ ನಂಟಿನ ಕೊನೆ ಬಲ್ಲವರಾರು ಕಾಮಾಕ್ಷಿಯೇ" ಎನ್ನುತ್ತಲೇ,

"ಸಖೀ ನಿನ್ನ ಸಖ್ಯದ ಆಖ್ಯಾನ ಕಟು ಮಧುರ
ವ್ಯಾಖ್ಯಾನದೊಡಗೂಡಿ ವಿವರಿಸಲೆ

ಕರುಳಿನ ತೊಡಕನು ಕುಸುರಾಗಿ ಬಿಡಿಸಿಟ್ಟು
ತೊಡವಾಗಿ ತಿರುಗೊಮ್ಮೆ ನಾ ಧರಸಲೇ"

ಎಂದ ಪುಣ್ಯಾತ್ಮರು ವರಕವಿ.

ಒಲವಿಗೆ ಬಡತನ ಅಡ್ಡಿ ಅಲ್ಲ ಎಂಬುದನ್ನು ಆಡದಿರು ಮನದನ್ನೆ ಎನಗೆ ಇದಿರಾಡದಿರು ಎಂದು ಸಂತೈಸುತ್ತಲೇ

"ಆತ ಬಡವ ನಾನು ಬಡವಿ
ಒಲವೇ ನಮ್ಮ ಬದುಕು
ಬಳಸಿಕೊಂಡೆವದನೆ ನಾವು
ಅದಕು ಇದಕು ಎದಕು"

ಎಂದ ಬಾಳಿನ ಸಹಚಾರಿಣಿಯ ಬಗ್ಗೆ ತಳೆದ ಪ್ರೀತಿಯ ಪರಕಾಷ್ಠೆ, ಔನ್ನತ್ಯ ಒಂದೆಡೆ ಇದ್ದರೆ

"ಒಲವೆಂಬ ಹೊತ್ತಗೆಯ ಓದಬಯಸುತ ನೀನು
ಬೆಲೆಯೆಷ್ಟು ಎಂದು ಕೇಳುವೆಯ ಹುಚ್ಚ
ಹಗಲಿರುಳು ದುಡಿದರೂ ಹಲಜನುಮ ಕಳೆದರೂ
ತೆತ್ತಲಾರೆ ನೀನದರ ಅಂಚಿ ವೆಚ್ಚ"

ಎಂದು ಒಲವಿನ ಸಾಕ್ಷಾತ್ಕಾರವನ್ನು ಹತ್ತಿರ–ಎತ್ತರ ಕ್ಕೇರಿಸಿದವರು. ನರಬಲಿ ಕವನ ಬರೆದು ಹಿಂಡಲಗಾ ಜೈಲುವಾಸವನ್ನೂ ಅನುಭವಿಸಿದ್ದ ಬೇಂದ್ರೆಯವರು ಒಮ್ಮೆ ಅವರ ಸನ್ಮಾನ, ಅಭಿನಂದನಾ ಸಮಾರಂಭದಲ್ಲಿ

"ಮನುಷಾ ಈ ದುಃಖ ತಡ್ಕೋಬೋದು
ಆದರೆ ಈ ಸುಖ ಐತಲ್ಲ ಅದ್ನಾ ತಡಿಯೋದು
ಭಾಳ ತ್ರಾಸಾಗ್ತೈತಿ"

ಅಂದಿದ್ದೂ ಉಂಟು.

ಬೇಂದ್ರೆಯವರ ಬಳಿ ಬಂದ ಒಬ್ಬ ಸಣ್ಣ ಹುಡುಗಿಯೊಬ್ಬಳು

"ಅಜ್ಜ ನಾ ಕವಯಿತ್ರಿ ಆಗಬೇಕಂತ ಅನ್ಕೊಂಡೀನಿ, ನಾ ಎಷ್ಟಕವಿತಾ ಬರೆದರಾ ಕವಿಯಿತ್ರಿ ಆತೀನಿ" ಅಂದಾಗ ಬೇಂದ್ರೆಯವರು "ಪೋರಿ ನಿನಗ ಮದ್ವೀ ಆಗೈತೇನವ್ವ" ಅಂದಾಗ, ಆಕೆ ಇಲ್ಲ ಅಜ್ಜ ಅಂದಳು. ಆಗ ಬೇಂದ್ರೆಯವರು

"ನೋಡವ್ವಾ ನೀ ಎಷ್ಟು ಕವಿತಾ ಬರೆದ್ರ ನಾ ಕವಿಯಿತ್ರಿ ಆತೀನಿ ಅಂತಂದಿ. ನೀ ತಾಯಿಯಾಗಬೇಕಂದ್ರ ಎಷ್ಟು ಮಕ್ಳನ್ನ ಹಡೆದ್ರ ನೀ ತಾಯಿ

ಅಂತನ್ನಿಸ್ಕೋತೀ, ಒಂದು ಹಡೆದ್ರಾ ಕೂಡಾ ನೀ ತಾಯೀನೇ, ಹೌದಿಲ್ಲೋ, ಹಂಗ ನೀ ಒಂದು ಸಾರ್ಥಕವಾದ ಕವಿತಾ ಬರೆದ್ರೂ ಸಾಕಾಗ್ತದಾ ನೀ ಕವಯಿತ್ರೀ ಆದಂಗೆ, ನೂರಾರು ಬರೀಬೇಕಿಲ್ಲವ್ವಾ" ಅಂದರು. ಎಷ್ಟು ಸತ್ಯವಲ್ಲವೇ.

ಇಂಥ ಸಾವಿರದ ವರಕವಿ ಹೀಗಾಗಿಯೇ ನನ್ನನ್ನು ಸದಾ ಕಾಡುವ, ನನ್ನ ಮೆಚ್ಚಿನ ಕವಿ.

ಇಂಥ ಕವಿಗೆ ಸಾಷ್ಟಾಂಗ ನಮಸ್ಕಾರ.

ಬದುಕಿನ ಮಾರ್ಗದರ್ಶಕರು ಯಾರು?

ಒದರುವ ಮಂದಿಯೇ
ನಮ್ಮನ್ನು ಗೆಲ್ಲಿಸುವ ಮಾರ್ಗದರ್ಶಕರು!!??

"ತಪ್ಪುಗಳನ್ನೇ ಹುಡುಕುವ ಜನ ಸ್ವರ್ಗದಲ್ಲಿಯೂ ಲೋಪಗಳನ್ನೇ ಕಾಣುತ್ತಾರೆ, ಆ ಮೂಲಕ ತಾವು ಹೊಂದಬಹುದಾದ ಸಕಾರಾತ್ಮಕತೆ-ಉಜ್ವಲ ಸಂಗತಿಗಳಿಂದ ವಂಚಿತರಾಗುತ್ತಾರೆ."

-ಥೋರೋ

``It is the peculiar quality of a fool to perceive the faults of others& to forget his own.''

-ಮಾರ್ಕಸ್ ಟುಲಿಯಸ್ ಸಿಸಿರೊ

ಇಂಥ ಮಂದಿ ನಮಗೆ, ನಮ್ಮ ಬದುಕಿಗೆ ಹೇಗೆ ಮಾರ್ಗದರ್ಶಕರಾದಾರು? ಎಂಬ ಪ್ರಶ್ನೆ ಜಿಜ್ಞಾಸೆಯಾಗಿ ಕಾಡುವುದು ಸಹಜ. ಆದರೆ ಅಂಥವರು ಸದಾ ಇನ್ನೊಬ್ಬರಲ್ಲಿ ಹುಳುಕು ಹುಡುಕುತ್ತಾ ಹೆಕ್ಕುತ್ತಾ ತಮ್ಮ ಬೆಳವಣಿಗೆಯನ್ನು ತಾವೇ ಕುಂಠಿತಗೊಳಿಸಿಕೊಳ್ಳುತ್ತಾರೆ. ಒದರುವುದೇಅವರ ಕಾಯಕ, ತಾನೇ ಎಲ್ಲ, ತನ್ನ ಅರಿವೇ ಅಧಿಕ ಎಂದು ಪರರನ್ನು ಪರರ ಏಳಿಗೆಯನ್ನು ಸಹಿಸದ ಅವರ ಮನಸ್ಸು ಮತ್ತು ವ್ಯಕ್ತಿತ್ವ ಕುಬ್ಜವಾಗುತ್ತಲೇ ಹೋಗುತ್ತದೆ. ತನಗೆ ತಿಳಿದಿರುವಷ್ಟು ಅವನಿಗೇನು/ಅವಳಿಗೇನು ಗೊತ್ತಿದೆ ಎಂಬ ಒಣಜಂಬದ ಇಂಥ ಮಹನೀಯರು ಆ ಮೂಲಕ ಕನ್ನಡಕ ಹಾಕಿಕೊಂಡು ಪರರ ಯೋಗ್ಯತೆಯನ್ನುಕನ್ನಡಕದ ಕಣ್ಣಿನಲ್ಲಿ ಬೋಳುಬೋ ಳಾದ ತಲೆಯಲ್ಲಿ ಅನ್ವೇಷಿಸುತ್ತಾ ಜರೆಯುತ್ತಿರುತ್ತಾರೆ, ಆದರೆ ಕಾಲದ ಓಘದಲ್ಲಿ ಇಂಥ ಒದರುವ ಜನ ತಾವು ಕೂಪ ಮಂಡೂಕರಾಗಿ ತಮ್ಮಿಂದ ನಿಂದಿಸಲ್ಪಟ್ಟವರೇ ಅಭಿವೃದ್ಧಿ ಹೊಂದುವುದನ್ನು ನೋಡಿದಾಗ ಅಸಹಾಯಕ ಮತ್ಸರದಲ್ಲಿ, ಈರ್ಷ್ಯಾಸಾಗರದಲ್ಲಿ ಮುಳುಗುತ್ತಿರುತ್ತಾರೆ.

"ಗುಣಕೆ ಮಚ್ಚರಮುಂಟೇ"-ರನ್ನಕವಿಯ ಈ ಮಾತು ರತ್ನನುಡಿಯೇ ಹೌದು. ಮೂದಲಿಕೆಗೆ ಒಳಗಾದವರೆಲ್ಲ ಸಾಧನೆಯ ಶೃಂಗಗಳನ್ನೇರಿ ದ್ದಾರೆ, ಆದರೆ ಹಂಗಿಸಿ, ಅಣಕಿಸಿ ನಕ್ಕವರು ಆರಕ್ಕೇರದೆ, ಮೂರಕ್ಕಿಳಿಯದೆ ಇರುವಲ್ಲೇ

ಇದ್ದು ಎಲ್ಲರಿಂದಲೂ ತುಚ್ಛೀಕಾರಕ್ಕೆ ಒಳಗಾಗುತ್ತಾರೆ. ಅಂಥ ಒದರುವವರ ಬಾಯಿ ಬಚ್ಚಲಿಗಿಂತ ಕೊಳಕು ಮತ್ತು ಹೀನ.

ಕುವೆಂಪು ಅವರು ಬರೆದ ಶ್ರೀರಾಮಾಯಣ ದರ್ಶನಂ ಮಹಾಕಾವ್ಯವನ್ನು ಕಟುವಾಗಿ ವಿಮರ್ಶೆಯ ಹೆಸರಿನಲ್ಲಿ ಟೀಕಿಸಿದವರೆಷ್ಟೋ ಇದ್ದರು. ಆದರೆ ಅದರಿಂದ ಕುವೆಂಪು ಅವರೂ ವಿಚಲಿತರಾಗಲಿಲ್ಲ, ಅವರ ಶ್ರೀರಾಮಾಯಣ ದರ್ಶನವೂ ತನ್ನ ಮೌಲ್ಯವನ್ನು ಇಂದೂ ಕಳೆದುಕೊಂಡಿಲ್ಲ.

ಕ್ರಿಕೆಟ್‌ನ ಗಂಧಗಾಳಿಯೇ ಇಲ್ಲದೆ ಬ್ಯಾಟು ಬೀಸುತ್ತಾ ವಿಕೆಟ್ ಕೀಪರ್ ಆಗಿ ಬಂದು ಮುಂದೆ ಭಾರತೀಯ ಕ್ರಿಕೆಟ್‌ನ ನಾಯಕರೂ ಆದ ಮಹೇಂದ್ರ ಸಿಂಗ್ ಧೋನಿ ಅವರ ಶಾಟ್‌ಗಳನ್ನು ವೀಕ್ಷಕ ವಿವರಣಾಕಾರರು, ಖ್ಯಾತ ಕ್ರಿಕೆಟಗಾರರು ಧೋನಿಯ ಹೊಡೆತಗಳು ಅಸಾಂಪ್ರದಾಯಿಕ, ಕ್ರಿಕೆಟ್‌ನ ತಾಂತ್ರಿಕ ಕೌಶಲದಿಂದ ಹೊರತಾದದ್ದು ಎಂದಿದ್ದರು. ಅದೇ ಧೋನಿ ಟಿ–20, 50 ಓವರ್‌ಗಳ ಒಂದು ದಿನದ ಅಂತಾರಾಷ್ಟ್ರೀಯ ಕ್ರಿಕೆಟ್‌ನಲ್ಲಿ ವಿಶ್ವಕಪ್ ಗೆಲ್ಲಿಸಿಕೊಟ್ಟಾಗ ಧೋನಿಯ ಹೊಡೆತಗಳು ಅಸಾಂಪ್ರದಾಯಿಕವಾದವು ನಿಜ, ಆದರೆ ಬಹಳ ಪರಿಣಾಮಕಾರಿ, ಹೆಲಿಕಾಪ್ಟರ್ ಶಾಟನ್ನು ಧೋನಿಯಂತೆ ಹೊಡೆಯಬಲ್ಲ ಆಟಗಾರ ಮತ್ತೊಬ್ಬರಿಲ್ಲ, ಕ್ಯಾಪ್ಟನ್ ಕೂಲ್ ಎಂದೆಲ್ಲಾ ಟೀಕಾಕಾರರೇ "ಗುಣಗಾನ ಮಾಡಲು ಪದಗಳೆ ಸಿಗುತಿಲ್ಲ" ಎಂಬ ಪ್ರಶಂಸೆಗೆ ಶರಣಾದರು.

ಸಾಧನೆ ಮಾಡುವ ಮುಂಚೆ ಎಲ್ಲರೂ ನಮ್ಮನ್ನು ಅಸಹ್ಯ ವಾಗಿ ನೋಡುತ್ತಾರೆ, ಆದರೆ ಸಾಧನೆ ಮಾಡಿದ ಮೇಲೆ ನಮ್ಮನ್ನು ವಿಶೇಷವಾಗಿ ಗುರುತಿಸುತ್ತಾರೆ.ಇದು ಲೋಕದ ಸತ್ಯ. ಹೊಗಳಿಕೆ ಸ್ಫೂರ್ತಿಯನ್ನುಂಟು ಮಾಡುತ್ತದೆ ನಿಜ, ಆದರೆ ನಮ್ಮ ಬಗ್ಗೆ, ನಮ್ಮ ಸಾಮರ್ಥ್ಯದ ಬಗ್ಗೆ ಲೇವಡಿ ಮಾತುಗಳನ್ನಾಡುವ ಒದರುವ ಮಹನೀಯರಿಂದಲೇ ನಾವು ಛಲ ಹೊತ್ತ ಸಾಧಕರಾಗುವುದರಿಂದ, ಅವರು ನಮ್ಮ ಬದುಕಿಗೆ ಆ ಛಲದೀಕ್ಷೆಯನ್ನು ಉದ್ದೀಪಿಸುವುದರಿಂದ ಅವರಿಗೇ ನಾವು ಮೊದಲಿಗೆ ನಮ್ಮ ಧನ್ಯೋಸ್ಮಿ, ಧನ್ಯವಾದಗಳನ್ನು ಅರ್ಪಣೆ–ಸಮರ್ಪಣೆ ಮಾಡಬೇಕು. ಅವರು ಎತ್ತರ ಬೆಳೆಯದೆ, ನಮ್ಮ ಹುಳುಕುಗಳನ್ನು ತೋರಿಸುವ ಭರದಲ್ಲಿ ಉನ್ಮಾದದ, ಉದ್ರೇಕಿತ ಹುಮ್ಮಸ್ಸಿನಲ್ಲಿ ತಾವು ಸ್ವಲ್ಪವೂ ಬೆಳೆಯದೆ, ತಲೆ ಖಾಲಿ ಮಾಡಿಕೊಂಡು ಒದರಿ ಒದರಿ ನಮ್ಮ ಅಭ್ಯುದಯಕ್ಕೆ ಕಾರಣರಾಗುತ್ತಾ, ತಾವು ಇದ್ದ ಜಾಗದಲ್ಲೇ, ಜಗದಲ್ಲೇ ಇರುವಸ್ಥಿತಿಯಲ್ಲಿಯೇ ಇರುತ್ತಾರಲ್ಲ ನಮಗೆ ಅವರಿಂದ ದೊರಕುವ ಮಹತ್ತರವಾದ ಕೊಡುಗೆ–ದೇಣಿಗೆ ಯಲ್ಲದೆ ಮತ್ತೇನು. ಆದ್ದರಿಂದಲೇ ತಮ್ಮ ಎಲೆಯಲ್ಲಿ ಆನೆ ಬಿದ್ದಿದ್ದರೂ ಪಕ್ಕದವರ ಎಲೆಯಲ್ಲಿ ನೊಣ ಹುಡುಕುವ ಮಂದಿಗೆ ನಾವು ಸದಾ ಅಜಸ್ರ ವಂದನೆ–ಅಭಿವಂದನೆಗಳನ್ನು ಸಲ್ಲಿಸುತ್ತಲೇ ಇರಬೇಕು. ಆಜೀವ ಪರ್ಯಂತ ಹೃದಯಪೂರ್ವಕವಾಗಿ

ಅವರಿಗೆಆಭಾರಿಗಳಾಗಿರಲೇಬೇಕು. ತಾಳುವಿಕೆಗಿಂತ ಅನ್ಯ ತಪವಿಲ್ಲ ಎಂಬ ದಾಸವಾಣಿ ನಮ್ಮ ಹೃನ್ಮನದ ಭಾಷೆ-ಭಾಷ್ಯವಾಗಬೇಕು.

ನಮ್ಮನ್ನು ಆಡಿಕೊಳ್ಳುವ, ಆಡಿಕೊಲ್ಲುವ ಬೊಕ್ಕ ತಲೆಯ (ನೈತಿಕ-ಮಾನಸಿಕವಾಗಿ) ಮಂದಿ ಹೀಗಾಗಿಯೇ ನಮ್ಮ ಜೀವ-ಜೀವನದ ಸ್ಫೂರ್ತಿದಾತರು ಮತ್ತು ತೋರುಹಾದಿಯ ನಿಜ ಮಾರ್ಗದರ್ಶಕರು. ಮನೆ ಗಲೀಜಾದಾಗಲೇ ಅಲ್ಲವೇ ಸ್ವಚ್ಛತೆಯ ಅಂಶ ನಮಗೆ ತಿಳಿಯುವುದು.

ಆದ್ದರಿಂದ ಗಲೀಜು, ಮತ್ತು ಗಲೀಜುತನದ ಜನರನ್ನು ಹೊರ ಹಾಕುವ ಅವಕಾಶದಿಂದ ವಂಚಿತರಾಗದೆ, ಮಾನಸಿಕ ವಾಗಿ ತಮ್ಮ ಗಲೀಜುತನ, ಕೊಳಕುತನದಿಂದಲೇ ನಮ್ಮಲ್ಲಿ ಶುದ್ಧತೆ, ಶುಭ್ರತೆಯ ಪಾಠ ಕಲಿಸುವ ಬದುಕಿನ ಆ ನಿತ್ಯ ಮಾರ್ಗದರ್ಶಕರಿಗೆ ನಮ್ಮ ನಮನಗಳು ಸದಾ ಕಾಲವೂ ಸಲ್ಲುತ್ತಲೇ ಇರಲಿ.

ಮಹಾನುಭಾವರ ಜಯಂತಿಗಳತ್ತ ಒಂದು ನೋಟ

ಭಾರತ ಸಮೃದ್ಧಿಗೆ ಮತ್ತು ಸುಸಂಸ್ಕೃತ ಚರಿತ್ರೆಗೆ ಹೆಸರಾದ ದೇಶ. ಈ ರಾಷ್ಟ್ರದ ಉನ್ನತಿಗೆ ಹಲವು ಮಹಾನುಭಾವರ ಕೊಡುಗೆ ಇದೆ. ವಿಶ್ವದ ವಿಷಯದಲ್ಲೂ ಈ ಸಂಗತಿ ಸತ್ಯ.

ತ್ಯಾಗರಾಜರ ಕೀರ್ತನೆ (ಶ್ರೀರಾಗಾಧಾರಿತ) **"ಎಂದರೋ ಮಹಾನುಭಾವುಲು ಅಂದರೀಕಿ ವಂದನುಮುಲು..."** ಎನ್ನುವ ಹಾಗೆ ಭವ್ಯ ಭಾರತ–ವಿಶ್ವಕ್ಕೆ ತಮ್ಮದೇ ಆದ ರೀತಿಯಲ್ಲಿ ತನು, ಮನ, ಧನವನ್ನು ಅರ್ಪಿಸಿದ ಮಹನೀಯರು ಲಿಂಗ, ಜಾತಿ, ಬಣ್ಣಗಳ ಭೇದಗಳಿಲ್ಲದೆ ನಿಸ್ವಾರ್ಥವಾದ ವಿಶ್ವ ಭ್ರಾತೃತ್ವದ ಪರಿಕಲ್ಪನೆಯಲ್ಲಿ ಸೌಹಾರ್ದ ಸಮಾಜಕ್ಕೆ ಮತ್ತು ಸಾಮರಸ್ಯ ಜೀವಜಗತ್ತಿಗೆ ದುಡಿದಿದ್ದಾರೆ.

ವಾಲ್ಮೀಕಿ, ಸರ್ವಜ್ಞ, ಕನಕದಾಸರು, ನೇತಾಜಿ, ಅಂಬೇಡ್ಕರ್, ಗಾಂಧೀಜಿ, ವಿಶ್ವೇಶ್ವರಯ್ಯ, ಬಸವಣ್ಣ, ಕೆಂಪೇಗೌಡರು ಎಲ್ಲರ ಚಿಂತನೆ, ಬಿತ್ತನೆಗಳ ಮಂಥನಗಳ ನಿರ್ಮಲವಾದ ಭಾವ ಸಾಮಗ್ರಿ ನೂರಕ್ಕೆ ನೂರರಷ್ಟು ಸಮಷ್ಟಿಯ ಕಡೆಗೇ ಹೊರತು ವ್ಯಷ್ಟಿ ಹಿತಕ್ಕೆ ಅಲ್ಲ. ಹೀಗಿರುವಾಗ ಅವರ ಉದಾತ್ತ ಚಿಂತನೆಗಳ ಆ ಮಹಾನ್ ವ್ಯಕ್ತಿತ್ವಗಳನ್ನು ನಿರ್ದಿಷ್ಟವಾದ ಯಾವುದೇ ಜಾತಿ, ಕುಲಗಳ ಆಧಾರದ ಮೇಲೆ ಗುರುತಿಸದೆ, ಸಮಗ್ರತೆಯ ಹರಿಕಾರರಾದ ಅನರ್ಘ್ಯ ಚೇತನಗಳನ್ನು, ಅವರಿತ್ತ ಕೊಡುಗೆ ಸಾಧನೆಗಳಿಂದಲೇ ಗೌರವಿಸಬೇಕು. ಏಕೆಂದರೆ, ಯಾವುದೇ ಕಾಲಕ್ಕೂ ಇವರೆಲ್ಲ ಅಂಥ ಸೀಮಿತ ವಲಯಗಳಲ್ಲಿ ಬದುಕನ್ನು ಗ್ರಹಿಸಲೂ ಇಲ್ಲ, ಅದು ಅವರ ಉದ್ದೇಶವೂ ಆಗಿರಲಿಲ್ಲ.ಎಲ್ಲರನ್ನೂ ಒಳಗೊಳ್ಳುವ ಐಕ್ಯ ಭಾರತ, ಏಕ ವಿಶ್ವ ಇವರುಗಳು ಕಂಡ ಕನಸುಗಳಾಗಿದ್ದವು.

ಇಂಥ ಪ್ರಾತಃಸ್ಮರಣೀಯರನ್ನು, ಸದಾ ನೆನಪಿಟ್ಟುಕೊಳ್ಳಲೇ ಬೇಕಾದ ಇಂತಹ ಧೀಮಂತ ಚೈತನ್ಯಶಕ್ತಿಗಳನ್ನು ಏಕ ಜಾತಿ, ಏಕಕುಲಕ್ಕೆ ಬಂಧಿಸಿ ನೋಡಬಾರದು.ಸರ್ವ ಸಮಾಜದ ಸರ್ವಕ್ಷೇಮಭಾವದ ಸದಾಶಯಕ್ಕಾಗಿ ಜೀವ–ಜೀವನವನ್ನೇ ತೇಯ್ದು ಶ್ರೀಗಂಧ ಸದೃಶರಾದ ಈ ಅಧ್ವರ್ಯುಗಳನ್ನು ನಾವು ವಿಶಾಲವೂ ವಿಹಂಗಮವೂ ಆದ ದೃಷ್ಟಿಯಿಂದಲೇ ವಂದಿಸಿ ಗೌರವಿಸಬೇಕು.

ಜಯಂತಿ ಮತ್ತು ರಜಾದಿನಗಳು

ಪ್ರಪಂಚ ಮತ್ತು ರಾಷ್ಟ್ರದ ಅಭ್ಯುದಯಕ್ಕಾಗಿ ಶ್ರಮಿಸಿದ ಶ್ರೇಷ್ಠರನ್ನು ಅವರ ಜನ್ಮದಿನಗಳ ಮೂಲಕ ನೆನಪಿಸಿ ಕೊಳ್ಳುವುದು ಅತ್ಯಂತ ಹೆಮ್ಮೆಯ ಮತ್ತು ಕರ್ತವ್ಯಬದ್ಧ ಕೆಲಸ. ಆದರೆ ಎಷ್ಟೋ ಸಲ ಆ ಮಹಾನ್ ವ್ಯಕ್ತಿಗಳ ಬಗೆಗಿನ ಕಿಂಚಿತ್ತೂ ಅರಿವಿಲ್ಲದ, ಅವರ ಜಯಂತಿಗಳನ್ನು ರಜಾ ದಿನದ ಮಜವಾಗಿ ಮಾತ್ರ ಮೋಜು–ಮಸ್ತಿಯಲ್ಲಿ ಕಾಲ ಕಳೆದುಬಿಡುವವರಿಗೆ ಖುಷಿ ಮತ್ತು ಆರಾಮ ಸಿಗಬಹುದು ಮತ್ತು ಅದನ್ನು ಅವರು ಭಾನುವಾರವಾಗಿಯೇ ಸ್ವೀಕರಿಸ ಬಹುದು, ಆದರೆ ತಮ್ಮೊಬ್ಬರ ಒಳಿತಿಗಾಗಿ ಅಲ್ಲದೆ, ಮನೆ, ಮಠ ತ್ಯಜಿಸಿ ಸಾಂಸಾರಿಕ ಬದುಕನ್ನು ಬಿಟ್ಟು ದೇಶಕ್ಕಾಗಿ ದೇಹ ಕೊಟ್ಟವರ ಬಗ್ಗೆ ಸ್ವಲ್ಪವೂ ಅರಿಯುವ ಕನಿಷ್ಠ ಜ್ಞಾನ ಸಂವೇದನೆಗಳಿಲ್ಲದೆ ಅವರುಗಳ ಹೆಸರಿನಲ್ಲಿ ರಜೆಯ ಸಂಭ್ರಮವನ್ನು ಅನುಭವಿಸುವುದು ಆ ದಿವ್ಯಾತ್ಮಗಳಿಗೆ ತೋರಿಸುವ ಅನಾದರ ಮತ್ತು ಬೌದ್ಧಿಕ–ಮಾನಸಿಕವಾದ ಉಡಾಫೆಯಲ್ಲದೆ ಮತ್ತೇನು!!

ಎಲ್ಲರೂ ಎಲ್ಲರ ಬಗ್ಗೆಯೂ ತಿಳಿದುಕೊಂಡಿರಲು ಸಾಧ್ಯವಿಲ್ಲ ನಿಜ, ಆದರೆ ಮೂಲಭೂತವಾದ ನಮ್ಮ ತಿಳಿವಳಿಕೆಗೆ ಗೊತ್ತಿರಲೇಬೇಕಾದ ಸಂಗತಿಗಳನ್ನೂ ನಿರ್ಲಕ್ಷಿಸುವುದು ನಿರ್ಲಜ್ಜತನ ಎನ್ನುವುದೇ ಸೂಕ್ತ. ಹಲವು ವರ್ಷಗಳ ಹಿಂದೆ

ಮಾಧ್ಯಮದಲ್ಲಿ ಕೆಲವು ವಿದ್ಯಾರ್ಥಿಗಳನ್ನು ನಮ್ಮ ಭಾರತದ ಈಗಿನ ಪ್ರಧಾನಿ ಯಾರು? ರಾಷ್ಟ್ರಪತಿ ಯಾರು? ಎನ್ನುವುದಕ್ಕೂ ಉತ್ತರಿಸಲಾಗದೆ ಪೆಚ್ಚುಪೆಚ್ಚಾಗಿ ಹಲ್ಲು ಬಿಡುತ್ತಾ ನಾವು ನಮ್ಮ ದೇಶದ ಬಗೆಗೆ ಜವಾಬ್ದಾರಿಯುತವಾಗಿ ಉತ್ತರಿಸು ತ್ತಿಲ್ಲವೆಂಬ ಕಳಕಳಿ, ಕಾಳಜಿಯೂ ಇಲ್ಲದೆ ತಮ್ಮ ನಿರುತ್ತರ ಪರಾಕ್ರಮದ ಸಾಮರ್ಥ್ಯವನ್ನು ತಮ್ಮಷ್ಟಕ್ಕೆ ತಾವೇ ಹೆಮ್ಮೆಯಿಂದ ನಗುತ್ತಾರಲ್ಲ, ಇದಕ್ಕಿಂತ ವಿಪರ್ಯಾಸ, ದುರಂತ ಮತ್ತೊಂದಿದೆಯೇ, ಒಬ್ಬ ವಿದ್ಯಾರ್ಥಿನಿಗೆ "ನಮ್ಮ ದೇಶಕ್ಕೆ ಸ್ವಾತಂತ್ರ್ಯ ಬಂದ ವರ್ಷ ಯಾವುದಮ್ಮ? ಭಾರತದ ಮೊದಲ ರಾಷ್ಟ್ರಪತಿ ಯಾರು?" ಎಂದರೆ ಆ ವಿದ್ಯಾರ್ಥಿನಿ ಪಕ್ಕದವಳ ಬಳಿ ತಿರುಗಿ "Which year yaa, ಅಯ್ಯೋ Confusion Sir, I don't know, when India got independence, In fact I am not a history student sir, I am studying Science, so you better ask some one from History background" ಅಂದಳಲ್ಲ, ಇದು ಪೆದ್ದುತನವಲ್ಲ, ನಮ್ಮ ದೇಶದ ಸಾಮಾನ್ಯ-ಮುಖ್ಯವಾದ ಸಂಗತಿಗಳನ್ನೂ ತಿಳಿದುಕೊಳ್ಳಲು ಮನಸ್ಸಿಲ್ಲದ ಅವಜ್ಞೆ ಮತ್ತು ಪರಂಪರೆಯ, ರಾಷ್ಟ್ರದ ಬಗೆಗಿನ ತಾತ್ಸಾರ.

ಅದೇ ಆ ಸಿನಿಮಾ ನಾಯಕ ಯಾರು? ನಾಯಕಿ ಹಾಕಿ ಕೊಂಡಿದ್ದ ಡ್ರೆಸ್ ಯಾವುದು, ಅಂತ ಕೇಳಿದರೆ 2–3 ವರ್ಷ ಬಿಟ್ಟು ಕೇಳಿದರೂ ಸ್ವತಃ ಆ ಚಿತ್ರದ ನಾಯಕ-ನಾಯಕಿ, ನಿರ್ದೇಶಕನಿಗೆ ನೆನಪಿರುವುದಿಲ್ಲ, ಅಷ್ಟು ನಿಖರವಾಗಿ ನಾಯಕನ ಹೆಸರು, ಉಡುಪು, ಹಾಡು... ಎಲ್ಲವನ್ನೂ ಪಟಪಟ ಎಂದು ವರದಿ ಒಪ್ಪಿಸಿಬಿಡುತ್ತಾರೆ. ಇದನ್ನು ಉತ್ತರಿಸುವ ಚಾಕಚಕ್ಯತೆ, ಚಾಣಾಕ್ಷತೆಯ ತೀಕ್ಷ್ಣತೆ ಇರುವ ಭೂಮಿ, ದೇಶದ ಬಗ್ಗೆ ಏಕಿಲ್ಲವೆಂದರೆ ಕಾರಣ ಜಾಣಕಿವುಡು, ಜಾಣಕುರುಡು ಮತ್ತು ಅದರ ಬಗೆಗಿನ ಉದ್ದೇಶಪೂರ್ವಕ ವಾದ ಅಲಕ್ಷ್ಯ ಮತ್ತು ಹೊಣೆಗೇಡಿತನ.

ಕೆಲವರು ಇದ್ದೂ ಸತ್ತಂತೆ ಬದುಕುತ್ತಿರುತ್ತಾರೆ ಅವರಿಗೆ ತಾವು ಏಕೆ ಬದುಕಿದ್ದೇವೆಂದೇ ತಿಳಿದಿರುವುದಿಲ್ಲ, ಸತ್ತು ಕಣ್ಮರೆ ಯಾಗಿದ್ದರೂ ಅವರವರ ಸಾಧನೆ, ಹೋರಾಟಗಳಿಂದ ಜನಮಾನಸದಲ್ಲಿ ಸದಾಕಾಲ ಬದುಕಿರುವವರ ಬಗ್ಗೆ ತಿಳಿದುಕೊಳ್ಳುವ ಘನತೆ ಬದ್ಧತೆ ಬೆಳೆಸಿಕೊಂಡಿರಲೇ ಬೇಕಾದುದು ಅತ್ಯವಶ್ಯ.

ಸುಮಾರು ವರ್ಷಗಳ ಹಿಂದೆ ಭಾರತದ ಮಾಜಿ ರಾಷ್ಟ್ರಪತಿ ಯೊಬ್ಬರು ಜಸ್ ಲೋಕ್ ಆಸ್ಪತ್ರೆಯಲ್ಲಿ ಸಾವು ಬದುಕಿನ ನಡುವೆ ಹೋರಾಡುತ್ತಿದ್ದರು, ಅವರ ಆರೋಗ್ಯ ಸ್ಥಿತಿ ಬಹಳ ವಿಷಮಿಸಿತ್ತು. ಆಗ ಅವರು ನಿಧನರಾದರೆ ರಜೆ ಸಿಗಬಹುದು ಎಂದು ಕಾಯುತ್ತಿದ್ದವರಿದ್ದರು. ಆದರೆ ಭಾರತದ ಆ ಮಾಜಿ ರಾಷ್ಟ್ರಪತಿಯವರುತೀರಿಕೊಂಡಿದ್ದು ಭಾನುವಾರ ಡಿಸೆಂಬರ್ 25 ಕ್ರಿಸ್ಮಸ್ ದಿನ. ಎಷ್ಟು ಜನ ರಜೆ ತಪ್ಪಿಹೋದುದಕ್ಕೆ ಪರಿತಪಿಸಿದ್ದರೆಂದರೆಇವರ ರಜೆಗಾಗಿ ಸಾವು ಹಿಂದೂಡಿಕೆ-ಮುಂದೂಡಿಕೆಯಾಗಬೇಕು ಎನ್ನುವಷ್ಟರ ಮಟ್ಟಿಗೆ ಅವರ ಹಪಹಪಿಕೆ ಅಸಹನೀಯವೆನ್ನಿಸುತ್ತಿತ್ತು.

"ಜನಾರ್ದನನ್ನು ಮೆಚ್ಚಿಸಿದರೂ ಜನರನ್ನು ಮೆಚ್ಚಿಸಲು ಎಂದಿಗೂ ಸಾಧ್ಯವಿಲ್ಲ" ಎನ್ನುವುದು ಸಾರ್ವಕಾಲಿಕ ಸತ್ಯ ಮತ್ತು ಬಹಳ ಶಕ್ತಿಶಾಲಿಯಾದ ಉಕ್ತಿಯಲ್ಲವೇ.

ಸ್ನೇಹದ ಮೌಲ್ಯಗಳು

ಸ್ನೇಹವು ಅಧಿಕಾರದ ಪ್ರದರ್ಶನವಾದಾಗ, ದೂರ ಸರಿಯುವುದು ಒಳಿತು. (ಸದ್ದು ಮಾಡದೆ ಹೊರಬರುವುದೇ ಸುಖವಲ್ಲವೇ)

"ಕಂಡಷ್ಟೂ ಸತ್ಯವಿರಬಹುದು, ಆದರೆ ಕಂಡಿದ್ದೆಲ್ಲ ಸತ್ಯವಲ್ಲ."

ಜೀವಸಂಕುಲದ ಪ್ರತಿಜೀವಿಗಳೂ ಸರ್ವತಂತ್ರ ಸ್ವತಂತ್ರ ಮತ್ತು ವಿಭಿನ್ನ. ಅನನ್ಯತೆಯನ್ನು ಅನ್ಯರ ಜೊತೆಗಿದ್ದೇ ಸಾಧಿಸ ಬೇಕಾದುದು ಮನುಷ್ಯ ಜೀವನದ ಬಹಳ ದೊಡ್ಡ ಸವಾಲು ಮಾತ್ರ ಅಲ್ಲ, ಅದೊಂದು ಮಹತ್ತರವಾದ ಜವಾಬ್ದಾರಿಯೂ ಹೌದು. ಅಧಿಕಾರ, ಆಜ್ಞೆ, ಆಣತಿಗಳು ಆ ಕ್ಷಣಕ್ಕೆ ಪ್ರಭಾವ ಬೀರಬಹುದೇ ಹೊರತು ಆದ್ಯಂತವಾಗಿ ಅಲ್ಲ.

ಅಮ್ಮನೋ ಅಪ್ಪನೋ ಎತ್ತಿಕೊಂಡಿರುವ ಮಗುವನ್ನು ನಾವು ಪ್ರೀತಿಯಿಂದ ಕರೆದಾಗಲೇ ಮಕ್ಕಳು ನಮ್ಮ ಹೆಗಲೇರುವುದು ಕಷ್ಟಸಾಧ್ಯ. ಹೀಗಿರುವಾಗ "ಏಯ್ ಬಾ" ಎಂದು ದುರುಗುಟ್ಟಿ, ಗದರಿದರೆ ಆ ಮಕ್ಕಳು ಒಂದೋ ಭಯದಿಂದ ಅಳುತ್ತವೆ, ಅಥವಾ ನೀನು ಕರೆದರೆ ಬರುವು ದಿಲ್ಲ ಎಂದು ಮುಖ ತಿರುವುತ್ತವೆ. ಅಧಿಕಾರ, ದರ್ಪದ ಪ್ರದರ್ಶನವನ್ನು ಹಸು ಮಕ್ಕಳೇ ಸಹಿಸದೆ ತಿರಸ್ಕರಿಸುವಾಗ ಅಧಿಕಾರದ ಹುಂಬ ಜಂಬ ಪ್ರದರ್ಶನಗಳು ಶುಷ್ಕ, ಒಣ ಪ್ರತಿಷ್ಠೆಯ ಅನಾವರಣವನ್ನು ಪ್ರಾಪ್ತವಯೋಮಾನದ ಹೃದಯ-ಮನಸ್ಸು ತಾಳಿಕೊಳ್ಳುತ್ತದೆ ಎನ್ನುವುದು ಅಸಾಧ್ಯ.

ನೇಹವು ಅಧಿಕಾರದ ಪ್ರದರ್ಶನವಾದಾಗ ಅದಕ್ಕೆ ಸೆಡ್ಡು ಹೊಡೆದು ನಿಂತು ತಮ್ಮದೇ ಆದ ಸ್ವಾಯತ್ತ ಪ್ರಪಂಚವನ್ನು ಕಂಡುಕೊಂಡ ಸಾಕಷ್ಟು ಉತ್ತಮ ನಿದರ್ಶನಗಳಿವೆ.ಸ್ನೇಹಕ್ಕೆ ಅಧಿಕಾರದ ತಾಪ, ಪ್ರತಾಪಗಳು ಕೊಂಚ ಸೋಕಿ ತಾಕಿದರೂ ಸಾಕು, ಆತ್ಮಸಮ್ಮಾನ, ಸ್ವಾಭಿಮಾನ ಮತ್ತು ಆತ್ಮಗೌರವದ ಮನಸ್ಸು ಅಂಥ ಸ್ನೇಹವಲಯವನ್ನು ಮತ್ತೆಂದೂ ಒಪ್ಪಿ ಕೊಳ್ಳುವುದೂ ಇಲ್ಲ, ಅಪ್ಪಿಕೊಳ್ಳುವುದೂ ಇಲ್ಲ, ಆದರೆ ಇಂಥ ಸಂದರ್ಭ ಸನ್ನಿವೇಶಗಳಲ್ಲಿ ನಮ್ಮ ಜಾಣ್ಮೆ ಅಂತ ಅಲ್ಲ, ನಮ್ಮ ನಮ್ಮ ಸಂಯಮ ಜಾಗೃತವಾಗಿ ಅದರಂತೆ ನಾವು ನಿರ್ವಹಿಸಬೇಕು.

ಕುಚೇಲ–ಕೃಷ್ಣರ ಸ್ನೇಹ ಅಧಿಕಾರದ ಅರಸೊತ್ತಿಗೆಯಲ್ಲಿ ಎಂದಿಗೂ ಬಾಡಲಿಲ್ಲ, ಏಕೆಂದರೆ ಅಲ್ಲಿ ಇದ್ದದ್ದು ಅದರಿಂದ ಹೊರತಾದ ದುರಾಸೆ ರಹಿತ ಗಟ್ಟಿ ಸ್ನೇಹದ ಬಾಂಧವ್ಯವಷ್ಟೇ.

ಅಧಿಕಾರದ ಅರಸೊತ್ತಿಗೆ ಕೇವಲ ಸಿಂಹಾಸನಾಧೀಶರಿಂದ, ನಮಗಿಂತ ಬಹಳ ಎತ್ತರದ ದೊಡ್ಡ ದೊಡ್ಡ ಹುದ್ದೆಗಳಲ್ಲಿ ಇರುವವರಿಂದಲೇ ಆಗಬೇಕೆಂದಿಲ್ಲ, ಮಾತುಗಳ ಇರಿತ, ವ್ಯಂಗ್ಯದಿಂದಲೇ ಹುಟ್ಟುತ್ತದೆ ಎನ್ನುವಂತಿಲ್ಲ.

ನಮಗೆ ನಮ್ಮ ಮನೋಧರ್ಮಕ್ಕೆ ಸ್ನೇಹಿತರಿಂದ ಪೆಟ್ಟಾದಾಗ ಬಹಳ ಘಾಸಿಯಾಗುವುದು ಸಹಜ ಮತ್ತು ನಿಜ. ಆದರೆ ಅದನ್ನು ಹಾದಿ ರಂಪ ಬೀದಿ ರಂಪ ಮಾಡಿ ರಣರಂಗ ಮಾಡಿ ನಮ್ಮ ಮನಸ್ಸನ್ನೂ ಕದಡಿಕೊಳ್ಳಬೇಕಾಗಿಲ್ಲ. ಅವರೊಡನೆ ವಿಧ ವಿಧಾನವಾಗಿ, ನಿಧಾನವಾಗಿ ಮರೆಯಾಗುತ್ತಾ ಸದ್ದಿಲ್ಲದ ಮೌನದಲ್ಲಿ ಆಚೆ ಬಂದುಬಿಡುವುದು ಉತ್ತಮವಾದ ವಿವೇಕ ಮತ್ತು ಸರಿಯಾದ ಬೆಳವಣಿಗೆ.

ನಮಗೆ ಸರಿ ಅನ್ನಿಸಿದ್ದು ಇತರರಿಗೆ ಸರಿ ಎನ್ನಿಸಬೇಕೆಂದೇ ನಿಲ್ಲ, ಹಾಗೆಯೇ ನಮಗೆ ತಪ್ಪಾಗಿ ಕಂಡದ್ದು ಇತರರಿಗೆ ತಪ್ಪಾಗಿಯೇ ಕಾಣಬೇಕೆಂಬ ವ್ರತನಿಷ್ಠ ಹಠವೂ ಸರಿಯಲ್ಲ. ಭಿನ್ನ ವಿಭಿನ್ನ ಮನೋಭಾವಗಳು ಸಾಮೂಹಿಕ ಸ್ನೇಹದಲ್ಲಿದ್ದಾಗ ಅಂತರ ವಿರಸ, ಮನಸ್ತಾಪ ಸಹಜ. ಆದರೆ ಅದಕ್ಕಿಂತ ಅಪಾಯವೆಂದರೆ ಮುಸುಕಿನ ಗುದ್ದಾಟದ ಶೀತಲ ಸಮರ. ಅದು ವಿಸ್ಫೋಟವಾಗುವುದಕ್ಕೆ ಮುಂಚೆಯೇ ನಾವು ಸುಮ್ಮನಾಗಿ ಇದ್ದೂ ಇಲ್ಲದಂತಿರುವುದು ಬಹಳ ಒಳ್ಳೆಯದು.

"ಪದ್ಮಪತ್ರದ ಜಲಬಿಂದುವಿನಂತೆ" ಇದ್ದರೆ ಅಲ್ಲಿ ಸರ್ವಕ್ಷೇಮ ಭಾವ. ಇಲ್ಲದಿದ್ದರೆ ದಿನವೂ ಆ ಭರ್ತ್ಸನೆ, ಅದರ ಫಲವಾಗಿ ನಾವು ಅನುಭವಿಸುವ ಕಣ್ಣಿಗೆ ಕಾಣದ ಮೂಗೇಟುಗಳು ಹೇಗಿರುತ್ತವೆ ಎಂದರೆ ಗಾಯವಾಗಿ ಕೀವು ರಕ್ತ ಬಂದಿರು ವುದಿಲ್ಲ, ಆದರೆ ಅಲ್ಲಿದ್ದೂ ಮೊಣಕೈಗೆ ಚಿಲಕ ಬಡಿದಾಗ ಆಗುವ ನೋವಿನ ತೀವ್ರತೆ, ತೀಕ್ಷ್ಣತೆ ಹೇಗಿರುತ್ತದೋ ಹಾಗೆ ಮೂಕ ಮರ್ಮರ ಸಂಕಟ ನಮ್ಮದಾಗಿರುತ್ತದೆ.

ಲೋಕದ ಎಲ್ಲ ಸಂಗತಿಗಳನ್ನೂ ಬದಲಾಯಿಸಿಬಿಡಲು ಮನುಷ್ಯ ಜಗತ್ತಿಗೆ ಸಾಧ್ಯವೇ? ಇಲ್ಲೇ ನಮ್ಮ ಮಿತಿಯನ್ನು ನಾವು ಅರ್ಥಮಾಡಿಕೊಳ್ಳಬೇಕು. ಆಕಾಶಕ್ಕೆ ಏಣಿ ಹಾಕುವ ದುರ್ಲಂಘ್ಯ ಸಾಹಸ ನಮ್ಮದಾಗಬಾರದು. ದಿನನಿತ್ಯ ನಾವು ನೋಡುವ ಗಗನದ ಅಗಲ ಅರಿಯದ ನಾವು, ಭೂಮಿಯ ಗಹನತೆ ತಿಳಿಯಲಾರದ ನಾವು ಎಲ್ಲರನ್ನೂ ಮೆಚ್ಚಿಸಿದ್ದೇವೆ ಎಂಬ ಭ್ರಮೆಗೆ ಬೀಳುವುದಾಗಲೀ, ಎಲ್ಲರೂ ನಮ್ಮನ್ನು ಒಪ್ಪಲೇಬೇಕೆಂದು ಬಯಸುವುದು ತಪ್ಪು. ಹಾಗಾದಾಗ ನಿರೀಕ್ಷೆಗಳು, ಪ್ರಚಾರಪ್ರಿಯತೆ, ನಮ್ಮನ್ನು

ನಾವು ವಿಶೇಷವಾಗಿ ಗುರುತಿಸಿಕೊಳ್ಳಬೇಕೆಂಬ ಹಠ, ಸ್ವಕೇಂದ್ರಿತ ವ್ಯಾಮೋಹ ಉಂಟಾಗುತ್ತದೆ.

ಝೆನ್ ಕಥೆಗಳಲ್ಲಿ ನನಗೆ ಬಹಳ ಇಷ್ಟವಾದದ್ದೊಂದು ಈ ಸಂದರ್ಭದಲ್ಲಿ ನನಗೆ ನೆನಪಾಗುತ್ತದೆ. ಒಬ್ಬ ವ್ಯಕ್ತಿ ಬಹಳ ಕೋಪೋದ್ರಿಕ್ತನಾಗಿ ಸಿಟ್ಟಿನಿಂದ ಧುಮುಗುಡುತ್ತಾ ತೋಟದ ಹೂವುಗಳನ್ನುಕಿತ್ತು ಕಿತ್ತು ಬಿಸಾಕುತ್ತಿದ್ದ. ಈ ಕೆಲಸ ಸತತವಾಗಿ ಆಗುತ್ತಿತ್ತು. ಆಗ ಅಲ್ಲಿಗೆ ಬಂದ ಸಾತ್ವಿಕ ವ್ಯಕ್ತಿಯೊಬ್ಬ "ಏಕೆ ಹೀಗೆ ಹೂವುಗಳನ್ನು ಕಿತ್ತು ಕಿತ್ತು ಬಿಸಾಡುತ್ತಿರುವೆ" ಎಂದಾಗ ಆ ವ್ಯಕ್ತಿ ಕೋಪದಿಂದ "ನನ್ನ ಸ್ನೇಹಿತರೆಲ್ಲ ಜೊತೆಗಿದ್ದಾಗ ಇದೇ ಹೂವುಗಳು ಎಷ್ಟು ಸುಂದರವಾಗಿ ನಳನಳಿಸುತ್ತಿದ್ದವು. ಆದರೆ ಈಗ ನನ್ನ ಗೆಳೆಯರೆಲ್ಲ ನನ್ನಿಂದ ದೂರ ಸರಿದಿರುವಾಗ ಇವು ನನ್ನ ಕೆಕ್ಕರಿಸಿ ನೋಡುತ್ತಿದೆ, ಅದಕ್ಕೇಅವುಗಳು ಇರಬಾರದು ಎಂದು ಕಿತ್ತು ಹಾಕುತ್ತಿದ್ದೇನೆ" ಎಂದ. ಆಗ ನಸುನಕ್ಕ ಆ ಸಂಭಾವಿತ ವ್ಯಕ್ತಿ "ಅಯ್ಯೋ ಮಗು, ನೀನು ಗೆಳೆಯರ ಜೊತೆಗಿದ್ದಾಗಲೂ ಅವರು ನಿನ್ನಿಂದ ದೂರವಾದಾಗಲೂ ಅವುಗಳಿಗೆ ತಮ್ಮ ಪಾಡಿಗೆ ಅರಳಿಕೊಳ್ಳುವುದು, ಮುದುಡಿ ಕೊಳ್ಳುವುದು ಆಗುತ್ತಲೇ ಇದೆ, ನಿನ್ನ ಭ್ರಮೆ ನಿನಗೆ ಹಾಗೆ ಈ ಕೆಲಸವನ್ನು ಮಾಡಿಸುತ್ತಿದೆ, ನೀನು ಹೇಳುವುದೇ ಸರಿ ಎಂದಾ ದರೆ, ನೀನು ಇರುವಾಗಲೂ ಹಗಲು ರಾತ್ರಿ ಇರುತ್ತವೆ, ನೀನು ಹೋದ ಮೇಲೂ ಅವು ಇದ್ದೇ ಇರುತ್ತವೆ, ನಿನ್ನ ಸ್ನೇಹಿತರು ಜೊತೆಗಿದ್ದಾಗ ಈ ಹಗಲು-ರಾತ್ರಿಗಳು ಇರಲಿ, ಅವರು ದೂರವಾಗಿದ್ದಾರೆ, ಈಗ ಅದು ಬೇಡವೆಂದು ಆ ಹಗಲು ರಾತ್ರಿಗಳನ್ನು ನಿನಗೆ ಈ ಜಗತ್ತಿನಿಂದ ಕಣ್ಮರೆಯಾಗಿಸಲು ಸಾಧ್ಯವಾಗುವುದಾದರೆ, ಹೂಗಳನ್ನು ಹೊಸಕಿ ಹಾಕುತ್ತಿರುವ ನಿನ್ನ ಕಾರ್ಯಕ್ಕೆ ನಾನು ಭೇಷ್ ಎನ್ನುತ್ತೇನೆ, ಹಗಲು ರಾತ್ರಿಗಳನ್ನು ಕಿತ್ತುಹಾಕು ನೋಡೋಣ" ಎಂದಾಗ ರೋಷಾವಿಷ್ಟನಾಗಿದ್ದ ವ್ಯಕ್ತಿ ತಲೆ ಬಗ್ಗಿಸಿ ಹಾಗೇ ಹೊರಟು ಬಿಟ್ಟ. ನಾನೇ ಎಲ್ಲ ನನ್ನಿಂದಲೇ ಎಲ್ಲ ಎನ್ನುವವರಿಗೆ ಸನಿಹ-ದೂರ ಎರಡನ್ನೂ ಸಹಿಸಿ, ಜೀರ್ಣಾಗ್ನಿಯಾಗಿಸಿಕೊಳ್ಳುವ ಮನಸ್ಥಿತಿ ಇರದೆ ಅತ್ಯಂತ ದುರ್ಬಲರಾಗಿರುತ್ತಾರೆ.

ನಿನ್ನವರೆಂದುಕೊಂಡವರೆಲ್ಲ ನಿನ್ನವರಾಗಲೇಬೇಕಿಲ್ಲ,
ನಿನ್ನವರಲ್ಲ ಎಂದುಕೊಂಡವರೂ ನಿನ್ನವರಾಗುವುದಿಲ್ಲವೆಂದು
ಹೇಳಲು ಸಾಧ್ಯವೂ ಇಲ್ಲ.

ಎನ್ನುವುದು ನಮಗೆ ಅರ್ಥವಾದಾಗ ಬಾಳು ಚೆನ್ನ ಮತ್ತು ಚಿನ್ನ. ಇಲ್ಲದಿದ್ದರೆ, ಬಾಳು ಭಂಗ-ಬನ್ನಗಳ ಸುಳಿಯಲ್ಲಿ ದಿನವೂ ಕೊರಗಿ, ಮರುಗಿ, ಕರಗಿ, ಸೊರಗಿ ಬದುಕಿಯೂ ಸತ್ತಂತಾಗುವ ಜೀವಂತ ನರಕವಾಗುತ್ತದೆ.

ಸ್ನೇಹ ಅತಿಮಧುರ ಮತ್ತು ಆಪ್ಯಾಯಮಾನ. ಆಪ್ತತೆ ಹೃದ್ಯವಾಗಿರಲೇಬೇಕು. ಆದರೆ ಆ ಸ್ನೇಹ ಅಳತೆಗೆ ಸರಿಯಾಗಿ ಹೊಲಿದ ಬಟ್ಟೆಯಂತಿರಬೇಕು, ಅಳತೆ ಮೀರಿ ಹೊಲಿದರೆ ದೊಗಲೆಯಾಗಿಬಿಡುತ್ತದೆ, ಕಡಿಮೆ ಅಳತೆಯಿಟ್ಟು ಹೊಲಿದರೆ ಬಿಗಿಯಾಗಿಬಿಡುತ್ತದೆ. ನನ್ನನ್ನೇಎಲ್ಲರೂ ಗುರುತಿಸಬೇಕೆನ್ನುವ identity crisis, ಶ್ರೇಷ್ಠತೆಯ ವ್ಯಸನದಿಂದ ನಾವು ಸದಾ ಮುಕ್ತರಾಗಿರಬೇಕು. ಆಗ ನಿಜಸ್ನೇಹಿತರ ಗೆಳೆತನವನ್ನೂ ಅರಿಯುವ, ಹತ್ತಿರವಾಗುವ ಸಂತೋಷ, ದೂರವಾದಾಗ ಸಹಿಸಿಕೊಳ್ಳುವ ತಾಳ್ಮೆ ಮತ್ತು ನಮಗೆ ಅವರ ಮಾತು ನಡವಳಿಕೆಗಳು ಇಷ್ಟವಾಗದಿದ್ದರೆ ಮೌನವಾಗಿಯೇ ಜಗಳ, ಆರ್ಭಟವಿಲ್ಲದೆ ಮೆಲ್ಲಗೆ ನಾವೇ ದೂರವಾಗಿ, ನಿರ್ಲಿಪ್ತ ಆನಂದ, ಸ್ಥಿತಪ್ರಜ್ಞತೆಯನ್ನು ಕಾಪಿಟ್ಟುಕೊಳ್ಳಲು ಸಾಧ್ಯವಾಗುತ್ತದೆ.

> **"ಅಕ್ಕಿಯೊಳಗನ್ನವನು ಮೊದಲಾರು ಕಂಡವರು?**
> **ಅಕ್ಕರದ ಬರೆಹಕ್ಕೆ ಮೊದಲಿಗನದಾರು?**
> **ಲೆಕ್ಕವಿರಿಸಿಲ್ಲ ಜಗ ತನ್ನಾದಿ ಬಂಧುಗಳ**
> **ದಕ್ಕುವುದೇ ಜಸ ನಿನಗೆ ಮಂಕುತಿಮ್ಮ**
>
> **–ಡಿ.ವಿ.ಜಿ.**

ಸ್ನೇಹದ ಅತಿ ಪ್ರೀತಿಯ ಉತ್ಕಟತೆ, ಘಾಸಿಯಾದಾಗ ತಡೆದುಕೊಳ್ಳಲಾರದ ನಮ್ಮೊಳಗಿನ ಮಿತಿಯ ರಿಕ್ತತೆ ಎರಡನ್ನೂ ನಾವೇ ಗೆಲ್ಲಬಹುದು.

ವ್ಯಕ್ತಿತ್ವ ವಿಕಸನ

ಕೆಲವು ಅಸಮಾಧಾನಿಗಳ ಗುಂಪಿಗಾಗಿ ನಮ್ಮ ವ್ಯಕ್ತಿತ್ವ ಬದಲಾಗಬಾರದು

"ನೀನು ಹೇಳುವ ಯಾವ ವಿಚಾರಗಳನ್ನೂ ನಾನು ಒಪ್ಪದಿರಬಹುದು, ಆದರೆ ಹೇಳುವ ನಿನ್ನ ವಿಚಾರ ಸ್ವಾತಂತ್ರ್ಯಕ್ಕೇ ಯಾರಾದರೂ ಅಡ್ಡಿ ಬಂದರೆ ನನ್ನ ಪ್ರಾಣದ ಹಂಗು ತೊರೆದು ನಿನ್ನ ಅಭಿವ್ಯಕ್ತಿ ಸ್ವಾತಂತ್ರ್ಯವನ್ನು ರಕ್ಷಿಸುತ್ತೇನೆ."

–ವಾಲ್ಟೇರ್

ಜಗತ್ತಿನಲ್ಲಿ ಮನುಷ್ಯ ನಾನಾ ವಿಧಗಳ ಅನುಭವಗಳಿಗೆ ತೆರೆದುಕೊಂಡು ಬದುಕುವುದು ಅನಿವಾರ್ಯ ವಾಸ್ತವ.

ಕೆಲವು ಸಲ ತನ್ನದೇ ಆದ ಕಲ್ಪಿತ ವಾಸ್ತವಗಳಲ್ಲೂ, ಅವಾಸ್ತವಿಕ ಪ್ರಪಂಚದಲ್ಲೂ ಆತ ಬಾಳುವುದು ನಿಜ. ಅಂಥ ಅವಾಸ್ತವಿಕ ಲೋಕದ ಭ್ರಮೆಗಳಿಂದ ಹೊರಬರುವಾಗ ಆತ ಬಹಳಷ್ಟು ಪಾಠವನ್ನು ಬದುಕಿನಿಂದಲೇ ಕಲಿತಿರುತ್ತಾನೆ. ಈ ರೀತಿಯ surrealistic ಜಗದಲ್ಲಿದ್ದರೂ ಮನುಷ್ಯ ಸದಾ ಸಮಾಧಾನ–ಅಸಮಾಧಾನಗಳ ಲೋಕಗಳ ಹೊಯ್ದಾಟ, ದ್ವಂದ್ವಗಳಲ್ಲಿ ಹೇಗೆ ಬೆರೆಯಬೇಕು, ಬದುಕಬೇಕು ಎಂಬ ಇಕ್ಕಟ್ಟಿಗೆ ಸಿಲುಕುತ್ತಾನೆ.

ಭಗವಂತ ನೀಡಿರುವ ಆಯಸ್ಸಿನಲ್ಲಿ ನಮ್ಮ ಪಂಚೇಂದ್ರಿಯಗಳೇ ನಮ್ಮನ್ನು ಅನುಸರಿಸಿ ಹೊಂದಾಣಿಕೆ ಮಾಡಿಕೊಳ್ಳುವುದಿಲ್ಲ ಎಂದಾಗ ನಮ್ಮ ಜೀವ–ಜೀವನಶೈಲಿಯ ಬಗ್ಗೆ ಇತರರು ಏನೆಂದರೆ ನಮಗೇನು ಎನ್ನುವ ಅಹಮಿಕೆ ರಹಿತವಾದ ನಿರ್ಲಿಪ್ತ ಪಥ ನಮ್ಮದಾಗಬೇಕು.

ಸಂಘಜೀವಿ, ಸಂಗಜೀವಿ ಎರಡೂ ಆದ ಮನುಷ್ಯ ಸಮಾಜದ ಭಾಗವೆನ್ನುವುದು ನಿಜವಾದರೂ ಅವರವರ ಬದುಕಿನ ಆಯ್ಕೆ ಅವರವರದ್ದೇ ಆಗಿರಬೇಕು. ಯಾರೋ ಏನೋ ಅಂದುಕೊಳ್ಳುತ್ತಾರೆ ಎನ್ನುವ ಕಾರಣಕ್ಕಾಗಿ, ಅದಕ್ಕಾಗಿ ಮತ್ತು ಅವರಿಗಾಗಿ ನಮ್ಮ ಯೋಚನೆ–ಯೋಜನೆಗಳು ಕ್ರಮಬದ್ಧವಾಗಿದ್ದರೂ ಬದಲಿಸಿ ಅತಂತ್ರರಾದಾಗ ಇದೇ ಜನ ನಮ್ಮನ್ನು ಅಪಹಾಸ್ಯ ಮಾಡಿ ಲೇವಡಿ ಮಾಡುತ್ತಾರೆಂಬುದನ್ನು ನಾವು ಮರೆಯಬಾರದು.

ಪ್ರಸಿದ್ಧ–ಸುಪ್ರಸಿದ್ಧ ಕಲಾವಿದರು, ಕವಿಗಳನ್ನು ಆಡಿಕೊಂಡು ಹೀಯಾಳಿಸಿದ ಎಷ್ಟೋ ಜನರಿದ್ದಾರೆ, ಆದರೆ ಅದಕ್ಕೆಲ್ಲ ಸೊಪ್ಪು ಹಾಕದೆ ಕಲಾವಿದರು, ಕವಿಗಳು ಮುನ್ನಡೆದಿದ್ದ ರಿಂದಲೇ ಉಜ್ವಲವಾದ ಸಾರಸ್ವತ–ಸಾಂಸ್ಕೃತಿಕ ಲೋಕ ಧೀಮಂತವಾಗಿ ಮುನ್ನಡೆದಿದೆ. ಹಲವರ ಸಂಸರ್ಗ, ಸಾನ್ನಿಧ್ಯ, ಸಾಮೀಪ್ಯ ಮತ್ತು ಸಾಹಚರ್ಯ ಮನುಷ್ಯರಿಗಿರಲೇಬೇಕು, ವಿಚಾರ ವಿನಿಮಯ ಆಗಿ ಆಲೋಚನೆಯ ಚಿಂತನ–ಮಂಥನ ಮತ್ತು ಸ್ವ–ಅವಲೋಕನಗಳಿಂದ ನಮ್ಮ ನಿಲುವು ನಮ್ಮದೇ ಆಗುವ ಸ್ಪಷ್ಟತೆ ನಮಗಿರಲಿ. "ಆನು ಒಲಿದಂತೆ ಪಾಡುವೆ" ಎಂಬ ಭಾವ ನಮ್ಮಲ್ಲಿದ್ದಾಗಲೇ ನೋಡಿ ಸ್ವಾಮಿ ನಾವಿರೋದೆ ಹೀಗೆ ಎಂಬ ಖಚಿತವಾದ ನಿರ್ಧಾರ ತಳೆದ ವ್ಯಕ್ತಿತ್ವಗಳು ಘನತೆಯನ್ನುಳಿಸಿಕೊಳ್ಳಲು ಸಾಧ್ಯ.

ಅಲ್ಲಿ ಇಲ್ಲಿ ಎಲ್ಲೆಂದರಲ್ಲಿ ಅಸಮಾಧಾನಿಗಳ ಗುಂಪು ಇದ್ದೇ ಇರುತ್ತದೆ.ಭಿನ್ನಮತ ಪ್ರಜಾಪ್ರಭುತ್ವದ ಮೂಲ ಲಕ್ಷಣ.

ಖ್ಯಾತ ಕವಿ ಮತ್ತು ಪ್ರಾಧ್ಯಾಪಕರಾಗಿದ್ದ ಜಿ.ಎಸ್. ಶಿವರುದ್ರಪ್ಪ ನವರು **"ಭಿನ್ನವಿದ್ದೂ ಬೆರೆಯಬಹುದು"** ಎನ್ನುತ್ತಿದ್ದವರು.

ಆದರೆ ನಮ್ಮ ನಿಮ್ಮ ಗುಂಪುಗಳಲ್ಲೇ ಸ್ನೇಹ–ನೇಹ ವಲಯಗಳ ಮೂರು ಮತ್ತೊಂದು ಗೆಳೆಯರ ಬಳಗದಲ್ಲೇ ಇಂಥ ಅಸಮಾಧಾನಿಗಳು ಇರುತ್ತಾರೆ. ಅದಕ್ಕಾಗಿ ಅಂಜಿ, ಬೆದರಿ ಅವರಿಗೆ ಶರಣಾಗಿ ನಮ್ಮ ವ್ಯಕ್ತಿತ್ವದ ಮೂಲ ಲಕ್ಷಣಗಳ ಚಹರೆ–ಚರ್ಯೆಗಳನ್ನು ಕಳೆದುಕೊಂಡು ಬಾಳಬಾರದು. ಯೋಗ್ಯ ಸಲಹೆ ಸೂಚನೆಗಳಿಗಷ್ಟೇ ತಲೆಬಾಗಿ ತಿದ್ದುಕೊಳ್ಳಬೇಕೇ ಹೊರತು ನಮ್ಮ ಸುತ್ತ ಮುತ್ತಲಿನವರ ಎಲ್ಲ ಮಾತುಗಳಿಗೂ ನಾವು ಹೆದರುವ, ಮತ್ತು ಅವರಿಗಾಗಿ ನಮ್ಮ ಸ್ವಭಾವ ಮನೋಧರ್ಮಗಳನ್ನು ಬದಲಾಯಿಸಿಕೊಂಡರೆನಮ್ಮ ವ್ಯಕ್ತಿತ್ವದ ಶಕ್ತಿ ದೌರ್ಬಲ್ಯವಾಗಿ ಚಂಚಲಚಿತ್ತವಾಗಿಬಿಡುತ್ತದೆ.

ನಾವು ಮತ್ತು ನಮ್ಮ ನಡಾವಳಿಗಳು ತಪ್ಪಿದ್ದಲ್ಲಿ ವಿನಯಪೂರ್ವಕವಾಗಿ ವಿನಮ್ರತೆಯಿಂದ ತಲೆಬಾಗಿ ಮಾರ್ಗದರ್ಶನ ಪಡೆಯೋಣ, ಅದು ತಪ್ಪಲ್ಲ. ಆದರೆ ಈರ್ಷ್ಯೆ, ಕುದಿಮತ್ಸರಗಳಿಂದ ಅಸೂಯೆಯಿಂದ ಅಸಮಾಧಾನಿಗಳ ಗುಂಪಿದ್ದು ಅಂಥವರಿಗೆ ನಾವು ಹೆದರಿ, ಅವರ ಮುಂದೆ ನಾವು ಪುಕ್ಕಲಾದರೆ ರೆಕ್ಕೆಪುಕ್ಕವಿಲ್ಲದ ಹಕ್ಕಿಗಳಂತಾಗುತ್ತೇವೆ.

ಭವಭೂತಿ "ಲೋಕೋ ಭಿನ್ನ ರುಚಿ" ಎಂದಿದ್ದಾನೆ. ಹೀಗಿರುವಾಗ ಎಲ್ಲ ಕ್ರಿಯೆ ಪ್ರತಿಕ್ರಿಯೆಗಳಿಗೂ ನಾವು ತಲೆಕೆಡಿಸಿಕೊಂಡರೆ ನಾವು ಅಧಃಪತನಕ್ಕೀಡಾಗುವುದು ಖಚಿತ. ನಮ್ಮ ಜೊತೆಗಿನ ಸ್ನೇಹಿತರಲ್ಲಿಯೇ ಗುಪ್ತಗಾಮಿನಿಯಾಗಿ ಅಸಮಾಧಾನದ ಹೊಗೆಯಾಡಿಸುವವರಿದ್ದರೆ ಅಂಥ ಕಡೆ ಪ್ರತಿಕ್ರಿಯೆಯನ್ನೇ ಕೊಡಬಾರದು. ನಾವು ಏನಾದರೂ ಪ್ರತಿಕ್ರಿಯೆ ನೀಡಲಿ ಎಂದು ಬಯಸುವಂಥವರು ಛೇ ಇವರು ಯಾವ ಪ್ರತಿಕ್ರಿಯೆಯನ್ನೂ

ನೀಡುತ್ತಿಲ್ಲವೇ ಎಂದು ಒಳಗೊಳಗೇ ಕುದ್ದು ಕುದ್ದು ಧಗಧಗಿಸುತ್ತಾರೆ. ತನ್ನ ಮನೆಯ ಕಿಚ್ಚು ತನ್ನ ಸುಟ್ಟಲ್ಲದೆ ಪರರ ಸುಡದು ಎಂಬ ಬಸವಣ್ಣನ ವರ ಮಾತು ನಮ್ಮ ಮನಸ್ಸಿನಾಳಕ್ಕೆ ತಾಕಬೇಕು. ಯಾರೋ ಕೆಲ ಹಲವರ ಅಸಮಾಧಾನಿಗಳಿಗೆ ಹೆದರಿ ಹಿಂದಡಿ ಇಡುವ ಕೆಲಸ ಮಾಡಬಾರದು. ಅಂಥ ನೇಹಿಗವಲಯಗಳಿಗೆ ಬೆಲೆ ಕೊಟ್ಟರೆ ನಮ್ಮ ವ್ಯಕ್ತಿತ್ವದ ಮೌಲ್ಯ ನಿಸ್ತೇಜವಾಗುತ್ತದೆ.

> **"ನೂರಾರು ಮತವಿಹುದು ಲೋಕದುಗ್ರಾಣದಲಿ**
> **ಆರಿಸಿಕೋ ನಿನ್ನ ರುಚಿಗೊಪ್ಪುವದನದರೊಳ್**
> **ಸಾರದಡುಗೆಯನೊಳವಿಚಾರದ ಒಲೆಯಲಿ ಮಾಡು**
> **ಬೇರೆ ಮತಿ ಬೇರೆ ಮತ"**
>
> **–ಮಂಕುತಿಮ್ಮ**

ಆದ್ದರಿಂದ ಬೇರೆಡೆಯಲ್ಲಿ ಅಲ್ಲದೆ, ನಮ್ಮ ನಿಮ್ಮ ಸನಿಹದ ಗೆಳೆಯರ ಗುಂಪುಗಳಲ್ಲೇ ಅಸಮಾಧಾನಿಗಳ ಗುಂಪು ಅಂತರ್ಜಲವಾಗಿ ನಮ್ಮನ್ನು ನಿಮ್ಮನ್ನು ಕಂಡು ಒಳಸಿಟ್ಟು ಇಟ್ಟುಕೊಂಡಿರುತ್ತಾರೆ. ಮುಖಸ್ತುತಿಗೆ ಹೊಗಳಿದ್ದನ್ನೇ ನಿಜವೆಂದು ಭಾವಿಸಿ ಪೂರಿಯಂತೆ ಉಬ್ಬಿಹೋಗದೆ, ಬದುಕಿನುದ್ಧಾರಕ್ಕೆ ತೆಗಳಿದವರನ್ನು ದ್ವೇಷಿಸದೆ ಅರ್ಥೈಸಿ ಕೊಳ್ಳುವ ಭಾವಜಗತ್ತು ನಮ್ಮಲ್ಲಿರಲಿ. ಅದು ಬಿಟ್ಟು ಯಾರು ಯಾರೋಅಸಮಾಧಾನಿಗಳಿದ್ದಾರೆಂದ ಮಾತ್ರಕ್ಕೆ ಅದಕ್ಕೆಲ್ಲ ಬಾಗಿಅವರು ಹೇಳಿದಂತೆ ನಮ್ಮನ್ನುಕುಬ್ಜರಾಗಿಸಿಕೊಂಡು ಬಾಳುವ ಹೇಡಿ ಹೇಯ ಬಾಳು ನಮ್ಮದಾಗಬಾರದು. ಹಾಗಾದರೆ ವ್ಯಕ್ತಿತ್ವದ ಆತ್ಮಗೌರವ ಸಂಯಮಗಳಿಗೆ ಅರ್ಥವೆಲ್ಲಿದೆ??!

ಅಸಮಾಧಾನಿಗಳಿದ್ದ ಮಾತ್ರಕ್ಕೇ ಅವರಿಗಾಗಿ ನಾವು ನಮ್ಮತನವನ್ನು ಬಿಟ್ಟು ಬಾಳುವುದು ತಪ್ಪು.

ಸ್ಫೂರ್ತಿ ಚಿಲುಮೆಗಳು

ಇವರೇ ನಮಗೆ ಮಾದರಿ ಚೇತನಗಳು
(ಇವರನ್ನು ನೋಡಿ ಬದುಕಿನ ದಾರಿಯನ್ನುಕಲಿಯೋಣ)

ಜೀವದ ಉಗಮವಾದ ಮೇಲೆ ನಮ್ಮ ನಿಮ್ಮ ಜೀವನ ಆರಂಭವಾಗಲೇಬೇಕು. ಆದರೆ ನಾವು ಸ್ವಾನುಭವ-ಪರಾನುಭವಗಳ ಎರಡೂ ಬಗೆಯ ಅನುಭವ ಪ್ರಪಂಚದಲ್ಲಿ ಬದುಕುತ್ತಿರುತ್ತೇವೆ.

ಅಲ್ಲಮಪ್ರಭು ಅವರ ವಚನವನ್ನು ಗಮನಿಸುವುದಾದರೆ,

ಕೊಟ್ಟ ಕುದುರೆಯನು ಏರಲರಿಯದೆ
ಮತ್ತೊಂದ ಬಯಸುವರು
ವೀರರೂ ಅಲ್ಲ ಧೀರರೂ ಅಲ್ಲ.

ಈ ಬಗೆಯ ದ್ವಂದ್ವ ದುರಾಸೆಗಳಲ್ಲಿ ಬಾಳು ನೂಕುವ ನಾವು ಸಂತೃಪ್ತಿಯ ಹುಡುಕಾಟದಲ್ಲೇ ಅರ್ಧ-ಮುಕ್ಕಾಲು ಜೀವನವನ್ನು ಕಳೆದುಬಿಟ್ಟಿರುತ್ತೇವೆ. ಜೀವನದ ಅರ್ಥವನ್ನರಿಯುವ ಮೊದಲೇ ಏನೂ ತಿಳಿಯಲಿಲ್ಲವೆಂಬ ಕೊರಗಿನಿಂದ ಮರುಗಿ ಹೈರಾಣಾಗುತ್ತೇವೆ.

"ಇರುವುದೆಲ್ಲವ ಬಿಟ್ಟು ಇರದುದರೆಡೆಗೆ ತುಡಿವುದೇ ಜೀವನ"

ಎಂಬ ಗೋಪಾಲಕೃಷ್ಣ ಅಡಿಗರ ಮಾತಿನಂತೆ ನಮ್ಮದೇ ಆದ ಅಪಸವ್ಯ, ಅಪವ್ಯಸನಗಳ ಹಳವಂಡಗಳಲ್ಲಿ ಬಿದ್ದು ತೃಪ್ತಿಯ ಅನ್ವೇಷಣೆಯನ್ನು ಮರೀಚಿಕೆಯಾಗಿಸಿಕೊಳ್ಳುತ್ತೇವೆ.

ಇದನ್ನೇ ಡಿ.ವಿ.ಜಿ. ಅವರು ಬೇರೊಂದು ರೀತಿಯಲ್ಲಿ ಹೇಳುತ್ತಾರೆ,

ಇರುವ ಭಾಗ್ಯವ ನೆನೆದು
ಬಾರೆನೆಂಬುದನು ಬಿಡು
ಹರುಷಕ್ಕಿದೇ ದಾರಿ.

ಆದರೆ ಭಗವಂತ ನಮಗೆಲ್ಲವನ್ನೂ ನೀಡಿ ಈ ಭೂಮಿಗೆ ಕಳಿಸಿದ್ದರೂ ಸದಾ ಇನ್ನೊಬ್ಬರ ಜೀವನಶೈಲಿ ಅವರ ಐಷಾರಾಮೀ ಬದುಕಿಗೆ ನಮ್ಮ ಬದುಕನ್ನು ಹೋಲಿಸಿ ಕೊಳ್ಳುವ ನಾವು ನಮ್ಮ ಈ ಬದುಕೆಂಬ ಬಟ್ಟೆ(ಬಟ್ಟೆ=ಜನ್ಮ, ವಸ್ತ್ರ, ದಾರಿ)ಯನ್ನು ಸರಿಯಾಗಿ ಹೊಲಿದುಕೊಳ್ಳಲು ವಿಫಲರಾಗಿಬಿಡುತ್ತೇವೆ. ಭಗವಂತ ನಮಗೇನು ಕೊಟ್ಟಿದ್ದಾನೆ ಎಂದು ಪ್ರಲಾಪಿಸುವ ಮಂದಿಗೆ ಆ ದೇವರು ಕೊಟ್ಟಿರುವ ಸುಪುಷ್ಟ ದೇಹ, ದುಡಿಯುವ ಅಂಗಾಂಗಳು ಏತಕ್ಕಾಗಿ ಎಂದು ಮೊದಲು ಅರ್ಥವಾಗಬೇಕು. ಎಷ್ಟೋ ವಿಶೇಷ ಚೇತನರು ತಮ್ಮ ನ್ಯೂನ್ಯತೆ, ಊನಗಳನ್ನು ಹಿಮ್ಮೆಟ್ಟಿ ಸಾಧನೆಯ ಶೃಂಗ ಏರಿರುವುದನ್ನು ಕಂಡಾಗ ಎಲ್ಲ ಶಾರೀರಿಕ ಅವಯವಗಳೂ ಸರಿಯಿದ್ದೂ ಬುದ್ಧಿ ಚಾಂಚಲ್ಯದಿಂದ ಏನನ್ನೂ ಸಾಧಿಸದೆಯಾಂತ್ರಿಕ ಮತ್ತು ತಾಟಸ್ಥ್ಯದ ಬಾಳು ಬಾಳುತ್ತೇವಲ್ಲ, ಅಂಥವರಿಗೆ ವಿಶೇಷಚೇತನರ ಬದುಕು ಸ್ಫೂರ್ತಿ ಸಂಜೀವಿನಿಯಾಗಬೇಕು.

ರಸ್ತೆ ಅಪಘಾತದಲ್ಲಿ ಕಾಲನ್ನು ಕಳೆದುಕೊಂಡರೂ ನೃತ್ಯದಲ್ಲಿ ಕಾಲಿರುವವರೂ ನಾಚುವಂಥ ಅಮೋಘಸಾಧನೆ ಮಾಡಿದ ಸುಧಾಚಂದ್ರನ್ ನಮಗೆ ಮಾದರಿಯಾಗಬೇಕು. ಎರಡೂ ಕಣ್ಣುಗಳಿಲ್ಲದ ರವೀಂದ್ರ ಜೈನ್ "ಅಖಿಯೋಂಕೆ ಝುರೋಕೋಂಸೆ..." ಎಂಬ ಹಾಡನ್ನು ಬರೆದು ಧನಶ್ರೀಯಲ್ಲಿ ಸಂಗೀತ ಸಂಯೋಜಿಸಿದವರು, ಅಷ್ಟೇ ಅಲ್ಲದೆ, ಪಲಾಸಿ ರಾಗದಲ್ಲಿ ಸಂಯೋಜಿಸಿ ಅವರೇ ರಚಿಸಿದ "ಗೋರಿ ತೇರಾ ಗಾಂವ್ ಬಡಾ ಪ್ಯಾರಾ" ಗೀತೆಯಲ್ಲಿ "ಇನ್ ಲೋಗೋಂಸೆ ಜುಡ್ ಗಯಾ ಕೈಸೆ ಜನಂ ಜನಂ ಕಾ ನಾತಾ" ಎಂದು ಬರೆಯುವ "ಜೈನ್ ಆಜ್ ಸೆ ಪೆಹಲೇ ಆಜ್ ಸೆ ಯಾದಾ ಹಾಡಿನಲ್ಲಿ ಜೋ ಪಲ್ ಜೋ ಬೀತ್ ರಹೇ ಹೆ ಇನ್ ಕೆ ನಶೇ ಮೆ ದಿಲ್ ಮೇರಾ ಗಾನೇಲಗಾ ಹೆ..." ಎಂದು ಬರೆದು ಸಂಯೋಜಿಸುತ್ತಾರೆ. ಕಣ್ಣಿಲ್ಲದ ಇವರಿಗೆ ಸಂಗೀತವೇ ಕಣ್ಣುಗಳು.ಇವರ ಸಂಗೀತ ಸಿದ್ಧಿಗೆ ಮನಸೋತೇ ಅವರ ಪತ್ನಿ ದಿವ್ಯ ರವೀಂದ್ರರ ಕೈ ಹಿಡಿದದ್ದು. ರಾಮ್ ತೇರಿ ಗಂಗಾ ಮೈಲಿ ಚಿತ್ರಕ್ಕೆ ಮೋಹನ ರಾಗದಲ್ಲಿ ಅವರು ಸಂಯೋಜಿಸಿದ "ಸುನ್ ಸಾಯ್ಬಾ ಸುನ್ ಪ್ಯಾರ್ ಕೆ ಧುನ್" ಇಂದಿಗೂ ಆಪಾತಮಧುರ.

ಕಿವಿಯ ಲೋಪವಿದ್ದು ಎದುರಿಗಿದ್ದ ಕಲಾವಿದರ ತುಟಿಚಲನೆ, ಬರೆದುಕೊಟ್ಟದ್ದನ್ನು ಅಭಿನಯಿಸುತ್ತಿದ್ದ ಟಿ.ಎನ್. ಬಾಲಕೃಷ್ಣ ಅವರೇ

ಹೇಳುತ್ತಿದ್ದಂತೆ ಶವದ ಪಾತ್ರದಿಂದ ಶಿವನ ಪಾತ್ರದವ ರೆಗೂ ಅಭಿನಯಿಸಿದ ಧೀಮಂತ ಕಲಾವಿದತನ.

ಒಂದು ಕಣ್ಣಿನಲ್ಲಿ ಕ್ರಿಕೆಟ್ ಲೋಕವನ್ನಾಳಿದ ಪಟೌಡಿ, ನ್ಯೂನ್ಯತೆಯ ಕೈಯಲ್ಲೇ ಸ್ಪಿನ್ ಮಾಂತ್ರಿಕನೆನ್ನಿಸಿದ ಬಿ.ಎಸ್. ಚಂದ್ರಶೇಖರ್, ಎರಡೂ ಕಣ್ಣಿಲ್ಲದೆ ಮಹಾಗುರು ಎನ್ನಿಸಿದ ಪುಟ್ಟರಾಜ ಗವಾಯಿಗಳು, ಕಣ್ಣಿನ ಕಾಯಿಲೆಗೆ ತುತ್ತಾಗಿ ಕಣ್ಣು ಕಳೆದುಕೊಂಡರೂ ಅಥ್ಲೆಟಿಕ್ಸ್‌ನಲ್ಲಿ ವಿಕ್ರಮ ಸಾಧಿಸಿದ ಮರ್ಲಾ ಲೀ ರನ್ಯನ್, ಗಾಲಿ ಕುರ್ಚಿಯ ಓಟದ ಸ್ಪರ್ಧೆಯಲ್ಲಿ ಜಗವನ್ನೇ ನಿಬ್ಬೆರಗಾಗಿಸಿದ ಮಾಲತಿ ಹೊಳ್ಳ, ಸಿಂಡ್ರೋಮ್‌ಗೆ ಈಡಾಗಿ ಎರಡೂ ಕಣ್ಣುಗಳನ್ನು ಕಳೆದುಕೊಂಡರೂ ಚಾರ್ಟೆಡ್ ಅಕೌಂಟೆಂಟ್ ಎನ್ನಿಸಿದ ಪ್ರಪ್ರಥಮ ಭಾರತೀಯ ಮಹಿಳೆ ರಜನಿ ಗೋಪಾಲಕೃಷ್ಣ, ಕೈಕಾಲುಗಳಿಲ್ಲದೆ, ಅಪ್ರತಿಮ ವಾಕ್ಪಟುವಾಗಿರುವ ಜೇಮ್ಸ್ ನಿಕೋಲಸ್ ವ್ಯುಜಿಸಿಕ್, ದೇಹದ ನರಮಂಡಲಗಳೇ ಕಾರ್ಯನಿರ್ವಹಿಸದಿದ್ದರೂ ಕುರ್ಚಿಯಲ್ಲಿ ಕುಳಿತೇ ವಿಜ್ಞಾನ ಲೋಕದ ವಿಸ್ಮಯವೆನ್ನಿಸಿದ ಮೇಧಾವಿ ಸ್ಟೀಫನ್ ಹಾಕಿಂಗ್, ಕಿವುಡು, ಮೂಗಳಾಗಿ ಜಗತ್ತಿಗೆ ಸೆಡ್ಡು ಹೊಡೆದು ಸಾಧನೆ ಮಾಡಿದ ಹೆಲನ್ ಕೆಲ್ಲರ್, ಕಾಲಿಲ್ಲದೆ ಹಿಮಾಲಯವೇರಿದ ದೇಶದ ಮೊತ್ತಮೊದಲ ವಿಶೇಷಚೇತನ ಮಹಿಳೆ ಅರುಣಿಮಾ ಸಿನ್ಹಾ, ಕೈಗಳಿಲ್ಲದೆ, ಕಾಲಿನಿಂದಲೇ ವಿಮಾನ ಓಡಿಸುವ ಜೆಸ್ಸಿಕಾ ಕಾಕ್ಸ್... ಇವರೆಲ್ಲ ಮತ್ತು ಇವರಂಥ ಸಾಧಕರ ಮುಂದೆ ಎಲ್ಲ ಇದ್ದರೂ ಅದಿಲ್ಲ, ಇದಿಲ್ಲ ಎಂದು ಹಲುಬಿ ಹಪಹಪಿಸುವ ನಾವು ಇಂತಹ ಮಹಾನುಭಾವರನ್ನು ಅವರು ಮಾಡಿರುವ ಸಾಧನೆಗಳನ್ನು, ಏರಿರುವ ಎತ್ತರವನ್ನೂ ನೋಡಿ ಬೆಪ್ಪಾಗಬೇಕು.

ಆ ನೆನಕೆಯ ಮೆಲುಕಿನಲ್ಲಿ ಶಾರೀರಿಕವಾಗಿ, ಮಾನಸಿಕವಾಗಿ ಸದೃಢರಾಗಿಯೂ ಅದಿಲ್ಲ, ಇದಿಲ್ಲ ಎಂದು ಬಡಬಡಿಸುವವ ನಾವೆಷ್ಟು ಕುಬ್ಜರಾಗುತ್ತಿದ್ದೇವೆ? ಇಂಥ ಮಹತ್ಸಾಧಕರ ಘನತೆವೆತ್ತ ಸಾಧನೆಗಳನ್ನು ಆದರ್ಶಪ್ರಾಯವಾಗಿ ಮತ್ತು ಮೇಲ್ಪಂಕ್ತಿಯಾಗಿ ಸ್ವೀಕರಿಸಿ ಬಾಳಬೇಕಲ್ಲವೇ ಮಿತ್ರರೆ.

ಹಣ ಕೇಡುಂಟು ಮಾಡುತ್ತದೆಯೇ!??

"ಎಲ್ಲ ಹಣದ ಪ್ರಭಾವ, ಈ ಹಾಳಾದ ಹಣದಿಂದ ಏನೇನೆಲ್ಲ ಆಗುತ್ತೆ ಕಣ್ರೀ, ಈ ಹಣದ ಆರ್ಭಟ ಅಷ್ಟಿಷ್ಟಲ್ಲ" ಹೀಗೆ ಮಾತನಾಡುವ ಮಂದಿಗೇನೂ ಕೊರತೆಯಿಲ್ಲ. ಅವರ ಪ್ರಕಾರ ಹಣ ದುಷ್ಟ ಮತ್ತು ಕೆಡುಕಿನ ಸಂಕೇತ. ಹಣದಿಂದ ಎಲ್ಲ ಕೆಡುಕಿನ ದುರ್ವಿಪಾಕಗಳೂ ಈ ಜಗತ್ತಿನಲ್ಲಿ ಆಗುತ್ತಿರುತ್ತವೆ. ಹೀಗೆ ಹೇಳುವವರು ಕೊಂಚ ಸಂಯಮದಿಂದ ಯೋಚಿಸಿ, ಯೋಜಿಸಿ ನಡೆದರೆ ಹಣದ ಘನತೆ, ಮೌಲ್ಯ ಅರಿವಾಗಲು ಹೆಚ್ಚಿನ ಸಮಯ ಬೇಕಾಗುವುದಿಲ್ಲ.

"Now a days People know the price of everything but value of nothing."

-Oscar Wild

ಬೆಲೆ ಮತ್ತು ಮೌಲ್ಯ ಎರಡನ್ನೂ ನಾವು ಆಮೂಲಾಗ್ರವಾಗಿ ಪರಿವೀಕ್ಷಿಸಬೇಕು. ಧನಿಕರ ಮನೆಯ ಹುಡುಗರು ಜೇಬಲ್ಲಿ ಹಣವಿದೆಯೆಂದು ಹೊಸ ಬೈಕು ಖರೀದಿಸಿ, ಅಡ್ಡಾದಿಡ್ಡಿ ಓಡಿಸಿ ಅಪಘಾತಕ್ಕೀಡಾಗಿ ತೀರಿಹೋದ ಎಷ್ಟೋ ಘಟನೆಗಳನ್ನು ಅವಲೋಕಿಸಿದರೆ, ಹಣ ಆ ರೀತಿ ನನ್ನನ್ನು ಬಳಸು, ಅಪಘಾತ ಮಾಡಿಕೊಂಡು ಸಾಯಿರಿ ಎಂದು ಹೇಳಿತ್ತೇ? ಇತ್ತೀಚೆಗೆ ನಿವೇದನ್ ನೆಂಪಿ ಎಂಬ ಯುವಕ ಸ್ವಸಾಮರ್ಥ್ಯದಿಂದ ಅಡಿಕೆ ಕಾರ್ಖಾನೆ

ತೆರೆದು ಸಾವಿರಾರು ಜನಕ್ಕೆ ಉದ್ಯೋಗ ದಾತನಾಗಿ ಲಾಭ ಪಡೆಯುವ ಆತನ ಕರ್ತವ್ಯ ಛಲದ ಪರಿಶ್ರಮಕ್ಕೆ ಹಣ ಸಾಮಾಜಿಕವಾಗಿ ಆತನನ್ನು ಗಣ್ಯಸ್ಥಾನದಲ್ಲಿ ಕೂಡಿಸಿರುವುದು ನಿಜವಲ್ಲವೆ.

ಹಣವನ್ನು ನಾವು ಹೇಗೆ ಬಳಸುತ್ತೇವೆ ಎನ್ನುವುದರಲ್ಲಿ ಅದರ ಶ್ರೇಷ್ಠತೆ ತಿಳಿಯುತ್ತದೆ. ಹಣ ನಮಗೆ ಕೆಟ್ಟದ್ದನ್ನು ಮಾಡಲೂ ಬಯಸುವುದಿಲ್ಲ, ಒಳ್ಳೆಯದನ್ನು ಮಾಡಲೇಬೇಕೆಂದೂ ಹೊರಡುವುದಿಲ್ಲ, ಅದರಷ್ಟಕ್ಕೆ ಅದು ತನ್ನ ಪಾಡಿಗೆ ತನ್ನ ಕಾರ್ಯ ನಿರ್ವಹಿಸುತ್ತಿರುತ್ತದೆ. ಅದನ್ನು ಸಾರ್ಥಕವಾಗಿ ವಿನಿಯೋಗಿಸದೆ ಸ್ವಾರ್ಥಕ್ಕೆ, ಸ್ವೇಚ್ಛೆಗೆ ಬಳಸಿಕೊಂಡು ಹಣದಿಂದಲೇ ಇಷ್ಟೆಲ್ಲಆಗಿದ್ದು ಎಂದು ಹಣವನ್ನು ಅಲ್ಪ ವಾಗಿಸುವ ಜನರು ಹಣವಿಲ್ಲದಿದ್ದರೆ ತಾವೇ ಅಲ್ಪ ವಾಗುತ್ತೇವೆ ಎಂಬ ಸಣ್ಣ ತಿಳಿವಳಿಕೆಯನ್ನೂ ಹೊಂದದೆ ತಿಮಿರು, ಪೊಗರು ತೋರಿಸುವುದು ಮನುಷ್ಯರ ಮೂರ್ಖತನವೇ ಹೊರತು ಹಣದ ಅವನತಿಯಲ್ಲ.

ವಿದ್ಯೆ ಹಣಕ್ಕಿಂತ ಹೆಚ್ಚು, ವಿದ್ಯೆ ಇದ್ದರೆ ಎಲ್ಲಿ ಬೇಕಾದರೂ ಬದುಕಿಕೊಳ್ಳಬಹುದೆನ್ನುವ ಜನರಿದ್ದಾರೆ. ನಾವು ವಿದ್ಯೆ ಮತ್ತು ಹಣವನ್ನು ಪರಸ್ಪರ ವಿರುದ್ಧಾತ್ಮಕವಾಗಿ ನೋಡುತ್ತಾ ಬಂದಿರುವುದೇ ಇಂಥ ಅಪಸವ್ಯಗಳಿಗೆ ಮೂಲ ಕಾರಣ.

ಓದುವುದಕ್ಕಾಗಲಿ, ತಿಂದುಂಡು ಮಲಗುವ ಮನೆಗಾಗಲಿ ಹಣ ಬೇಕೇ ಬೇಕು. ಆದರೆ ನಾವು ವಿದ್ಯೆಯನ್ನುಎತ್ತರಕ್ಕೇ ರಿಸಲು ಹಣವನ್ನು ಕೆಳಗಿಳಿಸಿ ನೋಡುವುದೇಕೆ?

ಲಕ್ಷ್ಮಿಯಾಗಲಿ, ಸರಸ್ವತಿಯೇ ಆಗಲಿ ಯಾವತ್ತಿಗೂ, ಯಾವ ಕಾರಣ, ಸಂದರ್ಭಗಳಲ್ಲೂ ಪರಸ್ಪರ ವಿರುದ್ಧವಲ್ಲ, ಬದಲಾಗಿ ಮಾನವ ಬದುಕಿಗೆ ಪೂರಕ ಮತ್ತು ಪ್ರೇರಕ.

500 ರೂ.ಗಳ ನೋಟು ಅಮಾನ್ಯಗೊಂಡಾಗ (ಅದರ ಸರಿ–ತಪ್ಪು ಇಲ್ಲಿ ಚರ್ಚೆಯ ವಿಷಯವಲ್ಲ) ಜನಕ್ಕೆ ಹಣದ ಬೆಲೆ, ಮೌಲ್ಯ ಎರಡೂ ಅರ್ಥವಾಗುತ್ತಾ ಹೋಯಿತು. ಈಗಿನ ಸನ್ನಿವೇಶವನ್ನೇ ತೆಗೆದುಕೊಂಡರೆ ವಿಶ್ವವೇ ಆರ್ಥಿಕವಾಗಿ ಸದೃಢವಾಗಿರುವ ರಾಷ್ಟ್ರಗಳೂ ಸಹ ಮಹಾವ್ಯಾಧಿಗೆ ತಲ್ಲಣಿಸಿ ಹೋಗಿದೆ, ಭಾರತವೂ ಸೇರಿದಂತೆ ಆರ್ಥಿಕ ಸಂಕಷ್ಟಗಳ ದುರ್ಭರತೆ, ದಿನವಹಿ ಅಗತ್ಯ ವಸ್ತುಗಳ ಪೂರೈಕೆಯಲ್ಲಿನ ವ್ಯತ್ಯಯ ಏನೆಲ್ಲ ಪಾಠ ಕಲಿಸುತ್ತಿದೆ.

ಇಂಥ ಸಂದರ್ಭದಲ್ಲಿ ಹಣವೇ ಇಲ್ಲದಾಗತಿನ್ನುವುದೇನನ್ನು? ಇದನ್ನು ಆಲೋಚಿಸಬೇಕಾಗುತ್ತದೆ. ಹಣ ಬೇಕು, ಆದರೆ ಅತಿಯಾಗಿ ಇರಬಾರದೆನ್ನುವವರು ಇದ್ದಾರೆ ಅದನ್ನು ಹಣ ನಮಗೆ ಹೇಳಿಕೊಡುವುದಿಲ್ಲ, ಹಾಗೆ ಹೇಳಿಕೊಡಬೇಕಾದ ಅಗತ್ಯವೂ ಅದಕ್ಕಿಲ್ಲ. ಹಣವನ್ನು ದುರಾಸೆಗೆ,

ಐಷಾರಾಮೀ ವೈಭೋಗಕ್ಕೆ, ಲಾಲಸೆ, ಲೋಲುಪತೆಗಳಿಗೆ ಬಳಸುವವರು ಇತಿಹಾಸದತ್ತ ಕಣ್ಣು ಹಾಯಿಸಿದರೆ ಒಳ್ಳೆಯದು.

ಭಾರತದ ಪ್ರಪ್ರಥಮ ರಾಷ್ಟ್ರಪತಿ ಬಾಬು ರಾಜೇಂದ್ರ ಪ್ರಸಾದ್ ಅವರು ಪ್ರಧಾನಿ ನೆಹರೂ ಅವರಿಗೆ ಪತ್ರ ಬರೆದು ನನಗೆ ಇಷ್ಟೊಂದು ಮಾಸಿಕ ಸಂಬಳ ಬೇಡವೆಂದು ಅದನ್ನು ಬಹಳ ಕಡಿಮೆ ಮಾಡಿಸಿಕೊಳ್ಳುತ್ತಾರೆ. ಲಾಲ ಬಹದ್ದೂರ್ ಶಾಸ್ತ್ರೀಜಿ ತೀರಿಹೋದಾಗ ದೇಶದ ಪ್ರಧಾನಿಯಾಗಿದ್ದವರಿಗೆ ವೈಯಕ್ತಿಕವಾಗಿ ತಮ್ಮ ಕುಟುಂಬದ ಸಾಲ ತೀರಿಸಲು ಸಾಧ್ಯವಾಗಿರುವುದಿಲ್ಲ. ನಮ್ಮ ಹೆಮ್ಮೆಯ ಮಾಜಿ ರಾಷ್ಟ್ರಪತಿ ಗಳಾಗಿದ್ದ ಅಬ್ದುಲ್ ಕಲಾಂ ಅವರು ರಾಷ್ಟ್ರಪತಿ ಹುದ್ದೆಯಲ್ಲಿ ಇದ್ದಾಗ ಹೇಗಿದ್ದರು? ಆ ಹುದ್ದೆಯನ್ನು ಸಂಪೂರ್ಣವಾಗಿ ಮುಗಿಸಿಯೂ ವ್ಯಾಮೋಹಕ್ಕೆ ಬೀಳದೆ ಮಕ್ಕಳ ಜೊತೆಗೆ, ಶಿಕ್ಷಣದ ಜೊತೆಗೆ ಬೆಳೆಸಿಕೊಂಡ ಸಾಮೀಪ್ಯ, ಸಾನ್ನಿಧ್ಯ ಮತ್ತು ಸಾಂಗತ್ಯದ ತ್ರಿವೇಣಿಸಂಗಮತ್ವದ ಸಂಕಲ್ಪಬಲ ಇದೆಯಲ್ಲ ಅಲ್ಲಿ ಅವರಿಗೆಂದಾದರೂ ಹಣ ಕೆಡುಕುಂಟು ಮಾಡಿತೇ.!!

ತ್ರಿಪುರದ ಮಾಜಿ ಮುಖ್ಯಮಂತ್ರಿ ಮಾಣಿಕ್ ಲಾಲ್ ಸರ್ಕಾರ್ ಅವರ ಅತ್ಯಂತ ಸರಳ ಬದುಕು ಮತ್ತು ಇಡೀ ವಿಶ್ವವೇ ಕೊಂಡಾಡುವ ಶ್ರೀಮತಿ ಸುಧಾ ಮೂರ್ತಿಯವರ ಸರಳತೆ, ಗಳಿಸಿರುವ ಹಣದ ಬಗ್ಗೆ ತಿರಸ್ಕಾರದಿಂದಲೋ, ತ್ಯಾಜ್ಯವೆಂದೋ ಭಾವಿಸಿದ್ದರಿಂದಲ್ಲ, ಆ ಹಣವನ್ನು ಹೇಗೆಲ್ಲ ಸತ್ಕಾರ್ಯಗಳಿಗೆ ಉಪಯೋಗಿಸಬಹುದೆನ್ನುವುದನ್ನು ಹಣದ ಮೂಲಕವೇ ಸಾಬೀತುಪಡಿಸುತ್ತಿರುವ ಮಹಾತಾಯಿ ಸುಧಾ ಮೂರ್ತಿಯವರಾಗಲಿ, ಟಾಟಾ ಅವರಾಗಲಿ, ತಾವು ಗಳಿಸಿದ ಸ್ವಪರಿಶ್ರಮದ ಹಣದ ಬಗೆಗಿನ ಗೌರವ ಮತ್ತದರ ಸದ್ಬಳಕೆಯ ಮಹತ್ವವನ್ನು ಕೇವಲ ವೈಯಕ್ತಿಕವಾಗಿ ಬಳಸದೆ ವಿಶ್ವಹಿತಕ್ಕಾಗಿ ಬಳಸುವುದರ ಮೂಲಕ ಹಣಕ್ಕೂ ಮೌಲ್ಯ ತಂದುಕೊಟ್ಟು ತಾವು ಉನ್ನತ ಸ್ಥಾನಕ್ಕೇರಿದ್ದಾರೆ.

ಮನುಷ್ಯರು ಲಂಚಬಾಕರು, ಭ್ರಷ್ಟಾಚಾರಿಗಳೂ ಆಗಿ ಅಟ್ಟಹಾಸ ದರ್ಪ, ದೌಲತ್ತು, ಗೈರತ್ತುಗಳನ್ನು ಮೆರೆದರೆ ಅದಕ್ಕೆ ಹಣವೇ ಕಾರಣ ಎಂದು ತಾವು ಮಾಡಿದ ಹೀನ, ಹೇಯ ದುರಾಚಾರ ದೌರ್ಜನ್ಯಗಳಿಗೆ ಹಣವನ್ನು ಹೀಗಳೆದರೆ ಅದು ಮನುಷ್ಯನ ಕುಬ್ಜತನ ಮತ್ತು ತಾನು ತಪ್ಪಿಸಿಕೊಳ್ಳುವ ಪಲಾಯನವಾದದ ದಾರಿಗಳಲ್ಲದೆ ಬೇರೇನೂ ಅಲ್ಲ. ಕಾಂಚಾಣವನ್ನು ಕುರುಡು ಕುರುಡಾಗಿ ಬೇಕಾಬಿಟ್ಟಿಯಾಗಿ ಬಳಸಿದರೆ ಅದು ಖಂಡಿತ ಹಣದ ತಪ್ಪಲ್ಲ, ಮನುಷ್ಯನ ಅಹಂಕಾರದ ಉತ್ತುಂಗ ಸ್ಥಿತಿ ಮತ್ತು ಅವಸರ್ಪಿಣಿಯ ಮಜಲು.

ಸ್ವಯಂಕೃತ ಅಪರಾಧಗಳಿಗೆ ದುಡ್ಡಿನ ಮೇಲೆ ಅಪವಾದ ಹೊರಿಸುವ ಹುಂಬತನ, ಜಾಣ ಮುಗ್ಧತನವನ್ನು ಬಿಟ್ಟು ಹಣದ ಸಾರ್ಥಕ, ಸಮರ್ಪಕ ಮತ್ತು ಸಮಂಜಸವಾದ ಬಳಕೆಯತ್ತ ನಮ್ಮ ಚಿತ್ತ ಹರಿದಾಗ ಬಾಳು ಸುಭಗವೂ

ಸುಂದರವೂ ಆಗಿ ಬದುಕು ನೆಮ್ಮದಿಯ ಉಸಿರ್ದಾಣಗಳಾಗುತ್ತವೆ. ಹಣಕ್ಕಿರುವ ಮೌಲ್ಯವನ್ನು ತುಚ್ಛೀಕರಿಸಿ ಇಲ್ಲಸಲ್ಲದ ವ್ಯರ್ಥಾರೋಪ, ವೃಥಾರೋಪಗಳನ್ನು ಮಾಡುವ ಕಾಲಹರಣದಿಂದ ಹಣಕ್ಕೆ, ಹಣದ ಯೋಗ್ಯತೆಗೆ ಕುಂದು ಉಂಟಾಗುವುದಿಲ್ಲ.

"ಧೂಮಶಿಖಿ ಕುಪ್ಪಳಿಸಿದರೆ ಕುಂದುವುದೇ ನಭ"

–ಕುಮಾರವ್ಯಾಸ

(ಕರ್ಣಾಟ ಭಾರತ ಕಥಾಮಂಜರಿ)

ಎನ್ನುವಂತೆ ಅಂತರಂಗದ ತಿಳಿಗಣ್ಣಿನಲ್ಲಿ ಮನಸ್ಸಾಕ್ಷಿಯಿಂದ ವರ್ತಿಸಬೇಕು. ಹಣ ಕೇಡು ಮಾಡುತ್ತದೆಂಬ ಅರ್ಥರಹಿತ ಆಪಾದನೆಗಳನ್ನು ಬಿಟ್ಟು ಪ್ರಜ್ಞಾವಂತಿಕೆ, ಎಚ್ಚರ ಮತ್ತು ಜವಾಬ್ದಾರಿಯುತ ನಡೆಯತ್ತ ಹೆಜ್ಜೆ ಹಾಕುತ್ತಾ ಎಲ್ಲರನ್ನೂ ಅದೇ ದಿಕ್ಕಿನೆಡೆಗೆ ಕೊಂಡೊಯ್ಯುವ ಪ್ರಜೆಗಳಾಗಬೇಕಿದೆ.

ಅ.ನಾ. ಪ್ರಹ್ಲಾದರಾಯರು

ಆಹ್ಲಾದಕರ ಸಾಧಕರು-ಅ.ನಾ .ಪ್ರಹ್ಲಾದರಾಯರು
(ಕೋಲಾರ ಜಿಲ್ಲಾ ರಾಜ್ಯೋತ್ಸವ ಪ್ರಶಸ್ತಿ ಪುರಸ್ಕೃತರು)

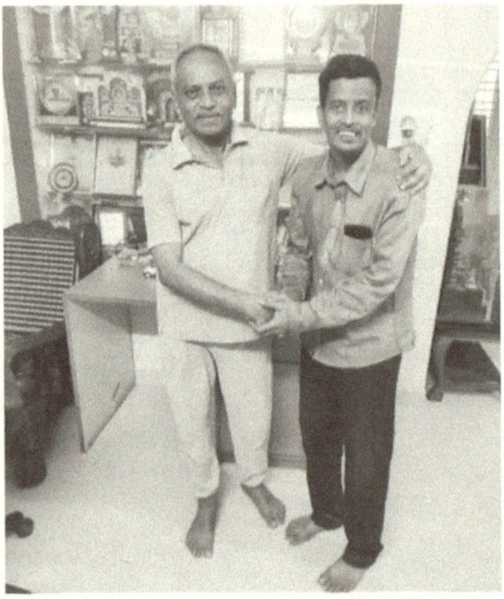

ಕೆಲವರಿಗೆ ಪ್ರಶಸ್ತಿಗಳು ಬಂದಾಗ ಅನುಮಾನಗಳ ಹುತ್ತ ಮನದೊಳಗೆ ಸುತ್ತುವರೆಯುತ್ತವೆ ಇನ್ನೂ ಕೆಲವರಿಗೆ ಪ್ರಶಸ್ತಿಗಳು ಬಂದರೆ ಇದುವರೆಗೂ ಇಂಥ ಸಾಧಕರಿಗೆ ಈ ಪ್ರಶಸ್ತಿ ಬಂದಿರಲಿಲ್ಲವೇ ಎಂಬ ಅನುಮಾನ ಹುಟ್ಟಿಬಿಡುತ್ತವೆ.

ಕೋಲಾರದ ಅಬ್ಬಣಿ ನಾರಾಯಣರಾವ್ ಪ್ರಹ್ಲಾದರಾವ್, ಅನಾಪ್ರ, ಪದಬಂಧದ ಪ್ರಹ್ಲಾದರಾಯರ ಸಾಧನೆಗೆ ಗಾಂಭೀರ್ಯವಿದೆ, ಭೂಮಿತೂಕದ ಸಹನೆಯ ಮನೋಧರ್ಮವಿದೆ, ಆದ್ದರಿಂದಲೇ 26ರ ಜವ್ವನದ ಏರುಬಿಸುಪಿನಲ್ಲಿ ಕೋಲಾರದ ಗೆಳೆಯರ ಜೊತೆಗೂಡಿ ಹೊನ್ನುಡಿ ಪತ್ರಿಕೆ ಶುರು ಮಾಡಿದ ಪ್ರಹ್ಲಾದರಾಯರ ಆ ತುಡಿತ, 1975ರಲ್ಲಿ ಪತ್ರಿಕೋದ್ಯಮಕ್ಕೆ ಕಾಲಿಟ್ಟಾಗ ಕೇವಲ 22ರ ವಯೋಮಾನದಲ್ಲೇ ಅಕ್ಷರ ಪ್ರಪಂಚದ ಅಕ್ಕರೆಯ ಕರೆಗೆ ತಮ್ಮನ್ನು ಆಗುಮಾಡಿಕೊಂಡ ಕರ್ತೃತ್ವಶಕ್ತಿ, ಕ್ಷಮತೆ ಅಸಾಮಾನ್ಯವಾಗಿ ಕಾಣಿಸುತ್ತದೆ.

ಪದಬಂಧದ ಮಹತ್ಸಾಧಕರು ಅನಾಪ್ರ-ಸೃಜನಶೀಲತೆಯ ಹರಹನ್ನು ಮೈಗೂಡಿಸಿಕೊಂಡು ಅದನ್ನು ಸುದೀರ್ಘ ಕಾಲದ ನಿರಂತರತೆಯನ್ನಾಗಿ ಉಳಿಸಿಕೊಳ್ಳುವ ಕಷ್ಟಕರ ಕೆಲಸವನ್ನು ಇಷ್ಟಪಟ್ಟು ಉಳಿಸಿಕೊಂಡ ಜೀವಸೆಲೆಯ ವ್ಯಕ್ತಿತ್ವ ಅನಾಪ್ರ ಅವರದ್ದು.

ಇದುವರೆಗೂ ಮೂವತ್ತಾರು ಸಾವಿರ (36,000) ಪದಬಂಧಗಳ ರಚನೆ, ನಾಲ್ಕು ಲಕ್ಷಕ್ಕೂ ಮೀರಿದ ಅದರ ಸುಳುಹುಗಳು ಭೀಮಸದೃಶ ಸಾಧನೆ ಮಾತ್ರವಲ್ಲ, ಪರ್ವತ ಸಂಯಮದ ಅಚ್ಚಳಿಯದ ಹೆಗ್ಗುರುತು. ಜೊತೆಗೆ ಅವರ ಪದಬಂಧದ ಹಾಸುಬೀಸು ಮತ್ತು ಅದರ ವ್ಯಾಪ್ತಿ ಪ್ರದೇಶ ಏಕಮುಖವಲ್ಲ, ಸಾಮಾಜಿಕ, ಸಾಂಸ್ಕೃತಿಕ, ವಿಶ್ವ... ಸಿನಿಮಾ... ಹೀಗೆ ಅನೇಕಾನೇಕ ವಿಷಯಗಳ ಅಸೀಮಲೋಕದ ಪದಬಂಧಗಳ ಪ್ರಹ್ಲಾದರಾಯರಿಗೆ ಇಷ್ಟಾದರೂ ಬೀಗುವ ಮನವಲ್ಲದ, ಬಾಗುವ ವಿನೀತ ಗುಣ.

ಜ್ಞಾನದ ಹಂಬಲಕ್ಕೆ ಇಂಬಾಗುವ ಬೌದ್ಧಿಕ ವಿನ್ಯಾಸದ ವಿಕಾಸಕ್ಕೆ ಅರಳಿಕೊಳ್ಳುವ ಈ ಪದಬಂಧಗಳನ್ನು ಸೃಜನಾತ್ಮಕವಾಗಿ ಹರಡಿಸಿದ ಅನಾಪ್ರ ಏಷ್ಯಾದಲ್ಲೇ ಪ್ರಾದೇಶಿಕ ಭಾಷೆಯೊಂದರಲ್ಲಿ ಅತ್ಯಧಿಕ ಪದಬಂಧ ರಚನೆ ಮಾಡಿದ ಲಿಮ್ಕಾದಾಖಲೆಗೆ ಭಾಜನರಾಗಿರುವ ಅಪ್ರತಿಮರು.

ಆದರೆ ಈ ಕ್ಷೇತ್ರದ ಅವರ ಸಾಧನೆಗೆ ಭೇಷ್ ಎನ್ನುತ್ತಲೇ ಪದಬಂಧಗಳನ್ನು ಕುರಿತೇ 10ಕ್ಕೂ ಅಧಿಕ ಕೃತಿಗಳನ್ನು ತಂದಿರುವಅನಾಪ್ರ ಅವರ ಸಾಮರ್ಥ್ಯಕ್ಕೆ ಅಭಿನಂದಿಸಿದರೂ ಇದೊಂದೇ ಅವರ ಕ್ಷೇತ್ರವೆಂದು ಭಾವಿಸಿದರೆ ಅದು ತಪ್ಪಾಗುತ್ತದೆ.

ಅನಾಪ್ರ ಅವರಲ್ಲಿ ಕವಿ ಇದ್ದಾನೆ, ಅದು ವಸಂತಮಲ್ಲಿಕಾ ಎಂಬ ಅವರ ಕವನಸಂಕಲನದಲ್ಲಿ ವೇದ್ಯವಾಗುತ್ತದೆ. ಬಂಗಾರದ ಮನುಷ್ಯ ಕೃತಿ ಡಾ. ರಾಜ್‌ಕುಮಾರ್ ಅವರ ಹೆಜ್ಜೆಗಳನ್ನು ಕನಸಿನಲೋಕದ ಮೂಲಕ ಅನಾವರಣ ಗೊಳಿಸಿದೆ. ಈ ಕೃತಿಯನ್ನೋದಿ ರಾಜ್ ದಂಪತಿಗಳು ಮನೆಗೇ ಕರೆಸಿ ಆಪ್ತವಾಗಿ ಅನಾಪ್ರ ದಂಪತಿಯನ್ನು ಗೌರವಿಸಿದ್ದರು. ಪಾರ್ವತಮ್ಮ ರಾಜ್‌ಕುಮಾರ್ ಅವರು ಪತಿಯ ಬಗ್ಗೆ ನುಡಿದ ಮಾತುಗಳು ಅನಾಪ್ರ ಅವರಿಂದ ಪ್ರಾಣಪದಕ ಎಂಬ ಕೃತಿ ರಚಿಸುವಂತೆ ಮಾಡಿದೆ. ಸಾರ್ವಜನಿಕ ಸಂಪರ್ಕಾಧಿಕಾರಿ ಆಗಿದ್ದುಕೊಂಡು ಸರಕಾರಿ ಹುದ್ದೆಯಲ್ಲಿದ್ದ ಅನಾಪ್ರ ಸರಕಾರದ ಹೆಚ್ಚುವರಿ ಮುಖ್ಯ ಕಾರ್ಯದರ್ಶಿ ಶ್ರೀ ಜೈರಾಜ್ ಅವರ ಆಂಗ್ಲ ಕೃತಿಯನ್ನು ಕನ್ನಡಕ್ಕೆ ಜೈತ್ರಯಾತ್ರೆ ಎಂದು ಕನ್ನಡಿಸಿದ್ದಾರೆ.

ಬೆಳ್ಳಿತೆರೆ ಬೆಳಗಿದವರು ಕೃತಿ 112 ಬೆಳ್ಳಿತೆರೆ ಕಲಾವಿದರ ಸಾಧನೆಗಳಿಂದ ಕಂಗೊಳಿಸುವ ಕೃತಿ. ಕನ್ನಡಿಗ ರಜನೀಕಾಂತ್ ಅವರ ಬದುಕು-ಚಿತ್ರಬದುಕನ್ನು

ಕುರಿತ ನನ್ನ ದಾರಿ ವಿಭಿನ್ನ ದಾರಿ... ಅನಾಪ್ರ ಅವರ ಸುಸ್ತಾಗದ ಸೃಷ್ಟಿಶೀಲತೆಯ ಬರಹದ ತವನಿಧಿತ್ವಕ್ಕೆ ಸಾಕ್ಷಿ.

ಪಂತುಲು ಅವರನ್ನು ಕುರಿತು ದಣಿವಿಲ್ಲದ ಧಣಿ ಅನಾಪ್ರ ಅವರ ಮತ್ತೊಂದು ಮಹತ್ವದ ಕೃತಿ. ಕರ್ನಾಟಕ ಚಲನಚಿತ್ರ ವಾಣಿಜ್ಯಮಂಡಳಿ ಕನ್ನಡ ಚಿತ್ರರಂಗದ ಅಮೃತ ಮಹೋತ್ಸವಕ್ಕಾಗಿ 2009ರಲ್ಲಿ ಬರೆಸಿದ 75 ಹೊತ್ತಗೆಗಳಲ್ಲಿ ಡಾ. ರಾಜ್‌ಕುಮಾರ್, ಟಿ.ಎಸ್. ಕರಿಬಸಯ್ಯ(ಸ್ಟುಡಿಯೋ ಮಾಲಿಕರು)ಕೃತಿಗಳನ್ನು ಬರೆದ ಅನಾಪ್ರ ಸಹಾ ದಣಿವರಿಯದ ಸಾರ್ಥಕ ಸಾಧಕರು. ಪದಬಂಧು ಇವರ 60ನೇ ವರ್ಷದ ಸಂದರ್ಭದಲ್ಲಿ ಹೊರಬಂದ ಅಭಿನಂದನಾಗ್ರಂಥ.

ಈಗ ತಮ್ಮ 66ನೇ ವಯಸ್ಸಿನಲ್ಲಿ ಮೊಮ್ಮಕ್ಕಳೊಡನೆ ಕಾಲ ಕಳೆಯುತ್ತಿರುವುದೂ ಸುಮಾರು 100 ದಿನಗಳಾಗುತ್ತಿದೆ ಎಂದರು. ಈ ಶತದಿನೋತ್ಸವವೂ ಬಹಳ ಸಂಪ್ರೀತಿಯ ಘಟ್ಟವೇ ಹೌದು.

ಅನಾಪ್ರ ಅವರ ವಯಸ್ಸು, ಅರಿವು, ಸಾಧನೆ, ಅನುಭವ ಎಲ್ಲದರ ಹಿನ್ನೆಲೆಯಲ್ಲಿ ನೋಡಿದರೂ ಅವರಿಗಿಂತ ನಾನು ಈ ಎಲ್ಲ ಅಂಶಗಳಲ್ಲೂ ಬಹಳ ಬಹಳ ಕಿರಿಯ.ನನ್ನ ಕೃತಿ ಸಿನಿಪಯಣಕ್ಕೆ ಮುನ್ನುಡಿ ಬರೆದದ್ದಾಗಲೀ, ಇಂದಿಗೂ ಅತ್ಯಂತ ಆಪ್ತರಾಗಿರುವ ಅವರ ಮತ್ತು ನನ್ನ ಬಾಂಧವ್ಯ ಅವರ ಸೋದರ ಕೋಲಾರದ ಮಲ್ಲಿಕಾ ಕ್ಯಾಸೆಟ್ಸ್‌ನ ಪ್ರಕಾಶರಾಯರ ಗೆಳೆತನಕ್ಕೆ ಧನ್ಯೋಸ್ಮಿ ಎನ್ನಲು ನನಗೆ ಸಹಜಾತಿ ಸಹಜವಾದ ಹೃದ್ಯ ಸಂತೋಷವಿದೆ.

ಪ್ರಶಸ್ತಿಗಳನ್ನು ಪಡೆಯುವ ಹಪಾಹಪಿತನವಿಲ್ಲದಿದ್ದರೂ ಅನಾಪ್ರ ಅವರ ವ್ಯಕ್ತಿತ್ವ ಅವರ ಸಾಧನೆಗೆ ಇಷ್ಟು ವರ್ಷ ಗಳಾದರೂ ಕೋಲಾರದ ಅಬ್ಬಣಿಯ ಪ್ರಹ್ಲಾದರಾಯರನ್ನು ಗುರುತಿಸದಿದ್ದಕ್ಕೆ ನನಗೆ ಬರೀ ಆಶ್ಚರ್ಯವಲ್ಲ, ಬೇಸರಮಿಶ್ರಿತ ಸೋಜಿಗವಾದ ಸಖೇದಾಶ್ಚರ್ಯವಾಗಿತ್ತು. ಆದರೆ ಈಗ ಕೋಲಾರ ಜಿಲ್ಲೆ ಅನಾಪ್ರ ಅವರಿಗೆಈ ಸಾಲಿನ ರಾಜ್ಯೋತ್ಸವ ಪ್ರಶಸ್ತಿ ಘೋಷಿಸಿರುವುದು ಅನಾಪ್ರ ಅವರಿಗೂ, ಕೋಲಾರ ಜಿಲ್ಲೆಗೂ ಸಮಸ್ತ ಕನ್ನಡಿಗರಿಗೂ ಹೆಮ್ಮೆಯ ಸಂಗತಿ.ಇಂಥ ಸಜ್ಜನ, ಸಂಭಾವಿತ ವ್ಯಕ್ತಿತ್ವದ ಅ.ನಾ. ಪ್ರಹ್ಲಾದರಾಯರ ಸಾಂಗತ್ಯ, ಸಖ್ಯ ನನಗೂ ನಿಡುಗಾಲದ ಆಪ್ಯಾಯತೆ ಮತ್ತು ಅನುರಣನಗೊಳ್ಳುತ್ತಲೇ ಇರುವ ಶುದ್ಧ ಮೈತ್ರಿಬಂಧಕ್ಕೆ ನಿದರ್ಶನವಾಗಿದೆ.

ಅನಾಪ್ರ ನಿಮಗೆ, ನಿಮ್ಮ ದೃಢ ಸಂಕಲ್ಪಬಲದ ಸಾಧನೆಗೆ, ಸಂದ ಗೌರವಕ್ಕೆ ನನ್ನ ನಲುಮೆಯ ನಮಸ್ಕಾರ, ಅಭಿನಂದನೆಗಳು.

ವ್ಯಂಗ್ಯಶೂರರು ಇರಲೇಬೇಕು?

ಮೊಸರಿನಲ್ಲೂ ಕಲ್ಲು ಹುಡುಕುವ ಜನರಿರಬೇಕು!!?

ಗಾದೆಗಳು ಹಿರಿಯರ ಅನುಭವದ ನುಡಿಮುತ್ತುಗಳು. ಅಂಥ ಒಂದು ಸೊಗಸಾದ ಗಾದೆ ಒಲ್ಲದ ಗಂಡನಿಗೆ ಮೊಸರಲ್ಲೂ ಕಲ್ಲು. ನಮ್ಮಲ್ಲಿ ಕೆಲವರಿಗೆ ಒಣಪಾಂಡಿತ್ಯದ ಹಮ್ಮಿನಲ್ಲಿ, ಜ್ಞಾನಸಾಗರವನ್ನೆಲ್ಲ ತಾವೇ ಆಪೋಶನ ತೆಗೆದುಕೊಂಡಿದ್ದೇವೆ ಎಂಬ ಭ್ರಮೆ ಇರುತ್ತದೆ.

ದುರಭಿಮಾನ, ಅಂಧಾಭಿಮಾನ, ನಿರಭಿಮಾನ ಈ ರೀತಿಯ ಈಚೆಣಟಣ ಈಟಿಜಜಢಿನ ವಿಕಲ್ಪಗಳಿಗೆ ಕಾರಣ, ತಾನು ಹೇಳುವುದಷ್ಟೇ ಸರಿ, ಉಳಿದವರದಲ್ಲ ಎಂದು ತಮ್ಮ ಎಲೆಯಲ್ಲಿ ಸೂಕರವೇ ಬಿದ್ದಿದ್ದರೂ ಇತರರ ಊಟದೆಲೆಯಲ್ಲಿ ನೊಣ ಹುಡುಕುವ ಇಂಥ ಮಹತ್ಸಾಧಕರು ಎಲ್ಲೆಲ್ಲೂ ಕಾಣಸಿಗುತ್ತಾರೆ, ಅವರಿಗೆ ತಾವು ಮತ್ತು ತಮ್ಮ ವಲಯ ಗಳಷ್ಟೇ ಪರಿಪೂರ್ಣ, ಸಂಪೂರ್ಣ ಜಗತ್ತು.

ಅಕ್ಕಿ ಯೊಳಗನ್ನವನು ಮೊದಲಾರು ಕಂಡವರು
ಅಕ್ಕರದ ಬರಹಕ್ಕೆ ಮೊದಲಿಗನದಾರು
ಲೆಕ್ಕವಿರಿಸಿಲ್ಲ ಜಗ ತನ್ನಾದಿ ಬಂಧುಗಳ
ದಕ್ಕುವುದೇ ಜಸ ನಿನಗೆ–ಮಂಕುತಿಮ್ಮ.

ಹಿರಿಯತನ ವಿನೀತ ಭಾವದಿಂದ ಹಿರಿದಾಗಬೇಕು, ತಾನು ತಿಳಿದುಕೊಂಡಷ್ಟು ಇತರರಿಗೇನು ಗೊತ್ತೆಂದು ಅವರಿವರ ದೋಷಗಳನ್ನು ಅರಸುತ್ತ ಹೋಗುವ ಮಂದಿ, ಜ್ಞಾನಕ್ಕೂ ವಯಸ್ಸಿಗೂ ಸಂಬಂಧವಿಲ್ಲ ಎಂಬ ಸಹಜಸತ್ಯವನ್ನು ತಿಳಿಯಾಗಿ ತಿಳಿಯಬೇಕು. ತಮ್ಮೊಳಗೆ ತಾವು, ತಮಗೆ ತಾವೇ ಭಟ್ಟಂಗಿಗಳಾದರೆ, ಅದು ಆ ಕ್ಷಣಕ್ಕೆ, ಅವರೊಳಗೆ ವಿಜಯ ಸಂಭ್ರಮದ ಧ್ವಜವನ್ನು ಕೆತ್ತಿಸುತ್ತದೆ, ಆದರೆ, ಅದು ಸ್ವನಿರ್ಮಿತ ಅಹಮಿಕೆಯ ಸೋಲು, ತಾವಷ್ಟೇ ಅರಿತವರು, ಉಳಿದವರು ದಡ್ಡರೆಂಬ ಭ್ರಮಾಧೀನ ಮನಸ್ಥಿತಿಯ ಗೆಲುವಿನೊಳಗಿನ ಸುಸ್ಪಷ್ಟ ಸೋಲು.

ಆದರೂ ಇಂಥ ಜನ ಇರಲೇಬೇಕು, ಅಂಥವರೇ ನಮ್ಮ ಬೌದ್ಧಿಕ-ಮಾನಸಿಕ ವಿಕಾಸಕ್ಕೆ ಕಾರಣೀಭೂತರು. ಸದಾ ಪರರ ಲೋಪಗಳನ್ನು ಹುಡುಕುತ್ತ ಹುಡುಕುತ್ತ ಅದರಲ್ಲೇ ತಮ್ಮ ಬದುಕಿನ ಆರೋಗ್ಯ, ಆಯಸ್ಸನ್ನು ಕಳೆದುಕೊಳ್ಳುವ ಜನ ಅದರ ಮೂಲಕ ಅವರ ಅರಿವನ್ನು ಅದರ ಆಡುಂಬೊಲವನ್ನು ಕುಬ್ಜಗೊಳಿಸಿಕೊಳ್ಳುತ್ತಾರೆ.

ಆದರೆ ಕುಮಾರವ್ಯಾಸಕೃತ ಗದುಗಿನ ಭಾರತದಲ್ಲಿ ಇರುವಂತೆ,

"ಧೂಮಶಿಖಿ ಕುಪ್ಪಳಿಸಿದರೆ ಕುಂದುವುದೇ ನಭ"

ಎನ್ನುವಂತೆ ವಿಸ್ತಾರವಾದ ಗಗನಸದೃಶ ಸಂಯಮಿಗಳಿಗೆ ಇಂಥ ಮೊಸರಲ್ಲೂ ಕಲ್ಲು ಹುಡುಕುವ ಕೊಂಕು ಶೂರರಿಂದ ಏನೂ ಆಗುವುದಿಲ್ಲ, ಆಗುವುದಾದರೆ ಅದು ಅಂಥ ಖಾಲಿ ತಲೆಯ ನಕಲಿ ವರಪುತ್ರರಿಗೇ ಆಗುತ್ತದೆ, ಕನ್ನಡಕದ ಕಣ್ಣಿನ ನೋಟದಿಂದಲೂ ಅವರ ಬುದ್ಧಿ ವಿಕಾಸವಾಗದೆ ಬೌದ್ಧಿಕ ದಿವಾಳಿತನದತ್ತ ಸಾಗುತ್ತಿರುತ್ತದೆ.

ಆದರೆ ಈ ರೀತಿಯ ಯಾವುದೇ ಅಂಕುಡೊಂಕುಗಳಿಗೆ ಚಿತ್ತವ್ಯಕ್ತಿತ್ವವನ್ನು ರೂಪಿಸಿಕೊಳ್ಳುತ್ತಾ ಮೌನಸಾಧಕರು ಪರಿಶ್ರಮದಿಂದ ಹಿಮಾಲಯದ ಶೃಂಗವೇರಿದರೆ, ತಮ್ಮ ವೃತ್ತದೊಳಗಿನ ಪರಿಧಿಯಲ್ಲೇ ಸುತ್ತಿಸುಣ್ಣವಾದ ಮಂದಿ ಚಿಂದಿಚಿಂದಿಯಾಗುತ್ತಾರೆ.

ನಿಂದಕರಿಗೆ ಅಭಿನಂದನೆ

ಒದರುವವರಿಂದಲೇ ನಮ್ಮೆಲ್ಲರ ಉದ್ಧಾರ!!

ಶತಮಾನಗಳ ಹಿಂದೆಯೇ ದಾಸಶ್ರೇಷ್ಠರೆನ್ನಿಸಿದ ಪುರಂದರದಾಸರು "ನಿಂದಕರಿರಬೇಕು ಜಗದಲಿ" ಎಂದದ್ದು ಸಾರ್ವಕಾಲಿಕ ಸತ್ಯದಲ್ಲಿ ಅದ್ದು ತೆಗೆದ ಸದಾ ಪ್ರಸ್ತುತವೆನ್ನಿಸುವ ಸಾಲು. ಜನಾರ್ದನನನ್ನು ಮೆಚ್ಚಿಸಿದರೂ ಜನರನ್ನು ಮೆಚ್ಚಿಸಲು ಸಾಧ್ಯವಿಲ್ಲ ಎನ್ನುವ ಹಾಗೆ ವದರುವ ಮಂದಿ, ಎಲ್ಲಕ್ಕೂ ಗೊಣಗಾಡುವ ಮಂದಿ ಇದ್ದೇ ಇರುತ್ತಾರೆ, ಇರಬೇಕು ಕೂಡಾ.

ಕೆಲವರ ವ್ಯಕ್ತಿತ್ವದಲ್ಲಿ ಗುಲಗಂಜಿ ದೋಷವೂ ಹುಡುಕಲಾರದಷ್ಟು ಪ್ರಾಮಾಣಿಕತೆ, ಸಭ್ಯ, ಸಂಭಾವಿತ ನಡವಳಿಕೆಗಳಿದ್ದರೂ ಸಹ ಇಂಥ ನಿತ್ಯ ಒದರಾಟದ ಜನ ಅವರಲ್ಲಿ, ಅವರ ವ್ಯಕ್ತಿತ್ವದಲ್ಲಿ ಕಳಂಕ ಹುಡುಕುತ್ತಲೇ ಇರುತ್ತಾರೆ. ದುರ್ಬೀನು ಹಾಕಿ ನೋಡಿದರೂ ಕಪಟವಿರದ ಅಂಥ ಮೌಲ್ಯವಂತ ವ್ಯಕ್ತಿಗಳನ್ನು ತಮ್ಮ ಖಾಲಿ ತಲೆ, ಕಪ್ಪು ಮನಸ್ಸಿನ ಕನ್ನಡಕದೊಳಗಿಂದ ಅಳೆಯುವುದನ್ನೇ ಬೊಕ್ಕ ತಲೆಯ ಜನ ನಿತ್ಯ ಕಾಯಕವನ್ನಾಗಿಸಿಕೊಂಡಿರುತ್ತಾರೆ. ಅಪಾರ ಸಂಯಮದ ಸಾಧಕ ಶ್ರೇಷ್ಠರನ್ನು ಆಡಿಕೊಳ್ಳುವ, ಆಡಿಕೊಲ್ಲುವ ನಿತ್ಯ ವದರುವ, ವಯಸ್ಸಿನಲ್ಲಿ ಮಾತ್ರ ದೊಡ್ಡವರಾಗಿ, ವ್ಯಂಗ್ಯದ ತಮ್ಮದೇ ವರ್ತುಲದಲ್ಲಿ ಕುಹಕ ಕೆಸರೆರಚಾಟದ ಜಿಹ್ವಾಚಾಪಲ್ಯದ ವದರುವ ತೆವಲಿಗರು ತಾವು ಘನತೆ ಇರುವವರನ್ನು ಟೀಕೆ ಮಾಡಿ ಬಿಟ್ಟರೆ ಸಮಾಜದಲ್ಲಿ ದೊಡ್ಡವರಾಗಿಬಿಡುತ್ತೇವೆಂದು ಭ್ರಮೆಯ ಪರಿಭ್ರಮಣದಲ್ಲಿ ಓಲಾಡುತ್ತಿರುತ್ತಾರೆ.

ಇಂಥವರು ದೊಡ್ಡವರಲ್ಲ, ಮಹಾದಡ್ಡರು. ಈ ರೀತಿಯ ಜನರ ತೆಗಳಿಕೆ, ಭರ್ತ್ಸನೆಗಳಿಂದ ಸಮಾಜದ ನಿಷ್ಠಾವಂತ ಮತ್ತು ಎತ್ತರದ ಸಾಧನೆ ಮಾಡಿದ ನಿಸ್ಪೃಹರ ವ್ಯಕ್ತಿತ್ವಕ್ಕೆ ಕುಂದು ಬರುವುದಿಲ್ಲ. ಅದು ಅಪ್ಪಟ ಅಪರಂಜಿಯಂತೆ ನಿಷ್ಕಳಂಕವಾಗಿರುತ್ತದೆ.

ಇತರರ ಲೋಪಗಳನ್ನು ಎತ್ತಿ ಆಡುವ ವದರುವ ಜನ, "ಅಯ್ಯೋ ಅವರೇನು ಬಿಡ್ರಿ, ಅವರಿಗೇನು ಗೊತ್ತಿದೆ ಬಿಡ್ರಿ, ಅವರಲ್ಲಿ ಏನು ಸತ್ವವಿಲ್ಲ" ಎನ್ನುತ್ತಾ ತಮ್ಮ ತಲೆ, ಮನಸ್ಸುಗಳ ರಿಕ್ತ ಸ್ಥಿತಿ, ಖಾಲಿತನಕ್ಕೆ ತಾವೇ ವಾರಸುದಾರರಾಗಿರುತ್ತಾರೆ.

ಕುಮಾರವ್ಯಾಸ "ಧೂಮಶಿಖಿ ಕುಪ್ಪಳಿಸಿದರೆ ಕುಂದುವುದೇ ನಭ" ಎಂದಿದ್ದಾನೆ.ಇಂಥ ಒದರಾಟದ ಜನ ಇದ್ದೇ ಇರುತ್ತಾರೆ. ಪುರಂದರರ ಇನ್ನೊಂದು ಕೀರ್ತನೆಯಲ್ಲಿ ಬರುವಂತೆ "ಜಾಲಿಯ ಮರದಂತೆ ಧರೆಯೊಳು ದುರ್ಜನರು" ಅವರ ಉಪಸ್ಥಿತಿಯನ್ನು ಶ್ರುತಪಡಿಸುತ್ತಲೇ ಇರುತ್ತಾರೆ. ಸಜ್ಜನ ಸಂಭಾವಿತರು ಕುಹಕಿಗಳ ವ್ಯರ್ಥ ವ್ಯಂಗ್ಯ ಭಂಗಗಳನ್ನನ್ನು ನಿರ್ಲಿಪ್ತವಾಗಿ, ನಿರ್ಮಲಾಂತಃಕರಣದಿಂದ ಬೆಳವಣಿಗೆಯ ಸೋಪಾನವಾಗಿಸಿಕೊಂಡು ಮೌಲ್ಯಪೂರ್ಣ ಬದುಕು ಸಾಗಿಸಿ ನೈತಿಕ ಗೆಲುವಿನ ಕಡೆ ಸಾಗುತ್ತಾ, ಮಾಗಿದರೆ, ಕೆಲಸಕ್ಕೆ ಬಾರದ ನಿಷ್ಪ್ರಯೋಜಕ ಕೆಡುನುಡಿ, ಕಿಡಿನುಡಿಗಳಿಂದ ತಾವಾಡಿದ್ದೇ ಸರಿ ಎಂಬ ಜನ ಅದನ್ನೇ ತಮ್ಮ ಗೆಲುವಿನ ಧ್ವಜವೆಂದು ಬೀಗುತ್ತಾರೆ. ಬಾಗಿ ಬದುಕಲರಿಯದ ಬೀಗಿ ಬೊಬ್ಬಿರಿಯುವ ಇಂಥ ಪಾಪಸ್ ಕಳ್ಳಿ ಜನರಿಗೆ ಇದು ಗೆಲುವೆಂದು ಭ್ರಮೆ ಹುಟ್ಟಿಸುವ ಗೆಲುವಿನೊಳಗಿನ ಸೊಲ್ಲಡಗುವ ಸೋಲು. ಸಭ್ಯರಿಗೆ ಇಂಥವರ ಯಾವ ಲೇವಡಿ, ಅಣಕಗಳೂ ಏನನ್ನೂ ಮಾಡಲಾರವು.

ಪರರನ್ನು ಆಡಿಕೊಳ್ಳುತ್ತಾ ತಮ್ಮ ವ್ಯಕ್ತಿತ್ವಕ್ಕೇ ಚ್ಯುತಿ ತಂದು ಕೊಳ್ಳುವ ಈ ಆಚಾರವಿಲ್ಲದ ನಾಲಿಗೆಗಳು ಅಂದಿಗೂ, ಇಂದಿಗೂ, ನಾಳೆಗಳಿಗೂ ವೃಥಾ ಶ್ರಮ ವ್ಯಯಿಸಿ, ಗಾಳಿಗೆ ಗುದ್ದಿ ಮೈ ನೋಯಿಸಿಕೊಳ್ಳುತ್ತಾ ತಮಗೆ ತಾವೇ ಮಹಾ ಪ್ರಾಜ್ಞರೂ, ವಿದಗ್ಧರೂ ಎಂಬ ಹುಸಿ ಛದ್ಮವೇಷಧಾರಿತ್ವದ ಸೋಗಿನಲ್ಲಿ ಬಾಳು ತಳ್ಳುತ್ತಾ ವದರುತ್ತಾ, ಕೊಚ್ಚೆಯ ವಾಸನೆಯಲ್ಲೇ ಮುಳುಗೇಳುತ್ತಿರುತ್ತಾರೆ. ಸಜ್ಜನರು ತಮ್ಮ ವ್ಯಕ್ತಿತ್ವದ ಹೆಗ್ಗಳಿಕೆಯನ್ನು ಸದ್ದಿಲ್ಲದೆ ಸಾಧಿಸಿಕೊಳ್ಳುತ್ತಾರೆ.

> **"ಗೌರವಿಸು ಜೀವನವ ಗೌರವಿಸು ಚೇತನವ**
> **ಭೇದವೆಣಿಸದಿರು ಆರದೋ ಜಗವೆಂದು —ಡಿ.ವಿ.ಜಿ.**

ಆತ್ಮೋನ್ನತ್ಯದ ಹಾದಿಯ ಮಂದಿಯನ್ನು ವದರುವ ಜನ ಏನೇ ಮಾಡಿದರೂ ಕದಲಿಸಲಾಗದು.

ಸಾಮಾಜಿಕ ಮೌಲ್ಯಗಳು

ಮೌಲ್ಯಗಳೇ ಬದುಕಿನ ಆಸ್ತಿ

ನಿನ್ನೆಯನ್ನು ಮರೆತವರುನಾಳೆಯನು ಕಟ್ಟಲಾರರು ಎನ್ನುವಂತೆ ಜೀವ ಸವೆಸಿ ಸಾಗಿಸುವ ಜೀವನದ ಪಯಣದಲ್ಲಿ ಬಾಳಿನ ತುಂಬ ಮೌಲ್ಯಗಳ ಉಪಸ್ಥಿತಿ, ಅನುಷ್ಠಾನ ಪೂರ್ಣಪ್ರಮಾಣ ದಲ್ಲಲ್ಲದಿದ್ದರೂ ನಮ್ಮ ಕೈಲಾದಷ್ಟು ಸಭ್ಯ ಮೌಲ್ಯಗಳ ಅಳವಡಿಕೆ ವೈಯಕ್ತಿಕವಾಗಿ, ಸಾಮಾಜಿಕವಾಗಿ ವರ್ಚಸ್ವೀ ಹೆಜ್ಜೆಗುರುತುಗಳ ಛಾಪು ಮೂಡಿಸುತ್ತದೆ.

ನಡೆದಾಡುವ ವಿಶ್ವಕೋಶ ಎನ್ನಿಸಿದ್ದ ಶಿವರಾಮ ಕಾರಂತರು "ಮಕ್ಕಳಿಗೆ ಆಸ್ತಿ ಮಾಡಬೇಡಿ, ಮಕ್ಕಳನ್ನೇ ಆಸ್ತಿಯನ್ನಾಗಿ ಮಾಡಿ" ಎಂದಿದ್ದಾರಲ್ಲ, ಅದೆಂಥ ಶ್ರೇಷ್ಠ ಮಾತುಗಳಲ್ಲವೇ.

ಜಾರ್ಜ್ ಕೋಹೆನ್ ಎಂಬಾತ "Hurried and Worried Until we are buried" ಎಂದಿದ್ದರೂ ಸಹ ನೂರು ವರ್ಷವನ್ನು ಯಾವಾಗಲೋ ದಾಟಿ ಈಗಲೂ ನಮ್ಮೊಂದಿಗಿರುವ ಸ್ವಾತಂತ್ರ್ಯ ಹೋರಾಟಗಾರರಾದ ಪಂಡಿತ ಸುಧಾಕರ ಚತುರ್ವೇದಿಯವರನ್ನೊಮ್ಮೆ ನಿಮ್ಮ ದೀರ್ಘಾಯಸ್ಸಿನ ಈ ಬದುಕಿನ ಬಗ್ಗೆ ನಿಮಗೇನನ್ನಿಸುತ್ತದೆ ಎಂದಾಗ ಆ ಹಿರಿಯ ಜೀವ ನಗುನಗುತ್ತಾ "ನಂಗೆ ಬದುಕಕ್ಕೆ ಇಷ್ಟ, ಸಾಯೋಕೆ ಕಷ್ಟ" ಎಂದರು. ಇದಲ್ಲವೇ ಜೀವ–ಜೀವನಪ್ರೀತಿ. ಸಮಸ್ತ ಭಾರತೀಯರ ಹೆಮ್ಮೆ ಡಾ. ಅಬ್ದುಲ್ ಕಲಾಮ್ ಅವರು "You need not to be Handsome if you give your hand to someone you will become Handsome" ಎಂದಿದ್ದಾರಲ್ಲ ಎಂಥ ಉದಾತ್ತ ಚಿಂತನೆಯ ಸಮಷ್ಟಿ ದೃಷ್ಟಿಯಲ್ಲವೇ.

ಪ್ರೀತಿ ಏಕಮುಖವಾದುದಲ್ಲ, ಮರ ಸುತ್ತುತ್ತಾ ಯುಗಳ ಗೀತೆ ಹಾಡುವುದಷ್ಟೇ ಪ್ರೀತಿಯಲ್ಲ... ತಂದೆ–ಮಗಳ ಪ್ರೀತಿ, ತಾಯಿ–ಮಗನ ಪ್ರೀತಿ, ಅಕ್ಕ–ತಮ್ಮನ ನಡುವಿನ ಬಂಧ ಬಾಂಧವ್ಯಗಳಿಗೂ ಅಜಸ್ರ ನೆಲೆ ಬೆಲೆ ಇದೆ. ಇಂಥ ಬಹುಮುಖೀ ಮಜಲುಗಳ ಒಲವನ್ನು ವರಕವಿ ಬೇಂದ್ರೆ,

"ಒಲವೆಂಬ ಹೊತ್ತಗೆಯ ಓದಬಯಸುತ ನೀನು
ಬೆಲೆಯೆಷ್ಟು ಎಂದು ಕೇಳುವೆಯ ಹುಚ್ಚ
ಹಗಲಿರುಳು ದುಡಿದರೂ ಹಲಜನುಮ ಕಳೆದರೂ
ತೆರಲಾರೆ ನೀನದರ ಅಂಚಿವೆಚ್ಚ"

ಎಂದಿದ್ದಾರೆ.

ಒಲವಿಗೆ, ನಲವಿಗೆ ನಲುಮೆಗೆ ಅದರ ವಿಶ್ವ ವಿಶಾಲ ವಿಹಂಗಮತ್ವಕ್ಕೆ ಇದಕ್ಕಿಂತ ಸಾಕ್ಷಿ ಬೇಕೇ!!!

ಯಾರಿಗಾದರೂ ಊಟ ಬಡಿಸಿದರೆ, ಅಥವಾ ಊಟ ಕೊಡಿಸಿದರೆ ಘನಕಾರ್ಯ ಮಾಡಿದವರಂತೆ ಒಳಗೊಳಗೇ ಬೀಗುತ್ತೇವೆ. ಆದರೆ ನಾವು ಪರರಿಗೆ ಊಟ ಹಾಕಿಸು ವುದಕ್ಕೂ ನಮಗೆ ಅವಕಾಶವಾಯಿತಲ್ಲ, ಅದಷ್ಟೇ ನಮ್ಮ ಭಾಗ್ಯ. ಉಳಿಯುವುದೊಂದೇ ದಾನ ಧರ್ಮ ತಂದ ಪುಣ್ಯ ಅಲ್ಲವೆ. ಇಟ್ಟರೆ ಉಣ್ಣೋರು ಬೇಕು ಸತ್ತರೆ ಹೊರೋರು ಬೇಕು. ಆಗಲೇ ಜೀವನ ಧನ್ಯ ಮತ್ತು ಮಾನ್ಯ.

ಕನ್ನಡದ ಹೆಸರಾಂತ ಸಾಹಿತಿ ಎಸ್.ವಿ. ಪರಮೇಶ್ವರ ಭಟ್ಟರು ಜೀವನದಲ್ಲಿ ಸಾಕಷ್ಟು ನೊಂದು ಮಾಗಿ ಹಣ್ಣಾದ ಜೀವ.

ಆದರೆ ಆ ಎಲ್ಲ ದುರ್ಭರ ನೋವುಗಳನ್ನೂ ಹಾಸ್ಯಲೇಪಿತ ಅರ್ಥಗರ್ಭಿತ ಮಾತುಗಳ ಮೂಲಕ ಜೀರ್ಣಾಗ್ನಿಯಾಗಿಸಿಕೊಂಡು ಅಳು ನುಂಗಿ ನಗೆ ನಕ್ಕ ಮಹಾನುಭಾವರು ಎಸ್.ವಿ. ಪರಮೇಶ್ವರ ಭಟ್ಟರು.

ಅವರ ಆತ್ಮೀಯರು ಒಮ್ಮೆ ಪರಮೇಶ್ವರ ಭಟ್ಟರಿಗೆ, ಬಾಳೆಹಣ್ಣು ತಿನ್ನಿ ಎಂದು ಅದನ್ನು ಕೊಟ್ಟರೆ "ಈ ಬಾಳೇ ಹಣ್ಣಾಗಿರುವಾಗ ಬಾಳೇಹಣ್ಣನ್ನು ಹೇಗೆ ತಿನ್ನಲಿ" ಎಂದರಂತೆ. ಕಿರಿದರೊಳ್ ಪಿರಿದರ್ಥವನು ತುಂಬಿ ಎಂಬ ನಿಡಿದಾದ ಈ ಅರ್ಥಸಾಂದ್ರತೆಗೆ ಸರಿಸಾಟಿ ಇದೆಯೇ.

ಮೌಲ್ಯಗಳು ಬೈ ಹಾರ್ಟ್ ಮಾಡಿ ಉರು ಹೊಡೆದು ಇನ್ನೊಬ್ಬರ ಮುಂದೆ ಉತ್ತರ ಒಪ್ಪಿಸಬೇಕಾದ ಸ್ವರೂಪದ್ದಲ್ಲ. ಹೃದಯಪೂರ್ವಕವಾಗಿ (ಬೈಹಾರ್ಟ್) ಮನಸಿನಾಳದಲ್ಲಿ ಆಗು ಮಾಡಿಕೊಂಡು ಕಾಪಿಟ್ಟುಕೊಂಡರೆ ನಮ್ಮ ಘನತೆಗೂ ಬದುಕಿಗೂ ಅರ್ಥಪೂರ್ಣತೆಗಿಂತ ಅರ್ಥಪೂರ್ಣತೆ ಉಂಟಾಗುತ್ತದೆ. ಹಾಗಾಗಲಿ.

ಡಾ. ಅಬ್ದುಲ್ ಕಲಾಮ್ ಅವರಿಗೊಂದು ಸಲಾಮ್

- **ಜನನ:** 1931, ಅಕ್ಟೋಬರ್ 15
- **ಜನ್ಮಸ್ಥಳ:** ರಾಮೇಶ್ವರಂ
- **ನಿಧನ:** 2015, ಜುಲೈ 27 (83 ವರ್ಷ)

ಭವ್ಯ ಭಾರತದ ಉಜ್ವಲ ಇತಿಹಾಸದಲ್ಲಿ ಇಡೀ ಜನ ಸಮುದಾಯವನ್ನು ದೇಶವ್ಯಾಪಿ ಮಾತ್ರವಲ್ಲದೆ, ವಿಶ್ವವೇ ಮೆಚ್ಚಿದ ಶ್ರೇಷ್ಠ ವ್ಯಕ್ತಿ ವ್ಯಕ್ತಿತ್ವದವರಾಗಿ, ರಾಷ್ಟ್ರಪತಿಯಾಗಿ ಎಲ್ಲರ ಹೃನ್ಮನದಲ್ಲಿ ಉಳಿದವರು ಡಾ. ಅಬ್ದುಲ್ ಕಲಾಮ್ ಅವರು. ವಿಜ್ಞಾನಿಯಾಗಿ, ಮಕ್ಕಳ, ಹಿರಿಯರ ದೃಷ್ಟಿಯಲ್ಲಿ ಎಂದೆಂದಿಗೂ ಉಳಿದಿರುವ ಚಿರಸ್ಮರಣೀಯ ಹೆಸರು ಅಬ್ದುಲ್ ಕಲಾಂ ಅವರು.

ರಾಷ್ಟ್ರಪತಿಯಾಗಿದ್ದಾಗ ಅವರ ಬಂಧು–ಮಿತ್ರರು ರಾಷ್ಟ್ರಪತಿ ಭವನದಲ್ಲಿ ತಂಗಿ ಹೊರಟಾಗ ಕಲಾಮ್ ಸಾಹೇಬರು ಆ ನೆಂಟರಿಷ್ಟರ ಖರ್ಚು ವೆಚ್ಚಗಳನ್ನು ತಾವೇ ತಮ್ಮ ಕಿಸೆಯಿಂದ ಭರಿಸಿದ ಉದಾರಿ ಸಜ್ಜನರು. ದೇಶದ ಮೊದಲ ಪ್ರಜೆಯಾಗಿ ಸರಕಾರವೇ ಅದನ್ನು ಭರಿಸುವ ಅವಕಾಶ ಸವಲತ್ತುಗಳನ್ನು ಕೊಟ್ಟಿದ್ದರೂ ಅದಕ್ಕೆ ನಕಾರ ಹೇಳಿ ತಮ್ಮ ಗಳಿಕೆಯ ಹಣವನ್ನು ಸಂದಾಯ ಮಾಡಿದ ಅಬ್ದುಲ್ ಕಲಾಮ್ ಅವರಂಥ ಮಹಾನ್ ವ್ಯಕ್ತಿ ಶಕ್ತಿ ಈಗಿನ ದಿನಮಾನದಲ್ಲಿ ದುರ್ಬೀನು ಹಾಕಿಕೊಂಡು ಹುಡುಕಿದರೂ ಸಿಗುವುದು ದುರ್ಲಭ.

ಅತ್ಯಂತ ಸಾಧಾರಣ ಬಡಕುಟುಂಬದಲ್ಲಿ ಹುಟ್ಟಿ ಗೃಹಿಣಿ ತಾಯಿ, ಹಡಗು ಮಾಲಿಕ ತಂದೆಯ ಮಗನಾಗಿ ಕುಟುಂಬದ ನಿರ್ವಹಣೆ ಮತ್ತು ಜೀವನಾಧಾರಕ್ಕಾಗಿ ಮನೆಮನೆಗೆ ಪೇಪರ್ ಹಾಕುತ್ತಲೇ ಸ್ವಾಭಿಮಾನ ಆತ್ಮಗೌರವದಿಂದ ಬೆಳೆದ ಬಾಲಕ ಕಷ್ಟಗಳ ಸರಪಳಿಗಳಿಗೆ ಅಳುಕದೆ ಇಟ್ಟ ಹೆಜ್ಜೆಗಳು ಮುಂದೆ ಆತ್ಮವಿಶ್ವಾಸ, ಆತ್ಮಸ್ಥೈರ್ಯದ ಮಾಸದ ಹೆಜ್ಜೆಗುರುತುಗಳಾಗಿ ಛಾಪೊತ್ತಿದವು.

ವಿಜ್ಞಾನಿಯಾಗಿ ಅಬ್ದುಲ್ ಕಲಾಮ್ ಅವರ ಸಹವಾಸ, ಸಾನ್ನಿಧ್ಯ ಇದ್ದದ್ದು ಶ್ರೀ ವಿಕ್ರಮ್ ಸಾರಾಭಾಯಿ, ಸತೀಶ್ ಧವನ್, ಪ್ರೊ. ಬ್ರಹ್ಮಪ್ರಕಾಶ್ ರಂಥ ಘಟಾನುಘಟಿ ವಿಜ್ಞಾನಿ ದಿಗ್ಗಜರೊಂದಿಗೆ. ಅಬ್ದುಲ್ ಕಲಾಮ್ ಅವರು ತಮ್ಮ ಬದುಕಿನ ಈ ಮೂವರೂ ಪ್ರಾತಃಸ್ಮರಣೀಯರನ್ನು ಪ್ರಾಂಜಲ ಮನಸ್ಸಿನಿಂದ ನೆನೆದಿದ್ದಾರೆ, ಮುಕ್ತಕಂಠದಿಂದ ಹೃದಯಾಂತರಾಳದಿಂದ ಶ್ಲಾಘಿಸಿದ್ದಾರೆ. ಉಪಗ್ರಹ ಉಡ್ಡಯನ, ಉಡಾವಣೆ, ಪ್ರೊಖ್ರಾನ್‌ಗಳ ಅವರ ಸಾಧನೆಗಳನ್ನೆಂದೂ ಕಲಾಮರು ವ್ಯಕ್ತಿಗತ ಮತ್ತು ಏಕವ್ಯಕ್ತಿ ಸಾಧನೆ ಎಂದು ಯಾವತ್ತಿಗೂ ಅಂದುಕೊಳ್ಳಲೇ ಇಲ್ಲ.

ಅಬ್ದುಲ್ ಕಲಾಮ್ ಅವರ ಸಂಭಾವಿತತನಕ್ಕೆ ಸಾಕ್ಷಿ ಎಂದರೆ ಖ್ಯಾತ ವಿಜ್ಞಾನಿ ಡಾ. ರಾಜಾರಾಮಣ್ಣ ಅವರು ನಿಧನರಾದಾಗ ಮತ್ತು ತಮ್ಮ ಸಹೋದ್ಯೋಗಿ ಉಪರಾಷ್ಟ್ರ ಪತಿ ಶ್ರೀ ವಿ. ಕೃಷ್ಣ ಕಾಂತ್ ತೀರಿಕೊಂಡಾಗ ರಾಷ್ಟ್ರಪತಿ ಎನ್ನುವ ಹಮ್ಮು ಬಿಮ್ಮುಗಳ ಯಾವ ಉಪಾಧಿಯೂ ಇರದೆ ಸಹಜವಾಗಿ ಸಾಂತ್ವನಪೂರಿತವಾಗಿ ಆಯಾಯ ಕುಟುಂಬದವರೊಂದಿಗೆ ನಡೆದುಕೊಂಡ ರೀತಿ ಸರ್ವರಿಗೂ ಸದಾ ಮಾದರಿ.

ಇದಲ್ಲದೆ ಡಾ.ಸೋಮರಾಜು ಮತ್ತು ಕಲಾಮ್ ಅವರು ಸಂಯುಕ್ತವಾಗಿ ರೂಪಿಸಿದ ಹೃದಯ ಸಂಬಂಧಿ (ಕೊರೋನರಿ ಸ್ಟೆಂಟ್) ಪರಿಧಮನೀಯ ಸ್ಟೆಂಟ್ ಕಲಾಮ್ ರಾಜು-ಸ್ಟೆಂಟ್ ಎಂದೂ ಇವರಿಬ್ಬರೂ ಸಂಯುಕ್ತವಾಗಿ ಹೊರತಂದ ಮಾತ್ರೆ ಕಲಾಮ್-ರಾಜು ಗುಳಿಗೆ ಎಂದೂ ಖ್ಯಾತವಾಯಿತು.

ಅಬ್ದುಲ್ ಕಲಾಮ್ ಅವರು ಮಕ್ಕಳ ಪಾಲಿನ ಸದಾ ಸಹೃದಯಿ, ಮಮಕಾರಿಮಾಯಿಯಾದ ಕಾರುಣ್ಯಸಿಂಧು. ಯಾವಜ್ಜೀವ ಸ್ಫೂರ್ತಿಯ ನಿರಂತರ ಸೆಲೆ. ಬುದ್ಧಿಮಾಂದ್ಯರ ಮಿದುಳಿನೊಳಗೆ ಎಲೆಕ್ಟ್ರಾನಿಕ್ ಚಿಪ್ ಅಳವಡಿಸಬಹುದೇ, ವಿಜ್ಞಾನಾಧಾರಿತ ರಸಪ್ರಶ್ನೆಗಳ ಮೂಲಕ ವಿದ್ಯಾರ್ಥಿಗಳ ವಿಜ್ಞಾನಾಸಕ್ತಿಗಳನ್ನು ವೃದ್ಧಿಸಬಹುದಲ್ಲವೆ ಎಂಬ ಸ್ವಚ್ಛ ಜ್ಞಾನವಂತ ಭಾರತದ ಕನಸು ಕಂಡ ಮಹನೀಯರು ಅಬ್ದುಲ್ ಕಲಾಮರು.

20-20, ಮಿಷನ್ ಇಂಡಿಯಾ, ಅಗ್ನಿಯ ರೆಕ್ಕೆಗಳು... ಕೃತಿಗಳ ಮೂಲಕವೂ ಸದಾ ನೆಲೆಸಿರುವ ಅಬ್ದುಲ್ ಕಲಾಮರು ಜನಗಳ ರಾಷ್ಟ್ರಪತಿ

ಎಂದಷ್ಟೇ ಜನಜನಿತ ರಾಗಲಿಲ್ಲ ಅವರ ಚೈತನ್ಯಯುಕ್ತ ಮಾತುಗಳಿಂದಲೂ ಹೃದಯಗಳಿಗೆ ಹತ್ತಿರವಾಗುತ್ತಾರೆ.

"You need not to become handsome
If you give your hand to some one
You will become handsome"

ಸಹಕಾರ ಮನೋಧರ್ಮ, ಪರೋಪಕಾರದ ಸಾರ್ವತ್ರಿಕತೆಯ ಹೂರಣಗಳಾಗಿ ಅಬ್ದುಲ್ ಕಲಾಮ್ ಅವರ ಮಾತುಗಳು ಚಿರಂತನ.

ಪರೀಕ್ಷೆಗಳಲ್ಲಿ ಅನುತ್ತೀರ್ಣರಾಗಿ ಬೇಸರಹೊಂದಿದವರಿಗೆ ಕಲಾಮ್ ಅವರ ಮಾತುಗಳು ಜೀವ ಜೀವನ ಸಂಜೀವಿನಿ.

"If you fail don't give up
Because FAIL means
F = FIRST
A = ATTEMPT
I = IN
L = LEARNING."

ಇದಕ್ಕಿಂತ ಆತ್ಮವಿಶ್ವಾಸಹೆಚ್ಚಿಸುವ ನುಡಿಗಳು ಬೇಕೇ.

ಸಂದರ್ಶಕಿಯೊಬ್ಬರು ಅಬ್ದುಲ್ ಕಲಾಮ್ ಅವರನ್ನು, ನಿಮ್ಮ ಪ್ರಕಾರ ಹುಟ್ಟು ಹಬ್ಬ ಎಂದರೇನು ಎಂದಾಗ, "ತನ್ನ ಮಗು ಗರ್ಭದಿಂದ ಹೊರಪ್ರಪಂಚಕ್ಕೆ ಬಂದು ಅತ್ತಾಗ ಅದೊಂದೇ ಸಲ ತನ್ನ ಮಗುವಿನ ಅಳುವನ್ನು ಕಂಡು ತಾಯಿ ಸಂತೋಷದಿಂದ ನಗುತ್ತಾಳೆ, ಇನ್ನು ಯಾವತ್ತೂ ಆಕೆ ತನ್ನ ಮಗ/ಮಗಳು ಅತ್ತಾಗ ಅದನ್ನು ನೋಡಿ ನಗುವುದಿಲ್ಲ, ಹುಟ್ಟುಹಬ್ಬ ಎಂದರೆ ನನ್ನ ದೃಷ್ಟಿಯಲ್ಲಿ ಇದೇ" ಎಂದ ಕಲಾಮ್ ಸಾಹೇಬರ ಅರಿವಿನ ಸಾಗರಕ್ಕೆ, ಅದರ ಆಗರಕ್ಕೆ ಕೊನೆ ಎಲ್ಲಿದೆ.

ಉನ್ನತ ಹುದ್ದೆ ನಿರ್ವಹಿಸಿದ ನಂತರವೂ ಅಧ್ಯಯನ, ಅಧ್ಯಾಪನ, ಜ್ಞಾನ ವಿಜ್ಞಾನ ಬೋಧನೆಗಳ ಮೂಲಕ ಹುಮ್ಮಸ್ಸಿನ ಜೀವನ್ಮುಖಿತ್ವವನ್ನು ಹೊಂದಿದ್ದ ಅಬ್ದುಲ್ ಕಲಾಮ್ ಅವರಂಥ ಉದಾತ್ತ ಚೇತನವನ್ನು ನಮ್ಮ ಭಾರತಾಂಬೆಯು ಮತ್ತೆ ಹಡೆಯುತ್ತಾಳೋ ನನಗೆ ಗೊತ್ತಿಲ್ಲ.

ಜುಲೈ 27, 2015ರಂದು ಷಿಲ್ಲಾಂಗ್‌ನಲ್ಲಿ ಉಪನ್ಯಾಸ ನೀಡುವ ಕೈಂಕರ್ಯದಲ್ಲೇ ಕುಸಿದು ಅಸ್ತಂಗತರಾದ ಭಾರತದ ಈ ಅನನ್ಯ ಸಾಧಕರಾದ

ಕಲಾಮ್ ಅವರಿಗೆ ಸಾವು ದೇಹಕ್ಕೆ ಮಾತ್ರ, ಅವರ ವ್ಯಕ್ತಿತ್ವ, ಸಾಧಿಸಿದ ಧೀಮಂತ ಶ್ರೀಮಂತ ಔನ್ನತ್ಯಗಳ ಘನತೆಗೆ ಸಾವು ಅಸಾಧ್ಯ. ಅವರ ನೆನಪು ದೇದೀಪ್ಯಮಾನವಾಗಿ, ಆಚಂದ್ರಾರ್ಕವಾಗಿ ಸದಾ ಅಮರ ಮತ್ತು ಅಜರಾಮರ.

ಅಮರ ಮತ್ತು ಅಜರಾಮರ. ಅವುಲ್ ಫಕೀರ್ ಜೈನುಲಾಬ್ದೀನ್ ಡಾ. ಅಬ್ದುಲ್ ಕಲಾಮ್ ಎಂಬ ರಾಷ್ಟ್ರದ ಆದರ್ಶಪ್ರಾಯ ಗುಣಾಢ್ಯರಿಗೆ ನನ್ನ ಸಾಷ್ಟಾಂಗ ಪ್ರಣಾಮಗಳು.

ಕನ್ನಡದ ಚಿರಂತನ ಚೇತನ;
ಶಿವರಾಮ ಕಾರಂತ

ಒಬ್ಬ ವ್ಯಕ್ತಿ ಯಾವುದಾದರೂ ಒಂದು ನಿರ್ದಿಷ್ಟ ಕ್ಷೇತ್ರದಲ್ಲಿ ಸಾಧನೆ ಮಾಡಿ ಶ್ರೇಷ್ಠರೆನ್ನಿಸಿಕೊಳ್ಳುವುದು ಒಂದು ಕ್ರಮ. ಆದರೆ ಅರಿವಿನ ಪ್ರಪಂಚದ ಬಹುತೇಕ ಎಲ್ಲ ಮಜಲುಗಳಲ್ಲೂ ತನ್ನ ಸ್ಥಿತಿಸ್ಥಾಪಕತ್ವ ಶಕ್ತಿಯ ಛಾಪೊತ್ತಿ ಮೆರೆಯುವುದು ಇನ್ನೊಂದು ವಿಧ. ಇಂತಹ ಸಾಧನೆ ಎಲ್ಲರಿಂದಲೂ ಸಾಧ್ಯವಾಗುವುದಿಲ್ಲ. ಆದರೆ, ಕನ್ನಡದ ವಿಹಂಗಮ ಸೃಜನಶೀಲ ಶಕ್ತಿ ಶಿವರಾಮ ಕಾರಂತರು ಹೀಗೆ ಎಲ್ಲ ವ್ಯಾಪ್ತಿ ಪ್ರದೇಶವನ್ನು ಮೀರಿ ಬೆಳೆದ ಮಹಾನ್ ಅಧ್ವರ್ಯು. ಡಿಸೆಂಬರ್ 9 ಶಿವರಾಮ ಕಾರಂತರ 16ನೇ ಪುಣ್ಯಸ್ಮರಣೆಯ ದಿನ. ಬದುಕೇ ನಿಜವಾದ ಅನುಭವಶಾಲೆ ಎನ್ನುವುದನ್ನು ತಮ್ಮ ಬಾಳಿನ ಪ್ರತಿ ಹೆಜ್ಜೆಯಲ್ಲೂ ನಿರೂಪಿಸಿದ ಶಿವರಾಮ ಕಾರಂತರು ಕನ್ನಡ ಜಗತ್ತಿನ ನಿಜ ಸವ್ಯಸಾಚಿ. ಭಾರತದ ಪ್ರಸಿದ್ಧ ಬರಹಗಾರ ರಾಮಚಂದ್ರಗುಹ ಶಿವರಾಮ ಕಾರಂತರನ್ನು ಆಧುನಿಕ ಭಾರತದ ರವೀಂದ್ರನಾಥ ಠಾಕೂರ್ ಎಂದು ಗುರುತಿಸಿರುವುದು ಶಿವರಾಮ ಕಾರಂತರ ಭವ್ಯ–ದಿವ್ಯ ವ್ಯಕ್ತಿತ್ವಕ್ಕೆ ಸಂದ ಅರ್ಹ ಗೌರವವಾಗಿದೆ. ಕಾಲೇಜು ಮೆಟ್ಟಿಲನ್ನೇ ಹತ್ತದೆ, ಹಲವು ವಿಶ್ವವಿದ್ಯಾಲಯಗಳು ಮಾಡುವ ಕೆಲಸವನ್ನು ಏಕವ್ಯಕ್ತಿ ಮಾಡಬಲ್ಲ ಎಂಬುದನ್ನು ಸಾಧಿಸಿ ತೋರಿಸಿದ ಅದ್ವಿತೀಯ ಸಾಹಸಿ ಶಿವರಾಮ ಕಾರಂತರು. ಹೀಗಾಗಿ ಅವರ 95 ವರ್ಷದ ಸಾರ್ಥಕ ಬದುಕು ನಮ್ಮೆಲ್ಲರಿಗೂ ಸದಾ ಆದರ್ಶಪ್ರಾಯ ಮತ್ತು ಪ್ರಗತಿಯ ಸ್ಪಷ್ಟ ದಿಕ್ಸೂಚಿಯಾಗಿರುತ್ತದೆ.

ಶಿವರಾಮ ಕಾರಂತರ ಬಹುಮುಖೀ ಸಾಧನೆ; ಕವಿ, ಕಾದಂಬರಿಕಾರ, ಸ್ವಾತಂತ್ರ್ಯ ಹೋರಾಟಗಾರ, ಪತ್ರಕರ್ತ, ಭಾಷಾನಿಘಂಟು ರಚನಕಾರ,

ಗೀತನಾಟಕಕಾರ, ಪರಿಸರವಾದಿ, ಛಾಯಾಗ್ರಾಹಕ, ಚಿತ್ರಕಲಾಸಕ್ತ, ಚಿತ್ರನಿರ್ಮಾಪಕ-ನಿರ್ದೇಶಕ, ಯಕ್ಷಗಾನಪಟು ಹೀಗೆ ಶಿವರಾಮ ಕಾರಂತರು ಯಾವತ್ತಿಗೂ ಒಂದು ಸುತ್ತಳತೆಗೆ ಸಿಕ್ಕದಷ್ಟು ಅಸೀಮ ಸಾಮರ್ಥ್ಯದ ಸೀಮೋಲ್ಲಂಘನ ರೂಪ. ನಡೆದಾಡುವ ವಿಶ್ವಕೋಶ, ಕಡಲತೀರದ ಭಾರ್ಗವರಾಗಿ ಶಿವರಾಮ ಕಾರಂತರದ್ದು ಗೌರೀಶಂಕರ ಶಿಖರದ ವಿರಾಡ್ರೂಪ. ರಾಷ್ಟ್ರಗೀತ ಸುಧಾಕರ ಎಂಬ ಕವನ ಸಂಕಲನ ಕಾರಂತರ ಪ್ರಪ್ರಥಮ ಸಾಹಿತ್ಯಕೃತಿ. ವಿಚಿತ್ರಕೂಟ ಅವರ ಮೊತ್ತಮೊದಲ ಕಾದಂಬರಿ. ಗಾಂಧೀಜಿಯವರ ಕರೆಗೆ ಓಗೊಟ್ಟು ಸ್ವಾತಂತ್ರ್ಯ ಚಳವಳಿಗೆ ಧುಮುಕಿದ ಕಾರಂತರು ಸ್ವಾಭಿಮಾನದಲ್ಲಿನಿಷ್ಠುರವಾದಿ. ಕೇಂದ್ರಸರ್ಕಾರದ ಪದ್ಮಪ್ರಶಸ್ತಿಯನ್ನೇ ಧಿಕ್ಕರಿಸಿದ ಖಂಡಿತವಾದಿ ಲೋಕವಿರೋಧಿ ಎಂಬ ನೆಲೆಗಟ್ಟಿನ ಆತ್ಮಗೌರವದ ಉಗ್ರಪ್ರತಿಪಾದಕರು.

ಮುಕ್ತದ್ವಾರ, ಕಿಸಗೌತಮಿ ಎಂಬ ಗೀತನಾಟಕಗಳನ್ನು ನೀಡಿದ ಕಾರಂತರು, ಮರಳಿಮಣ್ಣಿಗೆ, ಅಳಿದ ಮೇಲೆ ಬೆಟ್ಟದಜೀವ, ಚೋಮನದುಡಿ, ಔದಾರ್ಯದ ಉರುಳಲ್ಲಿ, ನಂಬಿದವರ ನಾಕನರಕ, ಮೂಕಜ್ಜಿಯ ಕನಸುಗಳು ಎಂಬ ಅನನ್ಯ ಕಾದಂಬರಿಗಳನ್ನು ಕೊಟ್ಟ ಅಗಾಧ ಸ್ಫೂರ್ತಿಯ ಬತ್ತದಸೆಲೆ. ಭಾರತೇಯ ಚಿತ್ರಕಲೆ (ಭಾರತೀಯ ಅಲ್ಲ) ಕೃತಿಯುಲ್ಲಿ ಬೇರೆದೇಶದ ಚಿತ್ರಕಲಾ ಸ್ವರೂಪದ ವಿನ್ಯಾಸವನ್ನು ಅಪರೂಪವಾಗಿ ಕೆನೆಗಟ್ಟಿಸಿದ ಕಾರಂತರು ವಸಂತ ಮತ್ತು ಪ್ರಪಂಚ ಎಂಬ ಪತ್ರಿಕೆಗಳನ್ನು ಹೊರತದವರು. ಮೂಕಿಚಿತ್ರಗಳಕಾಲದಲ್ಲೇ ಭೂತರಾಜ್ಯ ಹಾಗೂ ಡೊಮಿಂಗೋ ಎಂಬ ಚಿತ್ರಗಳನ್ನು ನಿರ್ಮಿಸಿ-ನಿರ್ದೇಶಿಸಿದ್ದವರು. ಸೆಪ್ಟೆಂಬರ್ 8 ಎಂಬ ಚಿತ್ರದಲ್ಲೂ ನಟಿಸಿದ್ದ ಕಾರಂತರು, ಪುತ್ತೂರಿನಲ್ಲಿ ಮಕ್ಕಳಿಗಾಗಿ ಬಾಲವನ ರೂಪಿಸಿದವರು. ಪ್ರತಿವರ್ಷ ಮಕ್ಕಳಸಾಹಿತ್ಯ ಸಮ್ಮೇಳನಕ್ಕೆ ಮುಂದಾದ ಧೀಮಂತರು. ಮಕ್ಕಳಿಗಾಗಿ ಅನೇಕ ಶಿಶುಗೀತೆಗಳನ್ನು ರಚಿಸಿ, ಅನೇಕ ಪಠ್ಯಪುಸ್ತಕಗಳನ್ನು ಬರೆದಿರುವ ಕಾರಂತರು ಸಿರಿಗನ್ನಡ ಪದಕೋಶ ವಿಜ್ಞಾನ ಪದಕೋಶಗಳನ್ನು ಹೊರತಂದ ಅದಮ್ಯ ಜೀವನೋತ್ಸಾಹಿ. ಒಟ್ಟು 417 ಕೃತಿಗಳನ್ನು ನೀಡಿರುವ ಕಾರಂತರ ಸಾಧನೆಗಳನ್ನು ಏಷ್ಯದ 87 ಸುವಿಖ್ಯಾತ ಸಾಹಿತಿಗಳು ಪ್ರಾಂಜಲಮನಸ್ಸಿನಿಂದ ವ್ಯಕ್ತಪಡಿಸಿರುವುದು ಶಿವರಾಮ ಕಾರಂತರಿಗೆ ಸಲ್ಲುವ ಗೌರವವೂ ಹೌದು, ಭಾರತೀಯ ಸಾಹಿತ್ಯ ಚರಿತ್ರೆಯಲ್ಲಿಯೇ ಅಭೂತಪೂರ್ವವಾದ ದಾಖಲೆಯೂ ಹೌದು. ಕಾರಂತರು ಮಕ್ಕಳ ಆಟಿಕೆಯ ರೈಲನ್ನು ಏಷ್ಯದಲ್ಲೇ ಮೊದಲ ಬಾರಿಗೆ ರೂಪಿಸಿದವರೂ ಹೌದು.

ಶಿವರಾಮ ಕಾರಂತರ ಚಿಂತನೆಗಳು ಕೇವಲ ಭಾಷಣಗಳಲ್ಲಿರುತ್ತಿರಲಿಲ್ಲ. ಲೀಲಾ ಅವರನ್ನು ಮದುವೆಯಾಗಿ ಅಂತರ್ಜಾತಿ ವಿವಾಹಕ್ಕೆ ತನ್ಮೂಲಕವೆ

ಮಾದರಿಯಾದ ನಿಜಸತ್ಯ-ಸತ್ವಗಳ ಸಮಾಜಮುಖೀ ಚಿಂತಕರಾದ ಶಿವರಾಮ ಕಾರಂತರು ಯಕ್ಷಗಾನಕ್ಕೆ ಹೊಸ ರೂಪವನ್ನೇ ನೀಡಿದ ಪ್ರಾತಃಸ್ಮರಣೀಯರು. ಪಶ್ಚಿಮಘಟ್ಟಗಳ ಉಳಿವಿಗಾಗಿ ಮುಂಚೂಣಿಯಲ್ಲಿದ್ದ ಕಾರಂತರಿಗೆ ಬಹುಶಃ ದಣಿವು ಆಯಾಸ ಎಂಬ ಶಬ್ದದ ಅರಿವೆ-ಪರಿವೆಗಳೇ ಕಾಣಿಸಿರಲಿಲ್ಲ, ಕಾಡಿಸಿರಲಿಲ್ಲ.

ಕೊನೆಯ ಮಾತು; ಒಮ್ಮೆ ಶಿವರಾಮ ಕಾರಂತರನ್ನು ಸಾಹಿತ್ಯಾಸಕ್ತ ತಂಡವೊಂದು ಅವರ ಮನೆಯಲ್ಲಿ ಸಂದರ್ಶಿಸಿತ್ತು. ಅದೂ-ಇದೂ ಮಾತನಾಡುತ್ತಾ ಆ ತಂಡದಲ್ಲಿ ಒಬ್ಬರು ಕಾರಂತರಿಗೆ "ಸರ್, ನಮ್ಮಂಥ ಉದಯೋನ್ಮುಖರಿಗೆ ನಿಮ್ಮಂಥ ಹಿರಿಯರ ಸಂದೇಶವೇನು?" ಎಂದು ಪ್ರಶ್ನೆ ಕೇಳಿದರು. ಅದನ್ನು ಗಂಭೀರವಾಗಿಯೇ ಪರಿಗಣಿಸಿದ ಕಾರಂತರು ನೀವು ಉದಯೋನ್ಮುಖರು, ಹಾಗಾದರೆ ನಾವು ಅಸ್ತೋನ್ಮುಖರೋ (ಮುಳುಗುತ್ತಿರುವವರೋ?!) ಎಂದು ಸವಾಲೆಸೆದರು. ಆಗ ಪ್ರಶ್ನೆ ಕೇಳಿದ ತಂಡ ಕಾರಂತರ ಜೀವನೋಲ್ಲಾಸದ ಮನೋಧರ್ಮಕ್ಕೆ ದಂಗು ಬಡಿದು ಹೋಗಿತ್ತು. ತಾವೇ ಬರೆದಂತೆ ಹುಚ್ಚು ಮನಸ್ಸಿನ ಮುಖಗಳನ್ನು ಅದರ ಹಲವಾರು ವಿಸ್ತಾರವಾದ ಬಾಹುಳ್ಯಕ್ಕೆ ಹಿಗ್ಗಿಸಿ ಗೆದ್ದ ಬದುಕಿನ ನಿಷ್ಠಾವಂತ ಪಯಣಿಗ ಕಾರಂತರಿಗೆ ಸಾವು ಎಂಬ ಮಾತು ಕೇವಲ ದೈಹಿಕವಾಗಿ ಮಾತ್ರ. ಶಿವರಾಮ ಕಾರಂತರು ಸರ್ವವ್ಯಾಪ್ತ, ಸಾರ್ವಕಾಲಿಕ ಬಲದ ಯುಗಶಕ್ತಿ. ಅಯಸ್ಕಾಂತ ಆಕರ್ಷಣೆಯ ರುದ್ರಗಂಭೀರ ವ್ಯಕ್ತಿತ್ವದ ಕಾರಂತರು ಎಂದೆಂದಿಗೂ ಉಳಿಯುವಂಥ ಅವಿಶ್ರಾಂತ ದುಡಿಮೆಯ ಸೂರ್ಯಸ್ಪಷ್ಟ ಸಾಕ್ಷಿ ಸ್ವರೂಪ.

ಪ್ರಯತ್ನವೇ ಪರಮಾತ್ಮ

"God helps those who help themselves" ಎನ್ನುವ ಉಕ್ತಿ ವಿಶಿಷ್ಟವಾದುದು. ಶ್ರೀಕೃಷ್ಣನು ಭಗವದ್ಗೀತೆಯಲ್ಲಿ "ಕರ್ಮಣ್ಯೇ ವಾಧಿಕಾರಸ್ತೆ ಮಾಫಲೇಶು ಕದಾಚನ" ಎಂದಿರುವಂತೆ ನಮ್ಮ ನಮ್ಮ ಕೆಲಸಗಳನ್ನು ನಾವುಮಾಡುತ್ತಾ ಹೋಗಬೇಕು ಅದರ ಫಲಾಫಲಗಳು ಪ್ರಾಪ್ತ ವಾಗೇ ತೀರುತ್ತವೆ. ಆದರೆ ಇಂದು ಬೀಜ ಬಿತ್ತಿ, ನಾಳೆಯೇ ಗಿಡ ಹುಟ್ಟಬೇಕೆಂಬ ಆತುರಕ್ಕೆ ಅವಸರದ ನಡಾವಳಿಗಳಿಗೆ ಪ್ರಯತ್ನವೂ ಅಸಾಧ್ಯ, ಸಾಧನೆ-ಪರಿಶ್ರಮಗಳೂ ದೂರ. ಕಷ್ಟ-ದುಮ್ಮಾನಗಳು ಗೋಳಿನ ಪರಮಾವಧಿ ಎಂದು ನಿರಾಶೆಪಡಬೇಕಾಗಿಲ್ಲ, ಏಕೆಂದರೆ ಅವೆಲ್ಲ ಮುಂದಿನ ಜಯದಹಾದಿಗೆ ಸೋಪಾನವಾಗುವ ಸಂಕಟದ ಸತ್ಫಲಗಳು. ಆದರೆ ದಾಸರು ಹೇಳಿರುವಂತೆ "ತಾಳುವಿಕೆಗಿಂತ ಅನ್ಯ ತಪವಿಲ್ಲ" ಎಂಬ ಸಹನೆ-ಸ್ಥೈರಣೆ ಇದ್ದಲ್ಲಿ ಮಾತ್ರ ಗೆಲುವು ಲಭ್ಯ.

ಕನಕದಾಸರು ಕಾಗಿನೆಲೆಯ ಕೇಶವನನ್ನು ನುತಿಸಿದ ಕೀರ್ತಿಸಿದ, ಕೀರ್ತನೆಗಳಲ್ಲಿಅಂತರಂಗ ಭಕ್ತಿ, ಕೇಶವನನ್ನು ಒಲಿಸಿಕೊಳ್ಳುವ ಹಂಬಲ ಅಗಾಧ. "ಆರು ಬದುಕಿದರಯ್ಯ ನಿನ್ನ ನಂಬಿ" ಎಂಬ ನಿಂದಾಸ್ತುತಿಯಲ್ಲಿ ಹರಿಯನ್ನು ನಿಂದಿಸಿದರೂ ಸಹ ಅವರದ್ದು ಇಷ್ಟು ದಿನ ವೈಕುಂಠ ಎಷ್ಟು ದೂರ ಎನ್ನುತಲಿದ್ದೆ ಎಂದು ನುಡಿಯುತ್ತಲೇಬಾಗಿಲನು ತೆರೆದು ಸೇವೆಯನು ಕೊಡೊ ಹರಿಯೆ ಎಂದು ಯಾಚಿಸುವ ನಿರ್ಮಲ ಭಾವ. **"ಈಶ ನಿನ್ನ ಚರಣಭಜನೆ ಆಶೆಯಿಂದ ಮಾಡುವೆನು ದೋಷ ರಾಶಿ ನಾಶ ಮಾಡು ಶ್ರೀಶ ಕೇಶವ"** ಎಂಬ ದೈವದೆಡೆಗಿನ ಕನಕರ ಸರ್ವಸಮರ್ಪಿತ ಭಾವವು ನಿರಂತರ ಅನ್ವೇಷಣೆಯ ಸ್ವಾದುಫಲಗಳೇ ಆಗಿವೆ.

ಇಂದಿನ ದಿನಮಾನದಲ್ಲಿ ವೇಗ, ಓಘದ ನಾಗಾಲೋಟದಲ್ಲಿ ಇನ್ನೊಬ್ಬರನ್ನು ಮೇಲ್ಪಂಕ್ತಿಯನ್ನಾಗಿಸಿಕೊಂಡೋ, ಅಥವಾ ಆದರ್ಶಪ್ರಾಯರಾಗಿಸಿಕೊಂಡೋ ಮಾಡುವ ಯತ್ನ-ಪ್ರಯತ್ನಗಳು ಖಂಡಿತವಾಗಿ ಸ್ತುತ್ಯರ್ಹ. ಅದು ನಮ್ಮ ವ್ಯಕ್ತಿತ್ವ ವಿಕಸನಕ್ಕೆ, ಬೆಳವಣಿಗೆಯ ವಿಕಾಸಶೀಲತೆಗೆ ಹೆದ್ದಾರಿ ಎನ್ನುವುದರಲ್ಲಿ ಸಂದೇಹವಿಲ್ಲ.

ನೆಪಗಳಿಂದ ಸಾಧನೆಗಳು ಸಾಧ್ಯವಿಲ್ಲ

"ಅಯ್ಯೋ ಟೈಮೇ ಇಲ್ಲಾರೀ, ಆಗಲೇ ಭಾನುವಾರ ಆಗ್ಹೋಯ್ತಾ, ಸೋಮವಾರ ಕೆಲಸಕ್ಕೆ ಹೋಗಬೇಕೇ" ಎಂಬ ಉದ್ಗಾರಗಳಲ್ಲಿ ತೊಡಗುವ ನಮಗೆ ಪರಮಾತ್ಮನ ಸರ್ವ ಸಮಾನದೃಷ್ಟಿ ಅರ್ಥವಾಗಬೇಕು. ಅವನು ಸೋಮಾರಿಗೂ, ಸಾಧಕನಿಗೂ 24 ಗಂಟೆಯನ್ನೇ ನೀಡಿದ್ದಾನೆಯೇ ಹೊರತು ಹೆಚ್ಚಿನ ಅವಧಿಯನ್ನೇನೂ ಕೊಟ್ಟು ವ್ಯತ್ಯಾಸ, ತಾರತಮ್ಯಳನ್ನೇನೂ ಮಾಡಿಲ್ಲವಲ್ಲ, ಸಮಯ ಇಲ್ಲವೆಂದು ಗೊಣಗಾಡುವುದು ನಮ್ಮ ನಮ್ಮ ಆಲಸ್ಯಕ್ಕೆ ನಾವು ಹುಡುಕಿಕೊಳ್ಳುವ ನೆಪಗಳಷ್ಟೇ.

ಬದುಕಿದ್ದೂ ಸತ್ತಂತಿರುವವರಿಗೆ ಬಾಳು ಹೆಣ ಸದೃಶವಾಗಿಯೆ ಕಾಣುತ್ತದೆ, ಆದರೆ, ಸತ್ತ ಮೇಲೂ ಬದುಕಿರುವ ಮಹಾನ್ ಚೇತನಗಳ ಇರುವಿಕೆ ಅವರ ಜೀವನದರ್ಶನ ಕಾಣ್ಕೆ ನಮ್ಮ ಮುಂದಿನ ಹಾದಿಗೆ ತೋರುಬೆಳಕಾಗುತ್ತದೆ. ಯಾವ ಪ್ರಯತ್ನ-ಪರಿಶ್ರಮಗಳನ್ನೂ ಮಾಡದೆ ಕುಳಿತಲ್ಲಿಯೇ ಯಶಸ್ಸು ದೊರಕಲಿ ಎನ್ನಲು ಯಶಸ್ಸು ಬಿಟ್ಟಿ ಬಿದ್ದಿರುವುದಿಲ್ಲ.

ಉಳಿಪೆಟ್ಟು ತಿನ್ನುವ ಶಿಲ್ಪಿ, ಹೊಲ ಉಳುವ ರೈತ, ಬಣ್ಣ ಹಚ್ಚುವ ಕಲಾವಿದ... ಯಾರೇ ಇರಲಿ ವೇದನೆಗಳಿಲ್ಲದೆ, ಅಪಮಾನ, ಅವಮಾನಗಳಿಲ್ಲದೆ, ಸಾಧನೆಗಳನ್ನು ಮಾಡಲು ಸಾಧ್ಯವಿಲ್ಲ. ಏನೂ ಸಾಧನೆ ಮಾಡದಿದ್ದವರನ್ನು ಸಮಾಜವು ಸಹಜವಾಗಿ ನಿಕೃಷ್ಟವಾಗಿ ಕಾಣುತ್ತದೆ, ನಮ್ಮನ್ನು ಸಮಾಜ ಹಾಗೆ ಕೀಳಾಗಿ ಕಾಣುತ್ತಿದೆಯಲ್ಲ ಎಂಬ ವ್ಯರ್ಥಚಿಂತೆಯಲ್ಲೇ ಕಾಲ ಕಳೆಯುವ ಬದಲು ಸಾಧನೆ ಮಾಡಿದಾಗ ಇದೇ ಸಮಾಜ ನಮ್ಮನ್ನು ವಿಶೇಷವಾಗಿ ನೋಡುವ ಸಾಧ್ಯತೆ ಇದೆಯಲ್ಲವೇ ಎಂಬ ಜೀವನೋತ್ಸಾಹದ ಸಂಜೀವಿನಿ ನಮ್ಮದಾಗಿ ಅಂಥ ಸಕಾರಾತ್ಮಕ ದೃಷ್ಟಿಕೋನ ನಮ್ಮದಾಗಬೇಕು. **"ಚಿತಾ ಭಸ್ಮತಿ ನಿರ್ಜೀವಂ, ಚಿಂತಾ ಭಸ್ಮತೀ ಸಜೀವಂ"** ಎನ್ನುವಂತೆ ನಮ್ಮ ಬಾಳು ಹಾಳಾಗಬಾರದು. ಪ್ರಯತ್ನ ಛಲ ಇದ್ದರೆ ಲೋಕ ಏನೇ ಅಂದುಕೊಂಡರೂ ಸಾಧನೆಯ ಗುರಿ ನಮಗೆ ಸುಸ್ಪಷ್ಟವಾಗಿದ್ದಾಗ, ದಾರಿ ಸರಿಯಿದ್ದಾಗ ಮಿಕ್ಕೆಲ್ಲವೂ ಗೌಣ ಮತ್ತು ನಗಣ್ಯ.

ಜಾಂಬವಂತ ಆಂಜನೇಯನಿಗೆ ಆತ್ಮವಿಶ್ವಾಸವನ್ನು ತುಂಬಿದಾಗ, ಅವನಿಂದ ಸಾಗರೋಲ್ಲಂಘನದ ದೊಡ್ಡ ಮಹತ್ಕಾರ್ಯವೇ ಆಗಿದ್ದನ್ನು ಮರೆಯಲಾದೀತೇ. ಇಲ್ಲಿ ದೃಢ ಮನೋದಾರ್ಢ್ಯ ಮತ್ತು ಅಚಲವಾದ ಸಂಕಲ್ಪಬಲ ಮುಖ್ಯ.

ಗೋಪಾಲಕೃಷ್ಣ ಅಡಿಗರು ಹೇಳುವಂತೆ **"ಹನುಮದ್ವಿಕಾಸಕ್ಕೆ ಇಲ್ಲ ಎಲ್ಲೆ"**ಯಂತಾಗಿ ವಿಸ್ತರದ ಬಾಹುಳ್ಯದ ಬದುಕಿಗೆ ವೈಶಾಲ್ಯ ಉಂಟಾಗುತ್ತದೆ.

ನರೇಂದ್ರನಾಥ ದತ್ತನಿಗೆ ರಾಮಕೃಷ್ಣ ಪರಮಹಂಸರು ತುಂಬಿದ ಧೈರ್ಯ, ಮಾರ್ಗದರ್ಶನ ಎಷ್ಟು ಸಫಲವಾಯಿತೆಂದು ಈಗ ಸಾಬೀತು ಪಡಿಸಬೇಕಾಗಿದೆಯೇ? "ಏಳಿ ಎದ್ದೇಳಿ ಗುರಿ ಮುಟ್ಟುವ ತನಕ ನಿಲ್ಲದಿರಿ" ಎಂಬ ವಿವೇಕಾನಂದರ ಸಿಂಹವಾಣಿಯ ಹಿಂದೆ ಅವರ ಅಪಾರವಾದ ಸಹಿಷ್ಣುತೆ, ಪ್ರಯತ್ನದ ಆಗುಹೋಗು, ಏರಿಳಿತ, ಸಾಧಕ–ಬಾಧಕಗಳ ಗಟ್ಟಿ ಅನುಭವವೇ ಮೈದಾಳಿದೆಯಲ್ಲವೇ?

"ಕೊಟ್ಟ ಕುದುರೆಯನೇರಲರಿಯದೆ
ಮತ್ತೊಂದ ಬಯಸುವವರು
ವೀರರೂ ಅಲ್ಲ, ಧೀರರೂ ಅಲ್ಲ"

ಎಂಬ ಅಲ್ಲಮಪ್ರಭುವಿನ ವಚನ ನಮ್ಮೆಲ್ಲರಿಗೂ ದಾರಿದೀಪವಾಗಬೇಕು, ಇತರರು ಹೇಳಿದ್ದನ್ನು ಕೇಳುವ ಸಾವಧಾನಗುಣ, ವ್ಯವಧಾನ ಇಟ್ಟುಕೊಂಡರೂ ನಮ್ಮ ಸ್ವತಂತ್ರ, ಸ್ವಾತಂತ್ರ್ಯ, ಸ್ವೋಪಜ್ಞತೆಯ ಹೆಜ್ಜೆಗುರುತುಗಳನ್ನು ಮೂಡಿಸುವುದರ ಹಿಂದೆ ಪ್ರಯತ್ನ, ಛಲ, ಸಾಧನೆಗಳು ತ್ರಿವಳಿ ಶಕ್ತಿಗಳಾಗಿ ನಮ್ಮಲ್ಲಿ ಸ್ವಂತಿಕೆಯ ಛಾಪನ್ನೊತ್ತುತ್ತವೆ. ಬಸವಣ್ಣನವರು ಹೇಳಿದಂತೆ "ಆನು ಒಲಿದಂತೆ ಹಾಡುವೆ" ಎಂಬ ನಮ್ಮೊಳಗಿನ ಘನವಾದ ಮತ್ತು ಅನನ್ಯವಾದ ವ್ಯಕ್ತಿತ್ವಕ್ಕೆ ಮೌಲ್ಯ ಬರುತ್ತದೆ. ನಮ್ಮ ನಮ್ಮ ಆಲೋಚನೆ, ಅಭಿವ್ಯಕ್ತಿ ಕ್ರಮಗಳು ಭಿನ್ನ ವಿಭಿನ್ನವಾಗಿರುವುದು ಸಹಜ ಮತ್ತು ಸರ್ವೇ ಸಾಮಾನ್ಯ. ಭವಭೂತಿಯು ಹೇಳುವಂತೆ ಲೋಕೋ ಭಿನ್ನ ರುಚಿಃ. ಆದರೆ ಹೀಗಿದ್ದೂ ಅಂಥ ಪರಿಸರದ ಮಧ್ಯೆಯೇ, ಅಂಥವರ ನಡುವೆಯೇ ಸೌಹಾರ್ದತೆ, ಸಂಯಮದಿಂದ ಬಾಳಿ ನಮಗೆ ತೋರಿದ ಉದ್ದೇಶಿತ ಗುರಿಸಾಧನೆಗಳನ್ನು ತಲುಪಲು ಸಾಧ್ಯವಿದೆ. ಡಾ. ಜಿ.ಎಸ್. ಶಿವರುದ್ರಪ್ಪನವರು ತಮ್ಮ ತರಗತಿಗಳಲ್ಲಿ "ಭಿನ್ನವಿದ್ದೂ ಬೆರೆಯಬಹುದು" ಎಂದು ಹೇಳುತ್ತಿದ್ದರಂತೆ. ಅದು ನೂರಕ್ಕೆ ನೂರರಷ್ಟು ಸತ್ಯ.

ಪ್ರಯತ್ನ ಸದಾಶಯದ್ದಾಗಿದ್ದರೆ, ಮುಟ್ಟುವ ಗುರಿ ಸುಸ್ಪಷ್ಟವಾಗಿದ್ದರೆ ಕಷ್ಟಗಳನ್ನೂ ಇಷ್ಟಪಡುವವರೇ ಸಾಧಕರಾಗುತ್ತಾರೆ. ಗುಲಾಬಿ ಹೂವು ಮುಟ್ಟಬೇಕಾದರೆ ಅದರ ಗಿಡದ ಮುಳ್ಳುಗಳು ಚುಚ್ಚಿಕೊಳ್ಳದೆ ಇರುತ್ತದೆಯೇ?

ಅದಕ್ಕೆ ಹೆದರಿ ಗುಲಾಬಿ ಹೂವನ್ನು ಮುಟ್ಟುವ ಪ್ರಯತ್ನಕ್ಕೇ ತಿಲಾಂಜಲಿಯಿಟ್ಟರೆ ಅದು ನಿಷ್ಫಲವಲ್ಲವೇ.ಪ್ರಯತ್ನದ ದಾರಿಗೆ ಛಲದ ಹೆಜ್ಜೆಗಳು ಸಾಧನೆಗಳ ಶೃಂಗಕ್ಕೆ ಏರಿಸುವಾಗ ಈ ಎಲ್ಲ ಅಡ್ಡಿ–ಆತಂಕಗಳು ಉಸಿರಾಟದಷ್ಟೇ ಸಹಜವೆಂದು ಸ್ವೀಕರಿಸುತ್ತಾ ಮುನ್ನಡೆದಾಗ, ಬದುಕು ಸುಂದರ ಮತ್ತು ಸುಮಧುರ

ವಿಶ್ವ ಪ್ರಜ್ಞೆಯ ನಾಡಪ್ರಭು ಶ್ರೀ ಕೆಂಪೇಗೌಡರು

ಧೀರ ವ್ಯಕ್ತಿತ್ವಕ್ಕೆ ಸಾಷ್ಟಾಂಗ ನಮನ

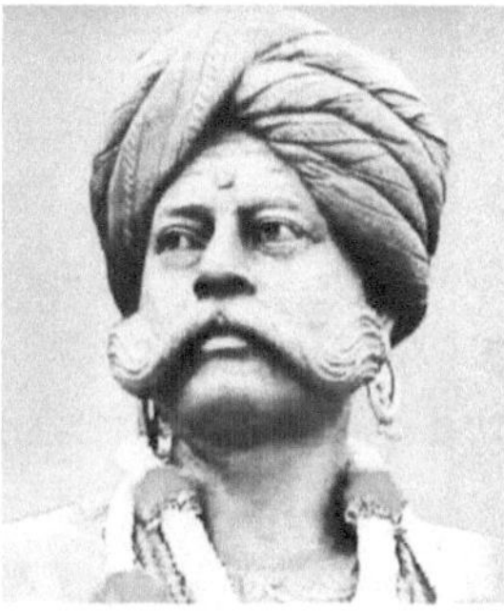

ಇವತ್ತು ಜೋರಾದ ಮಳೆ ಸುರಿದರೆ ನೆಲಗಳೇ ಕಿತ್ತು ಡಾಂಬರುಗಳು ಸೀಳಿ ಜನಸಾಮಾನ್ಯರ ದಿನವಹಿ ಬದುಕನ್ನು ನರಕವಾಗಿಸುತ್ತಿದೆ. ಪ್ರಸ್ತುತ ಸಮಾಜದ ವ್ಯವಸ್ಥೆಯೊಳಗಿನ ಅವ್ಯವಸ್ಥೆ, ನಿರ್ಲಜ್ಜ ಮತ್ತು ನಿರ್ಲಕ್ಷ್ಯತನದಲ್ಲಿ ಬದುಕು ದೂಡುತ್ತಿರುವ ಶೋಚನೀಯ ಸ್ಥಿತಿಯಲ್ಲಿ ನಾವು ಇದ್ದೇವೆ.

ಸಿಲಿಕಾನ್ ಸಿಟಿ, ಮೆಟ್ರೊಪಾಲಿಟನ್ ಸಿಟಿ, ಉದ್ಯಾನ ನಗರಿ ಹೀಗೆಲ್ಲ ವಿಶೇಷಣಗಳಿಗೆ ಭಾಜನವಾಗಿರುವ ಬೆಂಗಳೂರನ್ನು 1537ರಲ್ಲಿ ನಿರ್ಮಿಸಿದ ನಗರ ನಿರ್ಮಾತೃ ಮಾಗಡಿ ಕೆಂಪೇಗೌಡರ ಹಿರಿಮೆ, ಸಮಾಜಪರವಾದ ಹಿತ ಚಿಂತನೆ ಸದಾ ಕಾಲವೂ ಚಿರಂತನ ಮತ್ತು ವಿನೂತನ.

ಹೈದರಾಬಾದ್, ಚೆನ್ನೈ, ಕೋಲ್ಕತ್ತ ಇವುಗಳೆಲ್ಲಕ್ಕಿಂತ ಬಹಳ ಹಿಂದೆಯೇ ಅಂದರೆ 1537ರಲ್ಲಿ ನಗರ ನಿರ್ಮಾಣದ ಕನಸನ್ನು ಕಂಡು ನನಸಾಗಿಸಿದ ದೊರೆ ಕೆಂಪೇಗೌಡರ ಸ್ಮರಣೆ ಇಡೀ ನಾಡಿಗೇ ಭೂಷಣ. ಇಂದು ವಿಶ್ವ ಭೂಪಟದಲ್ಲಿ, ದೇಶದ ರಾಜಕೀಯ, ಸಾಮಾಜಿಕ, ಸಾಂಸ್ಕೃತಿಕ ಮತ್ತು ಸೃಜನಶೀಲ ಕ್ಷೇತ್ರಗಳಲ್ಲಿ ಬೆಂಗಳೂರಿನ ಶ್ರೇಷ್ಠತೆ ಅದರ ಔನ್ನತ್ಯದ ಬಗ್ಗೆ ಹೇಳುವಾಗ ಕೆಂಪೇಗೌಡರ ಹೆಸರನ್ನು ಉಲ್ಲೇಖಿಸದೆ ಸಾಗುವುದು ತಪ್ಪೂ ಹೌದು, ಹಾಗೇ ಚರಿತ್ರೆಯ ದೃಷ್ಟಿಯಿಂದ ಅಪರಿಪೂರ್ಣವೂ ಹೌದು.

ಬ್ಯಾಂಗಳೂರನ್ನು ಬೆಂಗಳೂರು ಎಂದಾಗಿಸಿದ್ದನ್ನೇ ದೊಡ್ಡದೆಂದು ಬೀಗುವ ಕೆಲವು ಪ್ರಭೃತಿಗಳು ನಮ್ಮ ನೆಲದ ನಾಡಪ್ರಭು ನಗರವನ್ನು ನಿರ್ಮಿಸುವಾಗ ಕಂಡ ಸೃಷ್ಟಿಶೀಲತೆಯ ಚಿಂತನೆ, ಬಹುಜನ ಹಿತಾಯ, ಬಹುಜನ ಸುಖಾಯ ಎಂಬ ಎಲ್ಲ ಜನರ ಸರ್ವಕ್ಷೇಮಭಾವದ ಮನೋಧರ್ಮ ಯಾವುದೇ ಲಾಲಸೆ, ಪ್ರಚಾರಗಳ ಆಸೆ ಲವಲೇಶವೂ ಇಲ್ಲದಂತೆ ಕಂಡ ಕ್ರಿಯಾಶೀಲತೆಯ ಮಹತ್ಸಾಧನೆ ಎನ್ನುವುದನ್ನು ಅರ್ಥೈಸಿದಾಗ ಕೆಂಪೇಗೌಡರ ಸಾಧನೆಯ ಮೌಲ್ಯದ ವೈಶಾಲ್ಯತೆಯ ಅರಿವಾಗುತ್ತದೆ.

ಕೆಂಪೇಗೌಡರ ಹೆಜ್ಜೆಗಳು–ಶಿವನಸಮುದ್ರದ ಬಳಿ ಕೆಂಪೇಗೌಡರು ತಮ್ಮ ಆಪ್ತ ವೀರಣ್ಣ, ಮಂತ್ರಿ ಗಿಡ್ಡೇಗೌಡರ ಜೊತೆಗೆ ಬೇಟೆಗೆ ಹೋಗಿದ್ದಾಗ, ಮನಸ್ಸಿನಲ್ಲಿ ಹುಟ್ಟಿದ ನಗರ ನಿರ್ಮಾಣದ ಕನಸು ಕಾರ್ಯರೂಪಕ್ಕೆ ಬರಲು ವಿಳಂಬವಾಗಲಿಲ್ಲ. 40 ಚದರ ಕಿ.ಮೀ ವ್ಯಾಪ್ತಿಯ ಶಿವಗಂಗೆಯನ್ನು ವಶಪಡಿಸಿಕೊಂಡು ಸದೃಢ ಸಂಕಲ್ಪಬಲದೊಂದಿಗೆ ನಮ್ಮ ಬೆಂಗಳೂರಿನ ಉಗಮಕ್ಕೆ ಕಾರಣರಾದ ಕೆಂಪೇಗೌಡರ ವಿರಾಡ್ರೂಪೀ ಸಾಹಸದ ಹೆಜ್ಜೆಗಳು ಬೆಕ್ಕಸಬೆರಗಾಗಿಸುತ್ತದೆ.

ನಗರ ನಿರ್ಮಾಪಕನ ಆಡಳಿತಾತ್ಮಕ ದೂರದೃಷ್ಟಿ

ಕೆಂಪೇಗೌಡರ ಹೆಸರನ್ನು ಬೆಂಗಳೂರು ನಿರ್ಮಾಪಕತ್ವಕಷ್ಟೇ ಸೀಮಿತಗೊಳಿಸಬೇಕಾಗಿಲ್ಲ. ಬಸವನಗುಡಿಯ ಐತಿಹಾಸಿಕ ಗವಿಗಂಗಾಧರೇಶ್ವರ ದೇವಸ್ಥಾನ, ದೊಡ್ಡಗಣೇಶನ ದೇವಾಲಯ ಇಲ್ಲೆಲ್ಲ ಕೆಂಪೇಗೌಡರ ಸಾಧನೆ ಅಪಾರ ಮತ್ತು ಅಗಾಧ. ಯಲಹಂಕದ ಪ್ರಭುವಾಗಿದ್ದ ಕೆಂಪೇಗೌಡರು ವಿಜಯನಗರದ ಅರಸರನ್ನು ಮೆಚ್ಚಿಸಿ ಹಲಸೂರು, ಬೇಗೂರು, ತಲಘಟ್ಟಪುರ, ವರ್ತೂರು ಇತ್ಯಾದಿ ಪ್ರದೇಶಗಳನ್ನು ಪಡೆದ ಹೆಮ್ಮೆ ಕೆಂಪೇಗೌಡರದ್ದೇ ಆಗಿದೆ.

ಹಲವು ಪೇಟೆಗಳ ನಿರ್ಮಾತೃ–ದೇವರಾಯಪಟ್ಟಣ, ಬೆಂಗಾವಲಊರು ಕಲ್ಯಾಣನಗರ, ಬೆಂದಕಾಳೂರು ಎಂದೆಲ್ಲ ಕರೆಸಿಕೊಂಡಿರುವ ಬೆಂಗಳೂರು ಈಗಲೂ ಜನನಿಬಿಡ ಊರು ನಿಜ. ಕೆಂಪೇಗೌಡರು ಹೆಸರಿಟ್ಟ ಪ್ರದೇಶಗಳತ್ತ ಒಮ್ಮೆ ಕಣ್ಣು ಹಾಯಿಸಿದರೆ ಬಹಳ ವಿಶೇಷವೆನ್ನಿಸುತ್ತದೆ. ಇಂದಿನ ಅವೆನ್ಯೂ ರಸ್ತೆ ಆಗ ದೊಡ್ಡಪೇಟೆಯಾಗಿತ್ತು, ಕುಂಬಾರಪೇಟೆ, ಕಾಟನ್ ಪೇಟೆ, (ಅರಳೆಪೇಟೆ) ಚಿಕ್ಕಪೇಟೆ, ಉಪ್ಪಾರಪೇಟೆ, ಗಾಣಿಗರಪೇಟೆ..ಇವೆಲ್ಲವೂ ವೃತ್ತಿಸಂಬಂಧೀ ನೆಲೆಗಳಾಗಿ ವೃತ್ತಿ ಗೌರವಕ್ಕೆ ಕೆಂಪೇಗೌಡರು ಇಟ್ಟ ಸಾರ್ಥಕ ಹೆಸರುಗಳಾಗಿ ಚಿರಸ್ಥಾಯಿಯಾಗಿ ಇಂದಿಗೂ ಬೆಂಗಳೂರು ಮಹಾನಗರಿಯಲ್ಲಿ ರಾರಾಜಿಸುತ್ತಿವೆ.

ಮಾರುಕಟ್ಟೆಯ ಬಳಿ ನಿರ್ಮಿಸಿದ ಗ್ರ್ಯಾನೈಟ್ ಶಿಲೆಯ ಕಲಾಕೃತಿ, ಗೌಡ ರಾಜವಂಶದ ಕುಲದೈವವಾದ ಕೆಂಪಮ್ಮನ ಹೆಸರಿನಲ್ಲಿ ಆದ ಕೆಂಪಾಂಬುಧಿ ಕೆರೆ, ಮೆಜೆಸ್ಟಿಕ್ (ಸುಭಾಷ್ ನಗರ) ಬಳಿಯ ಮೈಸೂರು ಬ್ಯಾಂಕ್‌ನ ಕೇಂದ್ರ ಕಛೇರಿಯ ಸನಿಹದಲ್ಲಿರುವ ಗಣೇಶ, ಆಂಜನೇಯ ದೇವಸ್ಥಾನಗಳು ಕೆಂಪೇಗೌಡರ ಧಾರ್ಮಿಕ, ಸಾಂಪ್ರದಾಯಕ, ಸಾಂಸ್ಕೃತಿಕ ಕಾಳಜಿ ಆಸಕ್ತಿಗಳ ಪ್ರಜ್ಞೆಗಳನ್ನು ಎತ್ತಿಹಿಡಿಯುವ ಕ್ರಿಯಾಶೀಲ ಕ್ರಾಂತಿಕಾರಕ ಹೆಜ್ಜೆಗಳು.

ಕೆಂಪೇಗೌಡರು ಎದುರಿಸಿದ ಕಷ್ಟಗಳು

ಪಾಳೇಗಾರನಾಗಿದ್ದ ಜಗದೇವರಾಯನ ಚಾಡಿಮಾತುಗಳಿಗೆ ಹ್ಲೂಂಗುಟ್ಟಿ ಹಿತ್ತಾಳೆಕಿವಿಯಾಗಿ ಕೆಂಪೇಗೌಡರನ್ನು ವಿಜಯನಗರದ ದೊರೆ ಸದಾಶಿವರಾಯನು ಅಳಿಯ ರಾಮರಾಯನ ಮೇಲುಸ್ತುವಾರಿಯಲ್ಲಿ ಪರಿಶೀಲನೆಗೆ ಕಳುಹಿಸಿ, 5 ವರ್ಷ ಸೆರೆಮನೆಗೆ ತಳ್ಳಿದ್ದು ಕರ್ನಾಟಕದ ಇತಿಹಾಸದಲ್ಲಿ ಭರಿಸಲಾಗದ ದುಃಖದ ಸಂಗತಿಯಾಗಿದೆ. ಆ ವಿದ್ಯಮಾನವಾಗದೆ ಇದ್ದಿದ್ದರೆ ಕೆಂಪೇಗೌಡರಿಂದ ರಾಜ್ಯ ಸಂಸ್ಥಾನಕ್ಕೆ ಮತ್ತಷ್ಟು ಅಭಿವೃದ್ಧಿ ಕಾಮಗಾರಿಗಳು ಸಫಲವಾಗುತ್ತಿದ್ದವು. ಸೆರೆವಾಸ ಅಂತ್ಯವಾಗಿ ವಿಜಯನಗರದ ಅರಸರು ತಾವು ಕೆಂಪೇಗೌಡರಿಂದ ಪಡೆದಿದ್ದ ಪ್ರದೇಶಗಳನ್ನು ಮರಳಿಸಿದರು. ಆಗಲೂ ಕೆಂಪೇಗೌಡರು ವಿಜಯನಗರದ ಅರಸರ ಬಗೆಗಿನ ತಮ್ಮ ರಾಜಪ್ರಭುತ್ವದನಿಷ್ಠೆ ಪ್ರಾಮಾಣಿಕತೆಯನ್ನು ಸ್ವಲ್ಪವೂ ಕಡಿಮೆ ಮಾಡಿಕೊಳ್ಳಲಿಲ್ಲ.

ಹಲವು ಕೃತಿಗಳಲ್ಲಿ ಕೆಂಪೇಗೌಡರ ಸಾಹಸ ಸಾಧನಾಗಾಥೆಗಳು

ಅ.ನ.ಕೃ. ಅವರ ಯಲಹಂಕ ನಾಡಪ್ರಭು ಕೆಂಪೇಗೌಡ ಐತಿಹಾಸಿಕ ನಾಟಕ, ಇತಿಹಾಸತಜ್ಞರಾದ ಶ್ರೀ ಸುರೇಶ್ ಮೂನ ಅವರ ಸೊಗಸಾದ ಬರೆಹಗಳು ಕೆಂಪೇಗೌಡರ ಸಾಧನೆಗಳನ್ನು ಎತ್ತಿ ಹಿಡಿದಿವೆ. ಕೆಂಪೇಗೌಡರ ಒಂದು ವಿಗ್ರಹ ಮರಣೋತ್ತರವಾಗಿ ಶಿವಗಂಗೆಯಲ್ಲಿ ಕೆತ್ತಲಾಗಿದ್ದು ಇಂದಿಗೂ ಅದು ಸುಸ್ಥಿತಿಯಲ್ಲಿದೆ. ಕೆಂಪೇಗೌಡರ ವಿಶ್ವಸಾಮುದಾಯಿಕ ಚಿಂತನ–ಮಂಥನಗಳು ನಾಡಾಭಿಮಾನಕ್ಕೆ ಪದಗಳು ಸಾಲುವುದಿಲ್ಲ.

ಇಂಥ ನಾಡಪ್ರಭುವಿನ ಶಾಶ್ವತ ಸಾಧನೆಗೆ ಸಾವಿರದ ಪ್ರಣಾಮಗಳು

ಈ ನೆಲದ ಅನ್ನ–ಜ್ಞಾನ ದಾಸೋಹಿ
ಶ್ರೀ ಶಿವಕುಮಾರ ಸ್ವಾಮೀಜಿಗಳು

"ಹಸಿವಾದಡೆ ಒಂದು ತುತ್ತು ಓಗರವನಿಕ್ಕು" ಎಂದು ಅಲ್ಲಮಪ್ರಭುವಿನ ವಚನದ ಸಾಲು ಹೇಳುತ್ತದೆ. "Hungry stomach needs no philosophy" ಎನ್ನುವ ಆಂಗ್ಲ ನುಡಿ ಹಸಿವಿನ ಸಂಕಟವನ್ನು ಮನಮುಟ್ಟುವ ಹಾಗೆ ಹೇಳುತ್ತದೆ.

"ಯಾರಿಗೆ ಬೇಕಾಗೈತಿ ನಿಮ್ಮ ಕವಿತಾ
ಇದ್ರೆ ಒಂದು ಬ್ರೆಡ್ ತಾ
ಮ್ಯಾಲೆ ಅದಕೆ ಬೆಣ್ಣೆ ತಾ
ಇಲ್ಲಾ? ಹೋಗ್ಲಿ ಎಣ್ಣೆ ತಾ
ಹಾಕು ಮೇಲೆ ಖಾರದ ಪುಡಿ
ಹೊಟ್ಟೆ ತುಂಬಾ ಅದನ್ನು ಜಡಿ!"

ಎಂಬ ವರಕವಿ ಬೇಂದ್ರೆಯವರ ಕವನದ ಸಾಲುಗಳು ಆಹಾರದ ಅನಿವಾರ್ಯತೆ ಸಂಘರ್ಷಗಳನ್ನು ಕಣ್ಮುಂದಿನ ವಾಸ್ತವವಾಗಿ ಎದುರಿಗೇ ನಿಲ್ಲಿಸುತ್ತದೆ. ಈ ಆಧುನಿಕ ಯುಗದಲ್ಲಿ ಅನ್ನದಾಸೋಹ, ಜ್ಞಾನ ದಾಸೋಹದ ಹಸಿವನ್ನು ನೀಗಿಸಿದ ನಿಸ್ವಾರ್ಥ ಶಕ್ತಿ ಶ್ರೀ ಶಿವಕುಮಾರ ಸ್ವಾಮಿಗಳು.

ದಶಕದಶಕಗಳಿಂದ, ಜಾತಿರಹಿತ, ಸ್ವಾರ್ಥರಹಿತವಾದ ಸುಂದರ ಸಮಾಜದ ಕನಸು ಕಂಡು ಅಧ್ಯಯನದ ತೃಷೆ, ಸುಜ್ಞಾನದ ಬಾಯಾರಿಕೆಗಳನ್ನು ನಿವಾರಿಸಲು ಅಹರ್ನಿಶಿ ಶ್ರಮಿಸಿದ ನಾಡಿನ ಸಂಜೀವಿನೀ ಶಕ್ತಿ ಪರಮಪೂಜ್ಯ ಶ್ರೀ ಶಿವಕುಮಾರ ಶಿವಕುಮಾರ ಸ್ವಾಮಿಗಳು.

ಹಿಮಾಲಯದ ಎತ್ತರ

ಸಾಮಾನ್ಯವಾಗಿ ಕೆಲವರನ್ನು ಅವರ ಸಾಧನೆಗಳ ಮೂಲಕ ಅಳೆಯುತ್ತೇವೆ. ಆದರೆ ಶ್ರೀಗಳು ಸಾಧನೆ, ಆಯಸ್ಸು ಎರಡರಿಂದಲೂ ಆವೃತವಾದ ಸಂಭಾವಿತ ಮತ್ತು ಪರಿಪೂರ್ಣ ಬದುಕು. ನೊಂದವರ, ಬಡವರ ಕಂಬನಿಗೆ, ದೀನರ ನಿಡುಸುಯ್ಯುವ ಉಸಿರಿಗೆ ಅನ್ನದಾನ, ವಿದ್ಯಾ ಸಂಪ್ರದಾನಗಳ ಮೂಲಕ ಸಾಂತ್ವನದ ಉಸಿರ್ದಾಣವಾದ ಚೇತೋಹಾರಿ ಮಹನೀಯರು ಶ್ರೀ ಶಿವಕುಮಾರ ಸ್ವಾಮಿಗಳು ಪ್ರಾತಃಸ್ಮರಣೀಯ ಚೇತನ.ಉಪವಾಸ ನಿವಾರಣೆ, ಜ್ಞಾನೋಪಾಸನೆಗಳ ದೃಷ್ಟಿಯಿಂದ ಗೌರೀಶಂಕರ ಶಿಖರವಾದ ಶ್ರೀಗಳ ನಿಷ್ಕಾಮಕರ್ಮ ವರ್ಣನಾತೀತ. ಶ್ರೀ ಶಿವಕುಮಾರ ಸ್ವಾಮಿಗಳೇ ಕಾಲಾತೀತ, ಕುಲಾತೀತ ಮತ್ತು ಜಾತ್ಯತೀತ ಮನೋಧರ್ಮದ ಮೇರು ವ್ಯಕ್ತಿತ್ವದವರು.

ಗುರುಪರಂಪರೆಯ ಕೈ ದೀವಿಗೆ

ಗೋಪಾಲಕೃಷ್ಣ ಅಡಿಗರು ಒಂದು ಪದ್ಯದಲ್ಲಿ "ಹನುಮದ್ವಿಕಾಸಕ್ಕೆ ಇಲ್ಲ ಎಲ್ಲೆ" ಎನ್ನುತ್ತಾರೆ. ಅಂದರೆ, ಮನುಷ್ಯ ತನ್ನ ವ್ಯಕ್ತಿತ್ವದ ಮೂಲಕ ಸಂಕಲ್ಪಸಿದ್ಧಿಯನ್ನು ವಿರಾಡ್ರೂಪದಲ್ಲಿ ಸಾಧಿಸಿಕೊಳ್ಳುವ ವಿಕಾಸಶೀಲತೆಯ ಚಿತ್ರಣ ಅಲ್ಲಿದೆ. ಶಿವಕುಮಾರ ಸ್ವಾಮಿಗಳು ಸಹ ಹೀಗೆಯೇ ಸದ್ದಿಲ್ಲದ ಮೌನ ಸೇವೆಯಲ್ಲಿ ಜನ್ಮದಿಂದ ಮಾನವರಾಗಿ ನಡೆ ನುಡಿ ಆಶಯಗಳಲ್ಲಿ ದೈವತ್ವಕ್ಕೇರಿದವರು. ಅಸೀಮ ಆತ್ಮ ವಿಶ್ವಾಸದಲ್ಲಿ ಹಸಿವು ಮುಕ್ತ ಸಮಾಜ, ಜ್ಞಾನಯುಕ್ತ ಲೋಕವನ್ನು ಸಾಕಾರಗೊಳಿಸಿದ ನಮ್ಮ ವರ್ತಮಾನದ ಬದುಕಿನಗುರುಗಳಾದ ಶ್ರೀ ಶಿವಕುಮಾರ ಸ್ವಾಮಿಗಳು ಗುರುಪರಂಪರೆಯ ಘನತೆ ಮೌಲ್ಯಗಳನ್ನು ಹೆಚ್ಚಿಸಿದವರಲ್ಲಿ ಅಗ್ರಗಣ್ಯರು.

ಸಂಸ್ಕೃತದಲ್ಲಿ "ಅಂತೇವಾಸಿ" ಎಂಬ ಪದವಿದೆ.ಹಾಗೆಂದರೆ ಗುರುವಿನ ಸಮೀಪ ಇರುವವನು ಎಂದು ಅರ್ಥ. ಆದರೆ ಶ್ರೀಗಳು ಗುರುಗಳಾಗಿ ಲಕ್ಷಾಂತರ ಭಕ್ತರ, ನಿರಾಶ್ರಿತರ ಕೈಮರ ವಾಗಿಅವರ ಪಾಲಿಗೆ–ಬಾಳಿಗೆ ತೋರುದೀವಿಗೆ ಯಾದದ್ದು ಮಾತ್ರ ಹೃದಯಸ್ಥವಾಗಿ ಸದಾನಮನ ನೆನಪಿನಲ್ಲಿರುತ್ತದೆ.

ಮಠದ ವಿಶ್ವಸಾಮರಸ್ಯದ ಪ್ರಜ್ಞೆ

ಸಿದ್ಧಗಂಗಾ ಮಠವು ಜಾತಿ ಮತ, ಬಣ್ಣ, ಧರ್ಮಗಳ ಶೃಂಖಲೆಗಳಿಂದ ಹೊರತಾದ ಕೇಂದ್ರ. ಆಹಾರ, ಜ್ಞಾನ ದಾಸೋಹಗಳ ಕೈಂಕರ್ಯ ಅಲ್ಲಿ ನಡೆದು ಬಂದಿರುವುದೂ ಹೀಗೇಯೇ. ಈ ವಿಷಯ ಸುಲಭದ್ದಲ್ಲ, ಸಾಮಾನ್ಯವಾಗಿ ಮನೆಗೆ ಬರುವ ಅತಿಥಿಗಳು ಸದಾ ಬರುತ್ತಾ ಹಳಬರಾಗಿ ಬಿಟ್ಟರೆ ಹಾಕ್ಮಣೆ,

ನೂರ್ಕ್ಮಣೆ, ಯಾರ್ಕ್ಮಣೆ ಎಂದು ಸಿಂಡರಿಸುವ ಜನ ಇರುವ ಇವತ್ತಿನ ಸಮಾಜದಲ್ಲಿ ನಮ್ಮ ಸಾರ್ವಜನಿಕ ವಲಯವು ಇಂಥ ಮಹಾನುಭಾವರ ನಡೆ ನುಡಿಯ ಮೇಲ್ಪಂಕ್ತಿ ಆದರ್ಶಗಳನ್ನು ಮನಗಂಡು ಸೇವೆಯ ನಿರ್ಮಲತೆಯನ್ನು ಕಲಿತು, ಕಲಿಸಬೇಕಾಗಿದೆ.

ಆಧುನಿಕ ಜಗತ್ತಿನಲ್ಲಿ ಸನ್ಯಾಸಿಗಳಿಗೆ ಅಂತಹ ಗೌರವವೇನೂ ಇಲ್ಲ. ಆದರೆ ಅದಕ್ಕೆ ಅಪವಾದವಾದ ಕೆಲವೇ ಕೆಲವರಲ್ಲಿ ಶ್ರೀ ಶಿವಕುಮಾರ ಸ್ವಾಮಿಗಳು ಪ್ರಮುಖರು. ಸನ್ಯಾಸಿ ಸಮಾಜ ಮುಖಿಯಾಗಿ, ಸಮಾಜದ ಮೂಲಭೂತ ಅವಶ್ಯಕತೆಗಳನ್ನು ಪೂರೈಸಲು ಸಾಧ್ಯ ಎನ್ನುವುದನ್ನು ಯಾವ ಪ್ರಚಾರವನ್ನೂ ಬಯಸದೆ ಸರಸ್ವತಿಯ ಅಕ್ಷರದ ಮನೆ, ಅನ್ನಪೂರ್ಣೆಯ ಮಹಾಮನೆಗಳನ್ನು ಕಟ್ಟಿದ ಶ್ರೀಗಳ ಈ ಕಾರ್ಯಗಳ ಬಣ್ಣನೆಗೆ ಪುಟಗಳೂ, ಪದಗಳೂ ಸಾಕಾಗುವುದಿಲ್ಲ.

ಸರಸ್ವತೀನಿಷ್ಠೆ–ವಿದ್ಯಾದೇವತೆಯುಸರಸ್ವತಿಯಾದರೆ, ಅನ್ನದ ದೈವ ಅನ್ನಪೂರ್ಣೆ. ಪ್ರಸ್ತುತ ಬದುಕಿನಲ್ಲಿ ಯಾರನ್ನು ಯಾರೂ ನಂಬದ ಸ್ಥಿತಿಯಲ್ಲಿ ಸರಸ್ವತೀ ಕಾರ್ಯ, ಮತ್ತು ಅನ್ನಪೂರ್ಣೇಶ್ವರಿಯ ಕೈಂಕರ್ಯವೆರಡನ್ನೂ ಸರಿದೂಗಿಸಿಕೊಂಡು ಶ್ರೀಗಳು ಕಟ್ಟಿರುವ ಲೋಕ ಅಜರಾಮರವಾದದ್ದು.

ತ್ಯಾಗರಾಜರು ಕೀರ್ತನೆಯಲ್ಲಿ ಹೇಳಿದಂತೆ "ಎಂದರೋ ಮಹಾನುಭಾವುಲು ಅಂದರಿಕಿ ವಂದನಮುಲು" ಎನ್ನುವ ಮಾತು ಶ್ರೀಗಳ ಮಹಾನುಭಾವತ್ವಕ್ಕೆ ನಿರುಪಾಧಿಕವಾಗಿ ಸಲ್ಲುತ್ತದೆ.

ಸಾರ್ಥಕ–ಜೀವ–ಜೀವನ.

ಡಿ.ವಿ.ಜಿ.ಯವರು ತಮ್ಮ ಮಂಕುತಿಮ್ಮನ ಕಗ್ಗದಲ್ಲಿ,

"ಗೌರವಿಸು ಜೀವನವ
ಗೌರವಿಸು ಚೇತನವ
ಭೇದವೆಣಿಸದಿರು ಆರದೋ ಜಗವೆಂದು"

ಎಂದಿದ್ದಾರೆ. ಈ ಸಾಲುಗಳಂತೆ ತಮ್ಮ ಪರಿಶುದ್ಧ, ಪವಿತ್ರಾತ್ಮ ವ್ಯಕ್ತಿಯಾಗಿ ಶ್ರೀಗಳ ಸಾಧನೆ ಆಚಂದ್ರಾರ್ಕ. ನಮ್ಮ ಕನ್ನಡ ನೆಲದ ಈ ಅಧ್ವರ್ಯು ವಿಶ್ವಸಮಾಜ ಸೇವೆಯ ಸಮಷ್ಟಿಪ್ರಜ್ಞೆಯ ಮಹನೀಯರೆಂದರೆ ಅದು ಎಂದಿಗೂ ಅತಿಶಯೋಕ್ತಿಯಲ್ಲ.

ಅಂತ್ಯ ದೇಹಕ್ಕೇ ಹೊರತು ಅವರ ನಿಸ್ಪೃಹ, ಪ್ರಾಮಾಣಿಕ ಸಾಧನೆಗಳಿಗಲ್ಲ. ಇಂಥ ದಣಿವರಿಯದಿದ್ದ ಸ್ಫೂರ್ತಿಕಾರಂಜಿ ಭಕ್ತಿ, ಜ್ಞಾನ–ಭುಕ್ತಿಗಳ ಮಹಾ ಪುರುಷರಿಗೆ ಸಾಷ್ಟಾಂಗ ಪ್ರಣಾಮಗಳು.

ಕನ್ನಡದ ಅಸ್ತಮಿಸದ ಸಾಹಿತ್ಯ ಶಕ್ತಿ
ತ.ರಾ. ಸುಬ್ಬರಾವ್ (ತ.ರಾ.ಸು.)

- **ಜನ್ಮದಿನ:** ಏಪ್ರಿಲ್ 21 (1920)
- **ನಿಧನ:** ಏಪ್ರಿಲ್ 10 (1984)

"ಚಿತ್ರದುರ್ಗದ ಜನರಿಗೆ ಚಿತ್ರದುರ್ಗ ಎಂದರೆ ಒಂದು ಊರಲ್ಲ, ಕೋಟೆಯಲ್ಲ, ಬೆಟ್ಟವಲ್ಲ, ತಮ್ಮ ಕರುಳಿಗೆ ಹೊಂದಿಕೊಂಡು ಬೆಳೆದ ಜೀವಂತ ವಸ್ತು" ಹೀಗೆ ಬರೆದು ಅದರ ಪ್ರತಿಯಕ್ಷರವೂ ನಿಜವಾಗುವಂತೆ ಕನ್ನಡ ನುಡಿಯ ಕೆಚ್ಚಿನ ಕಿಚ್ಚನ್ನು ತಮ್ಮ ಕೃತಿಗಳ ಮೂಲಕ ಮೊಗೆಮೊಗೆದು ನೀಡಿದ ಮೊನಚು ಬರಹದ ಸಿಡಿಲೋತ್ಸಾಹಿತ್ವದಮೇರು ಸಾಹಿತಿ ತ.ರಾ.ಸು. ಎಂಬ ದುರ್ಗದ ಊರಿನ ಸಾಹಿತಿಯು ದೈಹಿಕವಾಗಿ ಅಸ್ತಮಾನವಾಗಿ ಏಪ್ರಿಲ್ 10ಕ್ಕೆ 38 ವರ್ಷ. ತಮ್ಮ 65ನೇ ಜನ್ಮದಿನದಂದು ಅವರ 11ನೇ ದಿನದ ಶ್ರಾದ್ಧಕಾರ್ಯ ನಡೆಯುತ್ತಿತ್ತು.

ಸಿಂಹಸದೃಶ ನಿರ್ಭೀಡೆ, ಸರಸ್ವತೀಸಂಪನ್ನ ಭಾಷಾ ಕೌಶಲದ ತಳುಕಿನ ಮನೆತನದ ಈ ದಿಗ್ಗಜ ಪ್ರಗತಿಶೀಲ ಸಾಹಿತ್ಯ ಪಂಥದ ಅಧ್ವರ್ಯುಗಳಲ್ಲಿ ಒಬ್ಬರು. ಕಿರಿವಯಸ್ಸಿನಲ್ಲೇ ದೇಶಾಭಿಮಾನ, ಸ್ವಾತಂತ್ರ್ಯದ ಕಿಡಿ ಜ್ವಲಿಸಿಕೊಂಡಿದ್ದ ತ.ರಾ.ಸು. ಸ್ವಾತಂತ್ರ್ಯ ಚಳವಳಿಯ ಸಂದರ್ಭದಲ್ಲಿ ಸೆರೆವಾಸವನ್ನೂ ಅನುಭವಿಸಿ ಆತ್ಮ ಗೌರವ, ಸ್ವಾಭಿಮಾನದ ಸಂಕಲ್ಪಕ್ಕೆ ಬದ್ಧರಾಗಿ ಬದುಕಿದ ಚೇತನ.

ಕನ್ನಡದ ಪ್ರಪ್ರಥಮ ಪ್ರೊಫೆಸರ್ ಟಿ.ಎಸ್. ವೆಂಕಣ್ಣಯ್ಯ ತ.ರಾ.ಸು. ಅವರ ದೊಡ್ಡಪ್ಪ, ತ.ಸು. ಶಾಮರಾಯರು ಚಿಕ್ಕಪ್ಪ. ಜೊತೆಗೆ ಹುಲ್ಲೂರು ಶ್ರೀನಿವಾಸ ಜೋಯಿಸ್, ತೀ.ತಾ. ಶರ್ಮ, ಸಿದ್ದವನಹಳ್ಳಿ ಕೃಷ್ಣಶರ್ಮರ ಒಡನಾಟ,

ಉತ್ತೇಜನವಂತೂ ತ.ರಾ. ಸುಬ್ಬರಾಯರಿಗೆ ಶ್ರೀರಕ್ಷೆಆಗಿ ಬರೆವಣಿಗೆಗೆ ಇಂಬಾಯಿತು.

ಮುಂದೆ ಪ್ರಮುಖವಾಗಿ ಕಾದಂಬರಿಕಾರರಾಗಿ ಪ್ರಸಿದ್ಧರಾದರೂ ಕೂಡ ಅವರು ಮೊದಲು ಬರೆದದ್ದು ರೂಪಸಿ ಎನ್ನುವ ಕಥಾಸಂಕಲನ. ಇದಲ್ಲದೆ, ಜ್ವಾಲಾ, ಮೃತ್ಯುಸಿಂಹಾಸನ ಎಂಬ ನಾಟಕಗಳು, ಪ್ರಥಮ ಪ್ರಣಯ, ಗಾಂಧೀಜಿ ಎಂಬ ಅನುವಾದಿತ ಕೃತಿಗಳು ಇವರ ಸಾಹಿತ್ಯಸೃಷ್ಟಿಯ ವಿಭಿನ್ನ ಪ್ರಕಾರಗಳ ಪರಿಶ್ರಮ.

ಮನೆಗೆ ಬಂದ ಮಹಾಲಕ್ಷ್ಮಿ ಮೊತ್ತಮೊದಲ ಕಾದಂಬರಿ. ಸಿಡಿಲಮೊಗ್ಗು 25ನೇ ಕಾದಂಬರಿ, ರಾಜೇಶ್ವರಿ ತ.ರಾ.ಸು. ಅವರ 50ನೇ ಕಾದಂಬರಿ. ಶ್ರೀ ಚಕ್ರೇಶ್ವರಿ ಉತ್ತರಾರ್ಧ ಕೊನೆಯ ಕಾದಂಬರಿ. ಹಿಂದಿರುಗಿ ನೋಡಿದಾಗ ಇವರ ಆತ್ಮಚರಿತ್ರೆ. ಇದನ್ನು ಪೂರ್ಣಗೊಳಿಸದೆಯೇ ತ.ರಾ.ಸು. ಅವರು ಹಿಂದಿರುಗಿ ಬಾರದ ಲೋಕಕ್ಕೆ ಪಯಣ ಬೆಳೆಸಿ ಬಿಟ್ಟಾಗ ಈ ಕೃತಿಯನ್ನು ಅವರ ಪತ್ನಿ ಅಂಬುಜಾ ಅವರು ಪೂರ್ಣಗೊಳಿಸಿದರು.

ಕಂಬನಿಯ ಕುಯಿಲು, ರಕ್ತರಾತ್ರಿ, ಹೊಸ ಹಗಲು, ಹೊಯ್ಸಳೇಶ್ವರ ವಿಷ್ಣುವರ್ಧನ, ನೃಪತುಂಗ, ವಿಜಯೋತ್ಸವ–ತ.ರಾ.ಸು. ಅವರ ವಿಶಿಷ್ಟ ಕಾದಂಬರಿಗಳು. ಪರಿಮಳದ ಉರುಳು, ಭಾಗ್ಯಶಿಲ್ಪಿ, ನಾಯಕಿ, ರಾಜ್ಯದಾಹ, ರಾಜ್ಯದ್ರೋಹ, ಬಯಕೆಯ ಬೂದಿ, ಪಾರಿಜಾತ, ಮಾರ್ಗದರ್ಶಿ, ಮರಳು ಸೇತುವೆ, ಪುರುಷಾವತಾರ, ಬಂಗಾರಿ ಮೊದಲ ನೋಟ, ಯಕ್ಷಪ್ರಶ್ನೆ, ರಕ್ತ ತರ್ಪಣ, ಬೆಳಕು ತಂದ ಬಾಲಕ, ಪಂಜರದಪಕ್ಷಿ... ಇವರ ಇತರ ಹೆಸರಾಂತ ಕಾದಂಬರಿಗಳು.

ಸಣ್ಣಕಥಾಲೋಕಕ್ಕೂ ಇವರ ಸೇವೆ ಮರೆಯುವಂತಿಲ್ಲ.

ತೊಟ್ಟಿಲು ತೂಗಿತು, ಮಲ್ಲಿಗೆಯ ನಂದನದಲ್ಲಿ, 0–0=0, ಒಂದು ತುಂಡು ಸುದ್ದಿ, ಇನ್ನೊಂದು ಮುಖ, ಇದೇ ನಿಜವಾದ ಸಂಪತ್ತು (ಕೊನೆಯ ಕಥಾಸಂಗ್ರಹ).

1936ರಲ್ಲಿ ಮುನ್ಷಿ ಪ್ರೇಮ್ ಚಂದರ ಅಧ್ಯಕ್ಷತೆಯಲ್ಲಿ ಲಕ್ನೋದಲ್ಲಿ ನಡೆದ ಅಖಿಲ ಭಾರತ ಪ್ರಗತಿಶೀಲ ಸಾಹಿತ್ಯದ ಲೇಖಕರ ಪ್ರಪ್ರಥಮ ಸಮ್ಮೇಳನದಲ್ಲಿ ಅ.ನ.ಕೃ. ಅವರ ಭಾಷಣ ತ.ರಾ.ಸು. ಅವರ ಮೇಲೆ ಗಾಢ ಪ್ರಭಾವ ಬೀರಿತು. ಅ.ನ.ಕೃ. ಅವರಂತೆಯೇ ಹರಿತ ಶೈಲಿಯ ಭಾಷಾಧಾಟಿಯಲ್ಲಿ ಸುಬ್ಬರಾಯರು ಪಳಗುತ್ತಾ ಸಾಗಿದರು. ಅ.ನ.ಕೃ.–ತ.ರಾ.ಸು. ಪರಸ್ಪರ ಆಪ್ತರೂ ಆದರು. ಮುಂದೊಂದು ದಿನ ಸಾಹಿತ್ಯ ವಲಯದ ಈ ಕಿಟ್ಟಣ್ಣ (ಅ.ನ.ಕೃ.) ಸುಬ್ಬಣ್ಣ (ತ.ರಾ. ಸುಬ್ಬರಾವ್) ನಡುವೆ ವೈಚಾರಿಕ ಭಿನ್ನಾಭಿಪ್ರಾಯ ಬಂದಾಗ ಇಬ್ಬರಿಗೂ

ಆತ್ಮೀಯರಾಗಿದ್ದ ಕನ್ನಡ ಚಿತ್ರರಂಗದ ಹಿರಿಯ ಕಲಾವಿದರಾಗಿದ್ದ ಟಿ.ಎನ್. ಬಾಲಕೃಷ್ಣ ನಿವಾರಿಸಿದ್ದರು.

ತ.ರಾ.ಸು.–ಅ.ನ.ಕೃ. ಅವರೊಳಗಿನ ಅಪರೂಪದ ಸಾಮ್ಯತೆ

ಇಬ್ಬರೂ ಕಾದಂಬರೀಕಾರರಾಗಿಯೇ ಬಹಳ ಹೆಸರಾದರೂ ಸಹ ಅ.ನ. ಕೃ. ಅವರ ಕುಟುಂಬ ಮಿತ್ರರಾಗಿದ್ದ ವರದಾಚಾರ್ಯರು ಕಿಟ್ಟನನ್ನು ಬರೆಯಲು ರೇಗಿಸಿದಾಗ ಅ.ನ.ಕೃ. ಒಂದೇ ರಾತ್ರಿಯಲ್ಲಿ ಮದುವೆಯೋ ಮನೆಹಾಳೋ ಎಂಬ ನಾಟಕ ಬರೆದು ಸೈ ಎನ್ನಿಸಿಕೊಂಡಂತೆ ವೆಂಕಣ್ಣಯ್ಯನವರು ತುಸುಹಾಸ್ಯದಲ್ಲಿ ಬಾಲಕ ಸುಬ್ಬಣ್ಣನನ್ನು ಕೆಣಕಿದ್ದರ ಫಲವಾಗಿ ತ.ರಾ.ಸು. ಪುಟ್ಟನ ಚೆಂಡು ಎಂಬ ಕಥೆ ಬರೆದು ಶಹಬ್ಬಾಷ್ ಎನ್ನಿಸಿಕೊಂಡ.

ಅ.ನ.ಕೃ. ಅವರಿಗೆ ಚಲನಚಿತ್ರದ ನಂಟು 1942ರ ಜೀವನನಾಟಕ ಕಾಲದಿಂದಲೇ ಇತ್ತು. ಸಂಧ್ಯಾರಾಗ ಚಲನಚಿತ್ರಕ್ಕೆ ಇವರದ್ದೇ ಕೃತಿ ಆಧಾರ. ಹಾಗೇ ತ.ರಾ.ಸು. ಸಹ ಚಕ್ರತೀರ್ಥ, ಚಂದವಳ್ಳಿಯ ತೋಟ, ಆಕಸ್ಮಿಕ, ಚಿತ್ರಗಳಿಗೆ ಅವರ ಕೃತಿಗಳೇ ಆಧಾರವಾಗಿತ್ತು. ಪುಟ್ಟಣ್ಣನವರು ಅಪೂರ್ಣಗೊಳಿಸಿದ ಕೊನೆಯ ಚಿತ್ರ ಮಸಣದ ಹೂವು ಸಹ ತ.ರಾ.ಸು. ಅವರದ್ದೇ ಆಗಿದೆ. ಚಕ್ರತೀರ್ಥಚಿತ್ರ ಆರಂಭವಾಗುವುದೇ ತ.ರಾ.ಸು. ಅವರ ಮಾತುಗಳೊಂದಿಗೆ. ಈ ಚಿತ್ರದಲ್ಲಿ ಅವರು ಬರೆದ,

ಹಗಲು ಹರಿಯಿತು ಇರುಳು ಕರೆಯಿತು
ಏಳು ಪಯಣಿಗ ಎಚ್ಚರ... ಹಾಡಿನೊಂದಿಗೆ.
ಅಲೆಯ ಒಡನೆ ಸರಸ ಬೇಡ
ಬಲ್ಲೆನೆಂಬ ಬಿಂಕ ಬೇಡ
ಮರೆತು ನಡೆಯೆ ಮಲೆತು ನಡೆಯೆ
ಮದಮತ್ಸರ ಮೋಹ ಸ್ವಾರ್ಥ
ಸುಳಿ ಸುತ್ತುವ ಚಕ್ರತೀರ್ಥ
ಇದೇ ಚಕ್ರತೀರ್ಥ ಇದೇ ಚಕ್ರತೀರ್ಥ

ಈ ಸಾಲುಗಳು ಒಟ್ಟೊಟ್ಟಿಗೆ ಮಾನವರ ದುಸ್ಸಾಹಸ, ದುರ್ಲಂಘ್ಯ ಪ್ರವೃತ್ತಿ ಮತ್ತು ಚಿತ್ರದ ಕಥಾಹಂದರಕ್ಕೂ ಪೂರಕವಾಗಿ ಹೇಳಿಬಿಡುತ್ತದೆ.

ಚಂದವಳ್ಳಿಯ ತೋಟದಲ್ಲು ಸಹ,

ಸತ್ಯದ ನುಡಿಯ ಆಲಿಸಿರೊ ಪಾಲಿಸಿರೊ
ಸೋದರದ್ವೇಷ, ಹೆಣ್ಣಿನ ರೋಷ
ಆಯಿತು ದೇಶಕೆ ಯಮಪಾಶ...

ಈ ಸಾಲುಗಳು ಧ್ವನಿಪೂರ್ಣವಾದುದು.ಚಿತ್ರದಲ್ಲಿ

ಹಿರಿಯ ಶಿವನಂಜೇಗೌಡನ (ಉದಯಕುಮಾರ್) ವಿಘಟಿತ, ಅಗಲಿದ ಕುಟುಂಬದ ಕಥೆ–ವ್ಯಥೆಯನ್ನೂ ಹೇಳಿ ಒಂದು ಹಳ್ಳಿಯ, ಒಂದು ಊರಿನ ಕಥೆಯಲ್ಲದ ಭಾರತಾಂಬೆಯ ಮಿಡಿದ ಕಣ್ಣೀರ ವ್ಯಥೆ, ಸತ್ಯದ ಕಥೆ ಆಗಿ ವ್ಯಾಪಕವಾಗಿಬಿಡುತ್ತದೆ. ಮೇಲಿನೆರಡೂ ಹಾಡುಗಳ ಗಾಯಕರು ಪೀಠಾಪುರಂ ನಾಗೇಶ್ವರರಾವ್.

ಸಾಕುಮಗಳು, ಹಂಸಗೀತೆ, (ಹಿಂದಿಯಲ್ಲಿ–ಬಸಂತ ಬಹಾರ್) ಮೂರು ಕಾದಂಬರಿಗಳನ್ನು ಸೇರಿಸಿದ ನಾಗರಹಾವು (ತ.ರಾ.ಸು. ನಾಗರಹಾವು ಚಿತ್ರವಾದಾಗ ಇದು ನಾಗರಹಾವಲ್ಲ, ಕೇರೇಹಾವು ಎಂದಂದಿದ್ದೂ ಉಂಟು), ಚಂದನದ ಗೊಂಬೆ, ಬಿಡುಗಡೆಯ ಬೇಡಿ ಬೆಂಕಿಯ ಬಲೆ... ಹೀಗೆ ಅನೇಕ ಯಶಸ್ವೀ ಚಲನಚಿತ್ರಗಳಿಗೆ ತ.ರಾ.ಸು. ಅವರ ಕೃತಿಗಳೇ ಮೂಲ.

ತ.ರಾ.ಸು. ಅವರ ಸಾಹಿತ್ಯದ ಧೀಶಕ್ತಿ, ಧ್ವನಿವ್ಯಂಜಕ ಸಾಮರ್ಥ್ಯ, ರೂಪಕಶಕ್ತಿ, ಪ್ರತಿಮಾಸೃಷ್ಟಿ, ಪದ ಸಮುಚ್ಚಯಗಳ ಅಗಾಧತೆಗೆ ದುರ್ಗಾಸ್ತಮಾನದ ಅಧ್ಯಾಯಗಳ ಶಿರೋನಾಮೆಗಳನ್ನೇ ನಿದರ್ಶನವನ್ನಾಗಿ ನೋಡಬಹುದು.

1) ಪಟ್ಟಾಭಿಷೇಕದ ಪಂಜರ, 2) ಗರಿಬಿಚ್ಚಿದ ಗರುಡ, 3) ಸಿಡಿಲು ಮಿಂಚುಗಳೊಡನೆ ಸರಸ, 4) ಸಂಚುಗಳ ಸುಳಿಯಲ್ಲಿ, 5) ಸಮರಾಗಮನ, 6) ರಕ್ತರಂಜಿತ ರಾತ್ರಿ...

ಹೀಗೆ ತಮ್ಮ ಘನವಂತ ಸಾರಸ್ವತಶಕ್ತಿಯ ಅನಾವರಣ ಮಾಡಿಸುತ್ತಾರೆ. ದುರ್ಗಾಸ್ತಮಾನಕ್ಕೆ 1985ರಲ್ಲಿ ಕೇಂದ್ರ ಸಾಹಿತ್ಯ ಅಕಾಡೆಮಿಯ ಪ್ರಶಸ್ತಿ ಬಂದಾಗ ತ.ರಾ.ಸು. ಎಂಬ ಜೀವ ಕಣ್ಮರೆ–ಮಣ್ಮರೆಯಾಗಿ ಹೋಗಿತ್ತು.

ಏಪ್ರಿಲ್ 10ಕ್ಕೆ ಅವರ 38ನೇ ವರ್ಷದ ಸಂಸ್ಮರಣೆ, ಏಪ್ರಿಲ್ 21ಕ್ಕೆ ಅವರ 102ನೇ ವರ್ಷದ ಜನ್ಮದಿನ. ಕನ್ನಡ ಸಾಹಿತ್ಯದ ಪ್ರಾತಃಸ್ಮರಣೀಯರಲ್ಲಿ ಒಬ್ಬರಾದ ತಳುಕಿನ ರಾಮಸ್ವಾಮಯ್ಯ ಸುಬ್ಬರಾವ್ (ತ.ರಾ.ಸು.) ಕನ್ನಡಕ್ಕೆ ಅವರೇ ಬರೆದ ಕೃತಿಯ ಹೆಸರಿನ ಹಾಗೆ ಕಸ್ತೂರಿ ಕಂಕಣವಾಗಿ ಕನ್ನಡ ಸಾಹಿತ್ಯಕ್ಕೆ ತೋರುದೀಪವಾಗಿ, ಮುಂಪೀಳಿಗೆಗೆ ಮೀಟುಗೋಲಾದ ಮಹಾನ್ ಚೇತನ.

ಈ ಸಂದರ್ಭದಲ್ಲಿ ಅವರಿಗೆ ಗೌರವದ ನುಡಿಮುಡಿಪು ಮತ್ತು ಸಾಷ್ಟಾಂಗ ನಮನ.

Respiration ಇರೋತನಕ Inspiration ಇರಬೇಕು

ಜಗತ್ತಿನ ಎಲ್ಲ ಜೀವಿಗಳಿಗೂ ಸಾಧಕ–ಬಾಧಕಗಳಿವೆ, ನೋವು–ನಲಿವುಗಳೂ ಇವೆ. "Take life as it comes" ಅನ್ನುವುದಷ್ಟೇ ನಮ್ಮ ಬಾಳದಾರಿ.ಇದು ಅನಿವಾರ್ಯ ಪಥ.

ಹಿಂದಕ್ಕೆ ಸರಿಯುವುದು ಸೋಲಲ್ಲ, ಏಕೆಂದರೆ ಯುದ್ಧಗಳಲ್ಲಿ ಬಾಣಗಳನ್ನು ಬಿಡಬೇಕಾದರೆ, ಬಿಲ್ಲನ್ನು ಹೆದೆ ಏರಿಸಿ ಕೊಂಡು ಹಿಂದಕ್ಕೆ ಮಾಡಿಕೊಂಡೇ ಅಲ್ಲವೇ ಬಾಣದ ಗುರಿ ಯನ್ನು ಮುಂದಕ್ಕೆ ಇಡುತ್ತೇವೆ. ಹಾಗೇ ಜೀವ ಜೀವನದ ಮಹಾಸಂಗ್ರಾಮದಲ್ಲಿ ಹಿಂದಡಿಯಿಟ್ಟೇ, ಮುಂದಿನ ಗುರಿ ಎಂಬ ಗುರುವನ್ನು ನಾವು ಆಯ್ಕೆ ಮಾಡಿಕೊಳ್ಳಬೇಕು.

ಉದಾಹರಣೆಗೆ, Job Satisfaction ಇದ್ದ ಕಡೆ ಜೇಬು Satisfaction ಇರಲ್ಲ, ಕೆಲವೊಮ್ಮೆ ಜೇಬು Satisfaction ಇದ್ದರೆ Job Satisfaction ಇರಲ್ಲ. ಹೀಗಿದ್ದೂ ನಮ್ಮ ನಮ್ಮ ಅರಿವಿನ ಮಿತಿ ಮತ್ತು ಸೀಮಿತ ವ್ಯಾಪ್ತಿಯಲ್ಲಿ ಎದೆಗುಂದದೆ ಬದುಕಬೇಕು.

ನೀ ಹಿಂಗ ನೋಡಬ್ಯಾಡ ನನ್ನ ಕವನದಲ್ಲಿ ಬೇಂದ್ರೆಯವರು,

"ಸಂಸಾರ ಸಾಗರದಾಗ ಲೆಕ್ಕವಿರದಷ್ಟು ದುಃಖದಾ ಬಂಡಿ
ನಾ ಬಲ್ಲೆ ನನಗೆ ಗೊತ್ತಿಲ್ಲದಿದ್ದರೂ ಎಲ್ಲಿ ಆಚೆಯಾ ದಂಡಿ"

ಎಂದಿದ್ದಾರೆ. "ಸುಖೇ ದುಃಖೇ ಸಮೇಕೃತ್ವಾ ಲಾಭಾಲಾಭೌ ಜಯಾಜಯೌ" ಎಂದು ಭಗವದ್ಗೀತೆಯಲ್ಲಿ ಗೀತಾಚಾರ್ಯ ನಾದ ಶ್ರೀಕೃಷ್ಣನೇ ಬೋಧಿಸಿದ್ದಾನೆ.

"ಸುಖ ದುಃಖಗಳೆರಡನ್ನೂ ಯುದ್ಧದಲ್ಲಿ ಉಂಟಾಗುವ ಸೋಲು–ಗೆಲುವೆಂದೇ ಸಮಾನವಾಗಿ ಪರಿಗಣಿಸು, ಇದರಿಂದ ನರರು ಯಾವ ಹಾನಿಯನ್ನೂ ಹೊಂದಿದಂತಾಗದು" ಎಂಬ ಅದ್ಭುತವಾದ ಮಾತುಗಳನ್ನು ಆಡಿದ್ದಾನಲ್ಲವೇ.

ಪಂ. ಸುಧಾಕರ ಚತುರ್ವೇದಿಯವರು ಘನ ವಿದ್ವಾಂಸರು ಮತ್ತು ಬಹುಶ್ರುತರು. 120+ ವರ್ಷಗಳ ಬಾಳುವೆ ನಡೆಸಿ ದವರು. ಅವರನ್ನು

ಸಂದರ್ಶನದಲ್ಲೊಮ್ಮೆ "ಇಷ್ಟು ವರ್ಷ ಬದುಕಿರುವ ನಿಮ್ಮ ಆಯುಷ್ಯದ ಗುಟ್ಟೇನು?" ಎಂದಾಗ ಅವರು ನಗುನಗುತ್ತಲೇ "ನನಗೆ ಬದುಕೋದಿಕ್ಕೆ ಇಷ್ಟ ಸಾಯೋದಕ್ಕೆ ಕಷ್ಟ" ಎಂದಿದ್ದರು. ಇದು ಜೀವನ ಮುಖಿತ್ವ ಮತ್ತು ಬದುಕಿನ ಬಗೆಗಿನ ಸಂಪ್ರಾಪ್ತ ಸಂಪ್ರೀತಿಯ ಸಲ್ಲಕ್ಷಣ.

ಸ್ಮಶಾನದಲ್ಲಿ ಸಮಾನತೆಯ ಘನ ಮೌಲ್ಯವಿದೆ-!!?

ಕನಕದಾಸರು ಕೀರ್ತಿಸಿರುವಂತೆ "ಏಸು ಕಾಯಂಗಳ ಕಳೆದು 84 ಲಕ್ಷ ಜೀವರಾಶಿ ದಾಟಿ ಬಂದ ಈ ಶರೀರ, ತಾನಲ್ಲ, ತನ್ನದಲ್ಲ, ಮುಂದೆ ಬಾಹೋದಲ್ಲ" ಎಂಬ ನರಜನ್ಮ ಮತ್ತು ಇತರ ಜೀವಸಂಕುಲಗಳಿಗೂ ಬದುಕಿನ ಕೊನೆಯ ನಿಲ್ದಾಣ ವಾದ ಸ್ಮಶಾನದ ಪಯಣ ನಿಚ್ಚಳ ಸತ್ಯ. ಹೂಳುವುದೋ, ದಹನವೋ, ಶವ ಪೆಟ್ಟಿಗೆಯೋ, ಖಬರಸ್ಥಾನವೋ ಒಟ್ಟಿನಲ್ಲಿ ಆ ಜಾಗದಲ್ಲಿ ಮಲಗಿದಾಗ ಈ ಜಗದಲ್ಲಿ ನಾವೇನಾಗಿದ್ದೆವು ಯಾವ ಉನ್ನತ-ಅವನತ ಸ್ಥಾನಮಾನಗಳಲ್ಲಿದ್ದೇವೆಂಬುದು ನಗಣ್ಯ ಮತ್ತು ಗೌಣ. ರಾಜ ಸತ್ತರೂ ಹೆಣವೇ, ನಾಯಿ ಸತ್ತರೂ ಹೆಣವೇ ಅಲ್ವೇ. ಮಸಣದ ಈ ಸರ್ವ ಜೀವ ಸಮಾನತೆಯ ಪಾಠ ತಿಳಿದು, ಬಾಳುವುದು ಸರಿಯಾದದ್ದು.

ರೆಪ್ಪೆ ಮತ್ತು ಕಣ್ಣುಗಳು ಅಥವಾ ತುಟಿ-ಕಿವಿ, ಮೂಗು ನಾಲಿಗೆಗಳನ್ನು ಮುಚ್ಚಿ ಮರೆಯಾಗಿಸಿಕೊಳ್ಳಬಹುದು, ಆದರೆ ಸಿಹಿ-ಕಹಿ ನೆನಪುಗಳ ಮನಸ್ಸನ್ನು ಮುಚ್ಚಿಕೊಳ್ಳಲು ಅಸಾಧ್ಯವಲ್ಲವೇ. "ಚಲನವೇ ಬದುಕು, ನಿಶ್ಚಲವೇ ಮರಣ- ಗೋಪಾಲಕೃಷ್ಣ ಅಡಿಗರು, ಕವನ-ಅಗಬೋಟಿ. ಇದನ್ನು ತಿಳಿದಾಗ ಸ್ಫೂರ್ತಿಯ ಚಿಮ್ಮುಹಲಗೆ ಸದಾ ಜೀವಂತ ಮತ್ತು ಉಲ್ಲಾಸದ ನಿತ್ಯ ಕಾರಂಜಿ. ಆಗಲೇ ಬದುಕು ಸರ್ವ ಮಾನ್ಯ ಸದಾ ಧನ್ಯ.

ಸಾವೇ ಬದುಕಿನ ನಿಜ ಯಜಮಾನ

(ಅನುಕಂಪರಹಿತವಾಗಿ ಎದುರಿಸುವುದೇ ನಿಜವಾದ ಘನತೆ)

ಹೊರಡು ಕರೆ ಬರಲ್ ಅಳದೆ ಮಂಕುತಿಮ್ಮ ಎಂದು ಡಿ.ವಿ.ಜಿ.ಯವರು ಸಾವನ್ನೆದುರಿಸುವ ನಿರ್ಲಿಪ್ತ ಸಹಜತೆಯನ್ನು ಹೇಳಿದ್ದಾರೆ.

ಬೇಂದ್ರೆಯವರು,

> **"ಸಾವಿಗೆ ನಾ ಹೆದರೋದಿಲ್ಲ ಯಾಕಂದ್ರ**
> **ನಾನಿದ್ದಾಗ ಅದು ಬರೋದಿಲ್ಲ**
> **ಅದು ಬಂದಾಗ ನಾನಿರೋದಿಲ್ಲ"**

ಎಂದು ಹಾಸ್ಯಲೇಪಿತ ಸತ್ಯವನ್ನು ತಿಳಿಸಿದ್ದಾರೆ.

ಹುಟ್ಟು ಉಚಿತ ಸಾವು ಖಚಿತ ಎನ್ನುವವರಿದ್ದಾರೆ, ಆದರೆ ನನ್ನ ವೈಯಕ್ತಿಕ ಅಭಿಪ್ರಾಯದಲ್ಲಿ ಹುಟ್ಟೂ ಖಚಿತ ಸಾವೂ ಖಚಿತ. "Sleep is a temporary death But Death is a permanent Sleep" ಎನ್ನುವುದು ಬಹಳ ಅರ್ಥವತ್ತಾದ ಮಾತು.

ಸಾವು, ಸಾವಿನ ಘಳಿಗೆ ಮುಂಚೆಯೇ ತಿಳಿಯುವಂತಿದ್ದರೆ ಯಾವ ದೈವಕ್ಕೂ ಬೆಲೆಯೇ ಇರುತ್ತಿರಲಿಲ್ಲ. ಸಾವು ಯಾವಾಗ ಬೇಕಾದರೂ ಹೇಗೆ ಬೇಕಾದರೂ ಯಾವ ರೂಪದಲ್ಲಾದರೂ ಬಂದೇ ಬರುತ್ತದೆ ಎನ್ನುವುದು ಪೂರ್ಣ ಸತ್ಯ.

ರುಗ್ಣಶಯ್ಯೆಯಲ್ಲಿ, ಸಾವಿನ ದಿನ ಕ್ಷಣಗಳನ್ನು ಎಣಿಸುತ್ತಿರು ವವರು ದೃಢವಾದ ಮನೋಬಲ ಹೊಂದಿದ್ದರೆ ಅಂಥವರು ಸಾವಿನಲ್ಲೂ ಸ್ವಾಭಿಮಾನ ಮತ್ತು ಘನತೆಯನ್ನೇ ಬಯಸು ತ್ತಾರೆ, ಅಂಥವರು ಸಾವಿರಾರು ಜನರ ಮುಂದೆ ತಮ್ಮ ಸಾವಿನ ಸ್ಥಿತಿ ಪರಿಸ್ಥಿತಿಗಳನ್ನು ಎಂದಿಗೂ ದೈನೇಸಿಯಾಗಿ ಬೇಡಿಕೊಳ್ಳುವುದಿಲ್ಲ, ಅನುಕಂಪಕ್ಕೆ, ಅನುಕೂಲಕ್ಕೆ ಬಳಸಿಕೊಳ್ಳುವುದೂ ಇಲ್ಲ.

ಭಾರತದ ಖ್ಯಾತ ಸಸ್ಯವಿಜ್ಞಾನಿ ಡಾ.ಪಂಚಾನನ ಮಹೇಶ್ವರಿ ಯವರು ಎನ್ಸೆಫಲೈಟಿಸ್(ಮಿದುಳಿನ ಉರಿಯೂತ)ಗೆ ತುತ್ತಾಗಿ ಮರಣಿಸಿದ ಮೇಲಷ್ಟೇ

ಅವರ ಮನೆಯವರಿಗೆ ಮಹೇಶ್ವರಿಯವರ ಸಾವಿನ ಕಾರಣ ತಿಳಿಯಿತು. ಹಿಂದಿ ಚಿತ್ರರಂಗದಲ್ಲಿ ತಮ್ಮ ಅದ್ಭುತ ಕಂಠಸಿರಿಗೆ ಹೆಸರಾಗಿದ್ದ ರಾಜ್‌ಕುಮಾರ್ ಅವರ ಸಾವು ಸಾರ್ವಜನಿಕವಾಗಿ ತಿಳಿದದ್ದು ಹಲವು ದಿನಗಳ ನಂತರ. ನಮ್ಮ ಕನ್ನಡ ಚಿತ್ರರಂಗದ ಹಿರಿಯ ಕಲಾವಿದರಾಗಿದ್ದ ಸದಾಶಿವ ಬ್ರಹ್ಮಾವರ್ ಅವರ ನಿಧನವೂ ಸಹ ನಿಶ್ಯಬ್ದ ಜಗತ್ತಿನಲ್ಲಿ ನಿಧಾನವಾಗಿ ಗೊತ್ತಾಗಿದ್ದಲ್ಲವೇ.

ಸಾವಿನ ಸಮೀಪ ಇದ್ದೇವೆ ಎಂದು ತಿಳಿದಾಗ ಅದಕ್ಕಾಗಿ ಕೊರಗಿ ಕರಗಿ ಮರುಗುವುದಕ್ಕಿಂತ ಆಗುವುದನ್ನು ತಪ್ಪಿಸಲು ಸಾಧ್ಯವಿಲ್ಲ ಎಂದುಕೊಂಡು ಸಾವನ್ನು ಹೆದರದೆ ಎದುರಿಸುವುದೇ ಜೀವ ಜೀವನದ ನಿಜವಾದ ಧರ್ಮ.

ನಮ್ಮಲ್ಲಿ ಯಾರುಯಾರನ್ನೋ ಮಿ. Perfect ಎನ್ನುವುದುಂಟು. ಆದರೆ ಯಮಧರ್ಮರಾಯನಿಗಿಂತ ಮಿ. Perfectionist ಯಾರಿದ್ದಾರೆ?. ಒಂದು ನಿಮಿಷ ಬೇಗ ಅಥವಾ ತಡವಾಗಿ ಸಹ ಪ್ರಾಣ ತೆಗೆಯದೆ ಕರಾರುವಕ್ಕಾಗಿ ನಿಖರ ಸಮಯದಲ್ಲಿ ಸಾವಿನ ಪಾಶ ಹಾಕುವ ಯಮ ಹೀಗಾಗಿಯೇ ಬರೀ ಯಮ ಅಲ್ಲ, ಆತ ಯಮಧರ್ಮರಾಯ.

ಸಾವಿನ ನಿರೀಕ್ಷೆ ಪ್ರತೀಕ್ಷೆಯಲ್ಲಿರುವವರು ಅದನ್ನು ಬಹಿರಂಗಗೊಳಿಸಿಕೊಂಡು ಅತೃಪ್ತ ಆತ್ಮದ ಆರ್ತನಾದವಾಗಿಸಿಕೊಂಡು ಇನ್ನೊಬ್ಬರ ಸಹಾನುಭೂತಿ, ದಯೆ ದಾಕ್ಷಿಣ್ಯದ ಋಣಗ್ರಸ್ತತೆಗೆ ಆಳಾಗುವ ಬದಲು, ಇಲ್ಲ ನನಗೇನಾಗಿಲ್ಲ ನಾನು ಚೆನ್ನಾಗಿಯೇ ಇದ್ದೇನೆ ಎನ್ನುತ್ತಲೇ ಬರುವ ಸಾವನ್ನು ಎದುರಿಸಿ, ಸ್ವೀಕರಿಸಿದ ಮಹನೀಯ ರಿದ್ದಾರಲ್ಲ, ಅದು ನಿಜವಾದ ದಾಢಸಿತನ ಮತ್ತು ಸದೃಢವಾದ ಸ್ವಾಭಿಮಾನದ ಆತ್ಮನಿಷ್ಠ ಬದುಕು. ಅಂಥ ಮರಣಕ್ಕೆ ಬದುಕಿನ ನಂತರವೂ ಋಣರಹಿತವಾದ ಗುಣ ಮತ್ತು ಸಗೌರವ ಇದ್ದೇ ಇರುತ್ತದೆ. ಸಾವು ಯಾರಿಗೂ ತಪ್ಪದು, ಹಾಗಾಗಿ ಜಾತಸ್ಯ ಮರಣಂ ಧ್ರುವಂ ಎಂಬಂತೆ ಸಾವಿಗೆ ಹೆದರುವ ಅಂಜುಬುರುಕರಾಗದೆ ಸಾವೆಂಬ ಅಮರ ಸಾರ್ವಭೌಮತ್ವವನ್ನು ಘನತೆಯಿಂದ ಎದುರಿಸುವುದೇ ಆತ್ಮನಿಷ್ಠಾವಂತ ಬದುಕಿನ ಹೆಗ್ಗುರುತು ಮತ್ತು ಸಲ್ಲಕ್ಷಣ.

ಬುದ್ಧಿಶಕ್ತಿ ಮತ್ತು ಶ್ರಮಶಕ್ತಿಗಳು ಸಾರ್ಥಕ ಬದುಕಿಗೆ ಸೋಪಾನ

"ಯಥಾಹ್ಯೇಕೇನ ಚಕ್ರೇಣನ ರಥಸ್ಯ ಗತಿರ್ಭವೇತ್" ಎಂಬ ಸಂಸ್ಕೃತ ಉಕ್ತಿಯಿದೆ.

ಇದರ ಅರ್ಥ, ಒಂದೇ ಚಕ್ರದಿಂದ ರಥವು ಮುಂದೆ ಚಲಿಸಲು ಸಾಧ್ಯವಿಲ್ಲ ಎಂದು. ಬುದ್ಧಿಶಕ್ತಿ ಮತ್ತು ಶ್ರಮಶಕ್ತಿ ಎರಡರ ಸದ್ವಿನಿಯೋಗವೇ ಬದುಕಿನಲ್ಲಿ ಸತ್ಫಲ ಹಾಗೂ ಸಾಫಲ್ಯವನ್ನು ಉಂಟುಮಾಡುತ್ತದೆ. ಬುದ್ಧಿಶಕ್ತಿ ಸಾಕು, ಅಥವಾ ಶ್ರಮಶಕ್ತಿಯೊಂದೇ ಇದ್ದರೆ ಯಶಸ್ಸು ಎಂಬ ಮನೋಧರ್ಮ ತಪ್ಪು ಮತ್ತು ಅಪಕ್ವ. ಬುದ್ಧಿಶಕ್ತಿ ಯಲ್ಲೂ ಶ್ರಮವಿದೆ, ಶ್ರಮಶಕ್ತಿ ಯಲ್ಲೂ ಬುದ್ಧಿಯ ವಿನ್ಯಾಸವಿದೆ ಎನ್ನುವುದರ ಅಂತರ್ಗತಸತ್ಯ ಸತ್ವ ನಮಗೆ ಅರಿವಿರಬೇಕಾದುದು ಬಹಳ ಮುಖ್ಯ.

ದೇಹಕ್ಕೆ ಎರಡು ಕಿವಿ, ಕಣ್ಣು, ಕೈ-ಕಾಲುಗಳ ಸಂಯೋಜನೆ ಹೇಗೆ ಪೂರಕವೋ ಹಾಗೆ, ನಮ್ಮ ಬದುಕಿಗೆ ಬುದ್ಧಿಶಕ್ತಿ ಮತ್ತು ಶ್ರಮಶಕ್ತಿಗಳೆರಡರ ಸಂಸರ್ಗವೂ ಸಹ ಅತ್ಯಗತ್ಯ ಮತ್ತು ಅಮೂಲ್ಯ. ಒಂದರ ಅನುಪಸ್ಥಿತಿಯಲ್ಲಿ ಇನ್ನೊಂದು, ಇನ್ನೊಂದರ ಗೈರುಹಾಜರಾತಿಯಲ್ಲಿ ಜೀವನವನ್ನು ಕಂಡುಕೊಳ್ಳುವುದು ಅಸಾಧ್ಯ ಮತ್ತು ದುರ್ಗಮ.

ಬುದ್ಧಿಶಕ್ತಿ ಮತ್ತು ಶ್ರಮಶಕ್ತಿಯ ಸರಿಸಮ ಹಿರಿಮೆ

ರೈತರ ದುಡಿಮೆ, ದೇಶ ಕಾಯುವ ಯೋಧರ ಶ್ರಮ ಶೂರತನ ಮತ್ತು ಗುರುಗಳ ಜ್ಞಾನಸಂಪದ, ಎಲ್ಲದರ ಸಮ್ಮಿಳಿತವೇ ಸಮಗ್ರ ಸಮೃದ್ಧತೆಗೆ ನಾಂದಿ. ಅಕ್ಷರ ಕಲಿತ ಸಾಕ್ಷರ ಪ್ರಪಂಚದವರಷ್ಟನ್ನೇ ವಿದ್ಯಾವಂತರು ಎಂದು ನಾವು ಅಂದುಕೊಳ್ಳುವುದು ಸಕ್ರಮವಲ್ಲ. ಲೋಕಾನುಭವದ ಹರಹನ್ನು ತಿಳಿದವರು ಬುದ್ಧಿವಂತರಲ್ಲವೇ.

"ತಿಳದದ ಅಂಬೋದು ಅಜ್ಞಾನದ ಹಾದಿ
ತಿಳೀತ ಅದ ಅಂಬೋದು ಜ್ಞಾನದ ಹಾದಿ
ಇದು ಅಂಬಿಕಾತನಯನ ಅಂತರ್ವಾಣಿ"

-ದ.ರಾ. ಬೇಂದ್ರೆ

ತಿಳಿಯುವ ಮನಸ್ಸು ಸ್ವಚ್ಛವೂ ಮುಕ್ತವೂ ಆಗಿದ್ದರೆ ಶ್ರಮ ಮತ್ತು ಬುದ್ಧಿ ಎರಡೂ ಸೇರಿಕೊಂಡು ಸಮಾಹಿತವಾದ ಆನಂದ ಹಾಗೂ ನೆಮ್ಮದಿಯನ್ನು ಕೊಡುತ್ತದೆ. ಸ್ವಮೋಹ ಕೇಂದ್ರಿತ ಲೋಲುಪ್ತ ಬದುಕಿನ ವಾಂಛೆಗಳು ಆಲಸ್ಯ ಸೋಮಾರಿತನದ ಹೆಗ್ಗಣದ ಬಿಲ ಕೊರೆದ ಪ್ರಾಪಂಚಿಕ ಸುಖವನ್ನಷ್ಟೇ ನೀಡಿ, ಅದೇ ಮಹತ್ವದ ಸಾಧನೆಯೆಂದು ಬೀಗುವವರ ಸ್ವತ್ತಾಗುತ್ತದೆ. ಅದು ಗೆಲುವು ಅಹಂಕಾರದ ಸೋಗು ಪೋಷಾಕು ತೊಟ್ಟಂತೆ ಕಾಣಿಸುವ ಛದ್ಮ ವೇಷಧಾರಿತ್ವವಷ್ಟೇ. ಗೆಲುವೆಂದು ಭ್ರಮೆ ಹುಟ್ಟಿಸಿ ಭ್ರಮ ನಿರಸನ ಉಂಟಾಗಿಸುವ ಸೋಲಿನೊಳಗಿನ ಸೋಲಿಗೆ ಮಾನವ ಕುಲ ಎಂದಿಗೂ ಈಡಾಗಬಾರದು. ಬುದ್ಧಿಶಕ್ತಿ ಶ್ರಮಶಕ್ತಿಗಳನ್ನು ಸರಿಯಾದ ದಾರಿಯಲ್ಲಿ ಉಪಯೋಗಿಸಿ ಕೊಳ್ಳುವ ಸೃಜನಶೀಲ ಸಾಮರ್ಥ್ಯ ನಮ್ಮಲ್ಲಿದ್ದಾಗ ಬದುಕು ಸುಭಗ, ಇಲ್ಲವಾದರೆ ನರಕ.

ದಶರಥ ಮಾಂಜಿ ಎಂಬ ಕಡುಬಡವ ತನ್ನ ಹೆಂಡತಿಯನ್ನು ಬಲಿ ತೆಗೆದುಕೊಂಡ ಬೆಟ್ಟ ಇರಬಾರದೆಂದು 22 ವರ್ಷ ಕಡಿದಾದ ಬೆಟ್ಟವನ್ನು ಉರುಳಿಸಿದ, ಆಗ ಮಾಂಜಿಯದ್ದು ದುರ್ಲಂಘ್ಯ ಸಾಹಸ ಎಂದು ಅಪಹಾಸ್ಯ ಮಾಡಿ ನಗಾಡಿದ ವರಿಗೇನೂ ಕಡಿಮೆ ಇರಲಿಲ್ಲ, ಆದರೆ ದಶರಥ ಮಾಂಜಿಯವರ ಶ್ರಮಸೃಜನೆ ವ್ಯರ್ಥವಾಗಲಿಲ್ಲ, ಆತನ ಶ್ರದ್ಧೆ, ಛಲ ನಡಿಗೆಯ ಅಂತರವನ್ನು ಸಾಕಷ್ಟು ಕಡಿಮೆಗೊಳಿಸಿರುವುದು ಕಣ್ಣು ಮುಂದಿರುವ ಜ್ವಲಂತ ಸತ್ಯ.ಶ್ರಮಕ್ಕೆ ಪರ್ಯಾಯ ವಾದ ದಶರಥನಿಷ್ಠೆಗೆ ಸಾಟಿ ಇದೆಯೇ.

ಖುದಿರಾಮ ಬೋಸರ ಛಲ, ಚಂದ್ರಶೇಖರ ಅಜಾದ್‌ರ ಧೀರತನ, ಮದನಲಾಲ ಧಿಂಗ್ರಾ, ಬಟುಕೇಶ್ವರದತ್ತರ ಸಾಹಸಗಳ ಫಲ, ಸರಿಯಾಗಿ ಇದೇ ದಿನ ಹುತಾತ್ಮರಾದ ರಾಜಗುರು, ಸುಖದೇವ್ ಭಗತ್ ಸಿಂಗ್‌ರ ತ್ಯಾಗಗಳಿಗೆ ಬೆಲೆ ಕಟ್ಟಬಾರದು, ಏಕೆಂದರೆ ಅದು ಮೌಲ್ಯಪೂರ್ಣವಾದುದು.

ಬ್ರಹ್ಮ ಸತಿ ಸರಸ್ವತಿಯ ವಿದ್ಯಾದಾಯಿತ್ವ, ವಿಷ್ಣು ಪತ್ನಿ ಲಕ್ಷ್ಮಿದೇವಿಯು ಸಂಪ್ರದಾನಿಸುವ ಧನಪ್ರಾಪ್ತಿ, ಅನ್ನದ ಮೂಲ ಶಿವನ ಮಡದಿ ಅನ್ನಪೂರ್ಣೇಶ್ವರಿಯ ಭುಕ್ತಿ ಎಲ್ಲವೂ ಸೇರಿ ಪ್ರಪಂಚದ ಆಗುಹೋಗುಗಳ ಚಲನೆ ನಡೆಯುವಂತೆ ಬುದ್ಧಿಶಕ್ತಿ ಶ್ರಮಶಕ್ತಿಗಳ ಸಂಗಮ ಮತ್ತು ಸಂಲಗ್ನತ್ವವೇ ಯೋಜಿತ, ಸಮತೋಲಿತ ಬದುಕಿನ ಹೆಜ್ಜೆಗಳಿಗೆ ಹೇತು. ಹಾಗಾಗಿ ಬುದ್ಧಿಶಕ್ತಿ ಮತ್ತು ಶ್ರಮಶಕ್ತಿ ಎರಡೂ ಬದುಕಿಗೆ ಅಗತ್ಯ.ಇವುಗಳು ನಿರ್ವಹಣಾವಿಧಾನ ಬೇರೆಯೇ ಆದರೂ ಬದುಕಿನ ಚಾಲಕಶಕ್ತಿಗೆ ಇವುಗಳ ಅನುಸಂಧಾನ ಆದಾಗಲೇ ಬದುಕು ನಿರಾತಂಕ ಹಾಗೂ ನಿರುದ್ವಿಗ್ನವಾಗಿರಲು ಸಾಧ್ಯ.

"Perseverance and intelligence are inseparable to those who aspire for it throughout till their respiration" ಎನ್ನುವುದು ನಿಚ್ಚಳ ಸತ್ಯ.

ಅವಮಾನಗಳೇ ಬದುಕಿಗೆ ಬಹುಮಾನಗಳು!!

"ನಡೆ ಮುಂದೆ ನಡೆ ಮುಂದೆ... ಜಗ್ಗದೆಯೆ ಕುಗ್ಗದೆಯೆ..."–ಕನ್ನಡದ ಮಹಾನ್ ಕವಿ ಕುವೆಂಪು ಅವರು ಹೇಳಿರುವ ಮಾತುಗಳು ಮತ್ತು ಅದು ಉಂಟುಮಾಡುವ ಸ್ಫೂರ್ತಿ ಸಾಮಾನ್ಯದ್ದಲ್ಲ.

ಸಾಮಾನ್ಯವಾಗಿ ನಾವು ಪ್ರಾಮಾಣಿಕ ಮನಸ್ಸಿನಿಂದ ಮಾಡುವ ಉಪಕಾರವನ್ನು ಮರೆತಂತೆ ನಟಿಸುವವರನ್ನು ಕಂಡಾಗ ಬಹಳ ಬೇಜಾರಾಗುವುದು ಸಹಜ ಮತ್ತು ನಿಜ. ಅದರಲ್ಲೂ ಕೃತಜ್ಞತೆ ಇರದಿದ್ದರೆ ಹೋಗಲಿ, ಕೃತಘ್ನರಾಗಿ ವರ್ತಿಸಿ, ಅವರಿಂದ ತಾವು ಯಾವುದೇ ಸಹಾಯವನ್ನು ಪಡೆದಿಲ್ಲವೆಂದು ನಂಬಿಸುವವರು ಇದ್ದೇ ಇದ್ದಾರೆ. ಆದರೆ ಇಂದಲ್ಲ ನಾಳೆ ಅವರ ಅಂತರಂಗದ ಆತ್ಮಸಾಕ್ಷಿಯ ಮುಂದೆ ಅವರು ಬೆತ್ತಲಾಗಿ ನಾಚಲೇಬೇಕು. ಆದರೆ ನಾವು ಅದಕ್ಕಾಗಿ ಕೊರಗುವುದರ ಅಗತ್ಯವಿಲ್ಲ, ಏಕೆಂದರೆ ನಾವು ಅವರು ಉಪಕಾರಸ್ಮರಣೆ ಮಾಡಲಿ ಎಂಬ ಅಪೇಕ್ಷೆಯನ್ನೂ ಇಟ್ಟುಕೊಂಡಿರಬಾರದು. ಅಂಥ ಇತರರ ಹಂಗಿನ ಎಂಜಲು ತಿಂದು ಇತರರಿಗೂ ಆ ಹಂಗಿನ, ಮುಲಾಜಿನ ಎಂಜಲನ್ನು ತಿನ್ನಿಸುವವರು ದೈಹಿಕವಾಗಿಯೂ–ಮಾನಸಿಕವಾಗಿಯೂ ಕಲುಷಿತರಾಗಿ ಹಾಳಾಗಿ ಹೋಗಿರುತ್ತಾರೆ. ಅಂಥವರಿಂದ ನಮಗೆ ದೊರೆತ, ನಾವು ಕಲಿತ ಪಾಠ ನಮಗೆ ಮುಖ್ಯ. ಆ ಪಾಠ ಕಲಿಸಿದ ಆ ಮೂಲಕ ನಮ್ಮ ಕಣ್ತೆರೆಸಿದ ಅಂಥ ಕೃತಘ್ನರಿಗೆ ನಾವು ಯಾವಜ್ಜೀವ ಕೃತಜ್ಞರಾಗಿರಲೇಬೇಕು.

ಅವಮಾನ ಮತ್ತು ಬೆಳವಣಿಗೆ

ಇಂದು ವಿಶ್ವಾದ್ಯಂತ ಹೆಸರಾಗಿರುವ ಇನ್ಫೋಸಿಸ್ ಸಂಸ್ಥೆಯ ಸಂಸ್ಥಾಪಕರಾದ ನಾರಾಯಣಮೂರ್ತಿ ಅವರನ್ನು ಪ್ರತಿಷ್ಠಿತ ಕಂಪೆನಿಯೊಂದು

ಕೆಲಸಕ್ಕೆ ತೆಗೆದುಕೊಳ್ಳಲು ನಿರಾಕರಿಸಿದಾಗ ನಾರಾಯಣಮೂರ್ತಿ ಅವರು ಅದಕ್ಕಾಗಿ ಶಪಿಸುತ್ತಾ ಕೂರಲಿಲ್ಲ. Blessing in disguise ಎನ್ನುವಂತೆ ಮತ್ತು ದಾಸರು ಹೇಳಿದಂತೆ "ಆದದ್ದೆಲ್ಲ ಒಳಿತೇ ಆಯಿತು" ಎನ್ನುವ ಹಾಗೆ ಸಂಕಲ್ಪ ಬಲ ಮತ್ತು ಆತ್ಮವಿಶ್ವಾಸದಿಂದ ಇನ್ಫೋಸಿಸ್ ಕಟ್ಟಿದರು. ಈಗ ಅದರ ಬಗ್ಗೆ ಜಗತ್ತೇ ಕೊಂಡಾಡುತ್ತದೆ.

ಆ ಅವಮಾನವೇ ಯಶಸ್ಸಿನ ಸೋಪಾನವಾಗಲಿಲ್ಲವೇ!

ರಾಮಲಾಲ್ ನಿಖಾಂಜ್ ಕಪಿಲ್ ದೇವ್ ಉಳಿಸಿದ ದೇಶದ ಗೌರವ

ವಿಶ್ವ ಮತ್ತು ಭಾರತ ಕ್ರಿಕೆಟ್ ಕಂಡ ಶ್ರೇಷ್ಠ ಆಲ್ ರೌಂಡರ್‌ಗಳಲ್ಲಿ ಒಬ್ಬರಾದ ಕಪಿಲ್ ದೇವ್ 1983ರ ವಿಶ್ವಕಪ್ ಕ್ರಿಕೆಟ್ ಪಂದ್ಯದಲ್ಲಿ ಜಿಂಬಾಬ್ವೆ ವಿರುದ್ಧ ಭಾರತ 17 ರನ್ನುಗಳಿಗೆ 5 ವಿಕೆಟ್‌ಗಳನ್ನು ಕಳೆದುಕೊಂಡು ದಯನೀಯ ಸ್ಥಿತಿಯಲ್ಲಿ ಇದ್ದಾಗ 16 ಬೌಂಡರಿ, 6 ಸಿಕ್ಸರ್‌ಗಳನ್ನು ಚಚ್ಚಿ 175 ಹೊಡೆದು (ಬೌಂಡರಿ, ಸಿಕ್ಸರ್‌ಗಳನ್ನು ಸೇರಿಸಿದರೇನೇ ಒಟ್ಟು 100 ರನ್) ಮುಂದೆ ದೈತ್ಯ ವಿಂಡೀಸರನ್ನು ಸೋಲಿಸಿ, ವಿಶ್ವಕಪ್ ಗೆಲ್ಲಲಿಲ್ಲವೇ. ಛಲ, ಆತ್ಮಸ್ಥೈರ್ಯಕ್ಕೆ ಇದಕ್ಕಿಂತ ಬೇರೆ ನಿದರ್ಶನ ಬೇಕೇ!! 1990 ಜುಲೈ 30ರಂದು ಇಂಗ್ಲೆಂಡ್‌ನ ಲಾರ್ಡ್ಸ್ ಮೈದಾನದಲ್ಲಿ ನಡೆದ ಇಂಗ್ಲೆಂಡ್ ವಿರುದ್ಧದ ಟೆಸ್ಟ್ ಪಂದ್ಯದಲ್ಲಿ ಭಾರತ 9 ವಿಕೆಟ್ ಕಳೆದು ಕೊಂಡು ಕೊನೆಯ ಓವರ್‌ನಲ್ಲಿ ಫಾಲೋ ಆನ್ ತಪ್ಪಿಸಿ ಕೊಳ್ಳಲು 24 ರನ್‌ಗಳ ಅವಶ್ಯಕತೆ ಇದ್ದಾಗ ಎಡ್ಡಿ ಹೆಮ್ಮಿಂಗ್ಸ್ ಅವರ ಮೊದಲೆರಡು ಎಸೆತಗಳನ್ನು ರಕ್ಷಣಾತ್ಮಕ ವಾಗಿ ಆಡಿದ ಕಪಿಲ್ ದೇವ್ ಉಳಿದ ನಾಲ್ಕೂ ಎಸೆತಗಳನ್ನು ಸಿಕ್ಸರ್ ಗಳನ್ನಾಗಿ ಪರಿವರ್ತಿಸಿದರು. ಭಾರತ ಆ ಟೆಸ್ಟ್ ಸೋತರೂ ಸಹ ಕಪಿಲ್ ದೇವ್ ಅವರ ಈ ಧೈರ್ಯಕ್ಕೆ ಬೆಲೆ ಕಟ್ಟಲು ಸಾಧ್ಯವೇ!!

ತೆಲುಗು ಚಿತ್ರರಂಗದ ಧೀಮಂತ ಕಲಾವಿದರಾದ ಅಕ್ಕಿನೇನಿ ನಾಗೇಶ್ವರರಾವ್ ಅವರು ಓದಿದ್ದು ಕಡಿಮೆ. ಆರಂಭದ ದಿನಗಳಲ್ಲಿ ಇಂಗ್ಲಿಷ್ ಬಹಳ ಕಠಿಣವಾಗಿ, ಉಳಿದವರು ಅವರನ್ನು ತಾತ್ಸಾರದಿಂದ ನೋಡತೊಡಗಿದಾಗ, ಛಲದಿಂದ ಇಂಗ್ಲಿಷ್ ಕಲಿತು ನಿರರ್ಗಳವಾಗಿ ಇಂಗ್ಲಿಷ್ ಮಾತನಾಡುವ ನೈಪುಣ್ಯತೆ ಪಡೆದು ಹಂಗಿಸಿದವರನ್ನು ತೆಪ್ಪಗಾಗಿಸಿದ್ದು ನಮಗೆ ಮಾದರಿಯಾಗಬೇಕು. ನಾಲ್ಕನೆ ತರಗತಿ ಓದಿದ ನಮ್ಮ ಡಾ. ರಾಜ್‌ಕುಮಾರ್ ಅವರ ಸ್ಫುಟವಾದ ಸ್ಪಷ್ಟವಾದ ಕನ್ನಡದ ಉಚ್ಚಾರಣೆಯ ಬಗ್ಗೆ ಯಾರೂ ಬೆರಳು ತೋರಿಸುವ ಹಾಗಿಲ್ಲ ನಿಜ, ಆದರೆ ಇಂಗ್ಲಿಷ್ ಉಪನ್ಯಾಸಕ ಪಾತ್ರ ಮಾಡುವಾಗ ಅದಕ್ಕಾಗಿ ಅವರು ಪರಿಶ್ರಮ ಮತ್ತು ಕುತೂಹಲ, ಆಸಕ್ತಿಗಳಿಂದ ಪಾತ್ರೋಚಿತವಾಗಿ ಆಂಗ್ಲ ಭಾಷೆಯನ್ನು

ಅರಿತು ಸೊಗಸಾದ ಅಭಿನಯ ನೀಡಿರುವುದ ಕ್ಕೆ ಎರಡು ಕನಸು, ಒಲವು ಗೆಲುವು ಚಿತ್ರಗಳ ಅವರ ಇಂಗ್ಲಿಷ್ ಪ್ರೊಫೆಸರ್ ಪಾತ್ರ ಸಾಲದೇ.

ಭಾರತದ ಹೆಮ್ಮೆಯ ಪ್ರಧಾನಿಯಾಗಿದ್ದ ಲಾಲ ಬಹಾದ್ದೂರ ಶಾಸ್ತ್ರಿ ಅವರನ್ನೊಮ್ಮೆ ಕುಹಕದಿಂದ ಕೆಲವರು ಬೇಕೆಂದೇ "ಸರ್ ನೀವು ತಾಷ್ಕೆಂಟ್‌ನಲ್ಲಿ ಅಯೂಬ್ ಖಾನರನ್ನು ಹೇಗೆ ಮಾತನಾಡಿಸ್ತೀರಿ, ಅವರು ಬಹಳ ಎತ್ತರದ ಮನುಷ್ಯ, ನೀವು ಕುಳ್ಳಗಿದ್ದೀರಿ" ಎಂದು ಗೇಲಿ ಮಾಡಿದಾಗ ಶಾಸ್ತ್ರೀಜಿ ಯವರು ನಗುನಗುತ್ತಲೇ "ನಾನು ಕುಳ್ಳಗಿರುವುದರಿಂದ ಅವರು ನನ್ನ ಮುಂದೆ ತಲೆ ಬಗ್ಗಿಸಿ ಮಾತನಾಡಬೇಕು, ಅವರು ಎತ್ತರವಾಗಿರುವುದರಿಂದ ನಾನು ತಲೆ ಎತ್ತಿ ಧೈರ್ಯವಾಗಿ ಸ್ವಾಭಿಮಾನದಿಂದ ಮಾತನಾಡುತ್ತೇನೆ" ಎಂದಾಗ ಲೇವಡಿ ಮಾಡಬಂದವರೇ ನಗೆಪಾಟಲಿಗೆ ಈಡಾಗಿದ್ದರು.

ಅವಮಾನಗಳೇ ನಮ್ಮ ಬದುಕಿಗೆ ಬಹುಮಾನಗಳು

ವೇದನೆಗಳಿಲ್ಲದೆ ಸಾಧನೆಗಳು ಸಾಧ್ಯವಿಲ್ಲ, ಆದರೆ ಆ ವೇದನೆಗಳನ್ನೇ ಕೆಚ್ಚಿನ ಸಂವೇದನೆಗಳನ್ನಾಗಿಸಿಕೊಳ್ಳಬೇಕು.

ನಮ್ಮಿಂದ, ನಮ್ಮ ಹಂಗಿನ ಎಂಜಲಿನಿಂದ ನೆರವು ಪಡೆದು ಅದನ್ನು ಮರೆತಂತೆ ನಟಿಸಿ, ಜಗತ್ತನ್ನು ನಂಬಿಸುವ ಮಂದಿಗೆ ಕಾಲ ಮತ್ತು ಆತ್ಮಸಾಕ್ಷಿ ಅವರನ್ನು ಚುಚ್ಚಿ ಚುಚ್ಚಿ ಕೊಲ್ಲುತ್ತಾ ಪಾಠ ಕಲಿಸಿಯೇ ತೀರುತ್ತದೆ ಇದು ಸುಳ್ಳಲ್ಲ, ಆದರೆ ಆ ಕೊರಗಿನಲ್ಲಿ ಕರಗಿ, ಮರುಗಿ ನಾವು ಕ್ರುದ್ಧರೂ ಆಗದೆ, ಮಾನಸಿಕ ನೆಮ್ಮದಿ ಕಳೆದುಕೊಂಡು ಅದನ್ನೇ ಯೋಚಿಸಿ ಮನೋವೃದ್ಧಾಪ್ಯಕ್ಕೆ ಒಳಗಾಗುವುದು ಸರಿಯಲ್ಲ.

"ಚಿತಾ ಭಸ್ಮತಿ ನಿರ್ಜೀವಂ
ಚಿಂತಾ ಭಸ್ಮತಿ ಸಜೀವಂ"

ಅಲ್ಲವೇ.

ಅವರವರ ಮೋಸಕ್ಕೆ, ಹಂಗಿನ ಋಣಕ್ಕೆ ಅವರವರೇ ಪಾಠ ಕಲಿಯುತ್ತಾರೆ. ಬದುಕೇ ಅಂಥ ಕೃತಘ್ನ ಮತ್ತು ದೈಹಿಕವಾಗಿ ಮಾನಸಿಕವಾಗಿ ಗುಣವನ್ನು ಕಳೆದುಕೊಂಡ ಮಲಿನ ವ್ಯಕ್ತಿಗಳಿಗೆ ಪಾಠ ಕಲಿಸುತ್ತದೆ.ಎಂತೆಂಥವರೋ ಮಣ್ಣು ಮುಕ್ಕಿರುವಾಗ ಇಂಥ ಕೃತಘ್ನರ ಬಗ್ಗೆ ಚಿಂತಿಸದೆ ಅಂಥವರಿಂದ ಪಾಠ ಕಲಿತು ಸಾಧನೆಯ ಛಲದೀಕ್ಷೆ ತೊಟ್ಟು ನಾವು ಸನ್ಮಾರ್ಗಿಗಳಾಗಬೇಕು, ಆಗಲೇ ನಮ್ಮ ಅವಮಾನಗಳು ಬದುಕಿಗೆ ಬಹುಮಾನಗಳಾಗಿ ಘನತೆ ಗೌರವಗಳಿಂದ ಮೌಲ್ಯವರ್ಧಿತವಾಗಿ ಸದಾ ಉಳಿಯುತ್ತವೆ.

ಸಲಹೆಗಳನ್ನು ನೀಡುವಾಗ ಎಚ್ಚರವಿರಬೇಕು!!

"ಅಯ್ಯೋ ಏನು ಜೀವನವೋ ಏನೋ, ನನ್ನ ಟೈಮೇ ಸರಿಯಾಗಿಲ್ಲ" ಎನ್ನುವ ಮಂದಿ ಒಂದೆಡೆಯಾದರೆ, ಮತ್ತೊಂದು ಬದಿಯಲ್ಲಿ "ಇವತ್ತಿನ ಜೀವನ ಚೆನ್ನಾಗಿದ್ದರೆ ಸಾಕು, ಮುಂದಿನದು ಯಾರಿಗೆ ಬೇಕು?" ಎನ್ನುವವರೂ ಇದ್ದಾರೆ. ಹಾಗೆ ನೋಡಿದರೆ, ಈ ಎರಡೂ ಗ್ರಹಿಕೆಗಳೂ ತಪ್ಪು. ಜೀವನದಲ್ಲಿ ಎಲ್ಲವೂ ಸರಿಯಿಲ್ಲ ಎನ್ನುವ ನಿಲುವು ಮತ್ತು ಇಂದಿನ ಜೀವನದ ಕ್ಷಣಗಳು ಸಾಕು ಎನ್ನುವ ನಿರ್ಣಯಗಳು ನಮ್ಮ ಬದುಕಿನ ಅರ್ಥರಹಿತವಾದ ಎರಡು ಅತಿಗಳು. ಈ ಎರಡೂ ಬಗೆಯ ಮಂದಿ ಸಂತಸವನ್ನು ಪೂರ್ಣವಾಗಿ ಅರ್ಥ ಮಾಡಿಕೊಳ್ಳಲು ವಿಫಲರಾಗುತ್ತಾರೆ.

ಆದರೆ, ಇವರಿಗೆ ಬುದ್ಧಿ ಹೇಳುವಾಗ, ಸಲಹೆಗಳನ್ನು ನೀಡುವಾಗ ನಮಗೂ ಅರಿವಿರಬೇಕು. ಏಕೆಂದರೆ ಪ್ರಾಂಜಲ ಮತ್ತು ಪ್ರಾಮಾಣಿಕ ಮನಸ್ಸಿನಿಂದ ನಾವು ಹೇಳುವ ಸಲಹೆ ಬುದ್ಧಿವಾದಗಳನ್ನು ಅವರು ಅನುಮಾನಿಸಿದರೆ ನಮ್ಮ ಪ್ರಾಮಾಣಿಕವಾದ ಬುದ್ಧಿವಾದ ಅಥವಾ ಸಲಹೆಗಳಿಗೆ ಅವಮಾನವೂ ಆಗುತ್ತದಲ್ಲವೇ! ಅದು ನಮಗೆ ನಾವೇ ಉಂಟು ಮಾಡಿಕೊಳ್ಳುವ ಆತ್ಮದ್ರೋಹ ಅಲ್ಲವೇ.

ಸಲಹೆಗಳಿಗೆ ಗೌರವ ಮರ್ಯಾದೆ ಬಹಳ ಮುಖ್ಯ

ಭಿನ್ನಮತ, ಭಿನ್ನ-ವಿಭಿನ್ನ ಯೋಚನೆಗಳು ಲೌಕಿಕವಾದ ಸತ್ಯ. ಆದರೆ ನಮ್ಮ ಸಲಹೆಗಳು ನಿಸ್ವಾರ್ಥವಾಗಿದ್ದು ಅದಕ್ಕೆ ಬೆಲೆ ಸಿಗದಿದ್ದಾಗ ಸಲಹೆ ನೀಡುವವರ ಮತ್ತು ಆ ಸಲಹೆಗಳ ಮೌಲ್ಯಕ್ಕೇ ಧಕ್ಕೆ ಉಂಟಾಗುತ್ತದೆ.

ನನ್ನ ಅತ್ಯಂತ ಹಿರಿಯ ಗೆಳೆಯರೊಬ್ಬರು ಇತ್ತೀಚೆಗೆ ಬಹಳ ಬೇಸರದಲ್ಲಿದ್ದರು. ಕಾರಣ ಕೇಳಿದೆ. ಅದಕ್ಕೆ ಅವರು "ನನ್ನ ಸ್ನೇಹಿತನಿಗೆ ಸಲಹೆ ನೀಡಿದೆ, ಅವನು ಇದರಿಂದ ನಿಮಗೆ ಏನಾದರೂ ಲಾಭವಿದೆಯೇ ಎಂದ, ಅದರಿಂದ ಬಹಳ ಬೇಜಾರಿನಲ್ಲಿದ್ದೇನೆ, ಸಲಹೆ ನೀಡಿದ್ದೇ ನನ್ನ ತಪ್ಪೇ" ಎಂದರು.

ನಾನು ಹೌದು, ನೀವು ಸಲಹೆ ನೀಡಿದ್ದು ನಿಮ್ಮದೇ ತಪ್ಪು ಎಂದೆ. ಅವರ ಮುಖ ಇನ್ನಷ್ಟು ಕಪ್ಪಾಯಿತು. ದುರುದುರು ನೋಡುತ್ತಾ ಹೊರಟೇ ಹೋದರು. ನಾವು ಯಾರಿಗೆ ಸಲಹೆ ನೀಡುತ್ತೇವೆ, ಒಳ್ಳೆಯ ದಾರಿಗಳನ್ನು ಕುರಿತು ಹೇಳುತ್ತೇವೆ ಎನ್ನುವುದು ಬಹಳ ಮುಖ್ಯ. ಅಲ್ಲಿ ಇಳಿಜಾರು, ವೇಗವಾಗಿ ನಡೆದರೆ ಅಪಾಯ ಎಂದಾಗ ಇಲ್ಲ, ನಾನು ಮಾಡುವುದೇ ಹೀಗೆ ಎನ್ನುವ ಭಂಡ-ಮೊಂಡರಿಗೆ ಬುದ್ಧಿ ಹೇಳಿದರೆ ನಮ್ಮ ವ್ಯಕ್ತಿತ್ವಕ್ಕೆ ಕುಂದು ಉಂಟಾಗುವುದು ಖಚಿತ.

> **"ವಾಕಿನಿಂ ಪರಬ್ರಹ್ಮಂ ಕಂಡೆವೆನುವರಲ್ಲಿ**
> **ಮಾಗಿಯ ಕೋಗಿಲೆಯಂತೆ ಮೂಕವಾಗಿರಬೇಕು"**

ಎಂಬ ಅಕ್ಕಮಹಾದೇವಿಯ ವಚನ ನಮ್ಮ ತಿಳಿವಿನಲ್ಲಿ ಇರಬೇಕು. ಎಲ್ಲರಿಗೂ ಬುದ್ಧಿ ಹೇಳುತ್ತಾ ಕೂರುವ,

ಅದರ ಮೂಲಕ ನಮ್ಮ ಸಮಯ, ಅರಿವು ಎರಡನ್ನೂ ವ್ಯಯಿಸುವ ವ್ಯರ್ಥ ಪ್ರಯತ್ನ ನೀರಿನಲ್ಲಿ ಹೋಮ ಮಾಡಿದಷ್ಟೇ ನಿಷ್ಫಲ.

"ಲೋಕೋ ಭಿನ್ನರುಚಿಃ" ಎಂದು ಭವಭೂತಿ ಎಂಬ ಪ್ರಸಿದ್ಧ ಕವಿ ಹೇಳಿರುವುದು ನೂರಕ್ಕೆ ನೂರರಷ್ಟು ನಿಜ. ಆದರೆ "ನಂಗೇನು ಬೇಡ ನಿನ್ನ ಬುದ್ಧಿವಾದ, ನನಗೂ ನಿನಗೂ ಬಹಳ ಭೇದ" ಎನ್ನುವ ಜನರಿರುವಾಗ ಜೊತೆಗೆ ನಮ್ಮ ಸಲಹೆಗಳು ಸ್ವಾರ್ಥದಿಂದ ಕೂಡಿದೆ, ಏನೋ ಲಾಭವನ್ನು ಅಪೇಕ್ಷಿಸುತ್ತಿದೆ ಎಂಬ ಭಾವನೆಯಲ್ಲಿ ನಮ್ಮ ತಿಳಿವು ಹೇಳುವ ಮಾತುಗಳಿಗೆ ಮರ್ಯಾದೆ ಸಿಗದಿದ್ದಾಗ ಮೌನ ವಹಿಸುವುದು ನಮ್ಮ ವೈಯಕ್ತಿಕ ಆತ್ಮಗೌರವವನ್ನು ಕಾಪಾಡಿಕೊಂಡಂತೆ ಮಾತ್ರವಲ್ಲ, ಅದು ನಮ್ಮೊಳಗೆ ನಾವು ಬದುಕಿರುವವರೆಗೂ ಕಾಪಿಟ್ಟುಕೊಳ್ಳುವ ಬಹಳ ಸಂಯಮದ ಸಂಗತಿಯೂ ಹೌದು.

ನಾವು ಎಲ್ಲರ ಲೋಪದೋಷಗಳನ್ನು ತಿದ್ದುವ ಭರದಲ್ಲಿ, ದೋಷೋದ್ಧಾರಕರಾಗುವಹಾದಿಯಲ್ಲಿ, ನಮ್ಮತನಕ್ಕೆ ಧಕ್ಕೆ ತಂದುಕೊಳ್ಳುವಅಪಾಯವನ್ನು ಒಡ್ಡಿಕೊಳ್ಳುವುದು ತಪ್ಪು. ಹಾಗೆ ಮಾಡಿ ಆಮೇಲೆ ಕೊರಗುವುದು ಇನ್ನೂ ದೊಡ್ಡ ತಪ್ಪು. ನಮ್ಮ ಸಲಹೆಗಳನ್ನು ಮತ್ತು ಒಳ್ಳೆಯತನವನ್ನು ಶಂಕಿಸುವ ಜನಕ್ಕೆ ಬುದ್ಧಿ ಹೇಳುವ ದುಸ್ಸಾಹಸ ನಮಗೇಕೆ ಬೇಕು. ಜೀವನವೇ ಅವರಿಗೆ ಪಾಠ ಕಲಿಸುವುದು ನಿಜವಲ್ಲವೇ.

ಕುಮಾರವ್ಯಾಸನ ಗದುಗಿನ ಭಾರತದಲ್ಲಿ ಇದರ ಆಶಯ ಸೊಗಸಾಗಿ ವ್ಯಕ್ತವಾಗಿದೆ. ಪಾಂಡವರ ವಿರುದ್ಧ ಗೆಲುವು ಖಚಿತ ಎಂದು ಬೀಗುತ್ತಲೇ ಇದ್ದ

ದುರ್ಯೋಧನನಿಗೆ ತನ್ನವರು ಒಬ್ಬೊಬ್ಬರೇ ಸಾವಿಗೀಡಾಗುತ್ತಾ ಬಂದಾಗ ತಡವಾಗಿ ಜ್ಞಾನೋದಯವಾಗುತ್ತದೆ. ಕೊನೆಯ ಘಟ್ಟದಲ್ಲಿ ಅವನು ತನ್ನ ಪರಾಭವದ ಬಗ್ಗೆ ಆತ್ಮವಿಮರ್ಶೆ ಮತ್ತು ಆತ್ಮಾವಲೋಕನ ಮಾಡಿಕೊಳ್ಳುತ್ತಾನೆ. ಅದು ಹೀಗಿದೆ.

"ಭೀಷ್ಮಾದಿ ಯೌವ್ವನ ದರ್ಪದಲೇ ಜಾರಿದ ಜಯಾಂಗನೆ
ಮುಪ್ಪಿನಲಿ ಒಲಿವುದಿದು ಅರಿದೆಲ ನಾವು ಏಕಾಕಿವಾದೆವೆಲ"

ಎಂದು ದುಃಖಿಸುತ್ತಾನೆ.

ಎಷ್ಟೇ ವೀರನಾಗಿದ್ದರೂ ಸಹ ದುರ್ಯೋಧನ ಯಾರ ಮಾತನ್ನೂ ಲೆಕ್ಕಿಸದೆ, ಕೊನೆಗೆ ಭೀಷ್ಮ ಮತ್ತು ಇತರ ಅತಿರಥ ಮಹಾರಥರಿದ್ದಾಗಲೇ ಕುರುಕ್ಷೇತ್ರ ಯುದ್ಧದಲ್ಲಿ ಜಾರಿಹೋದ ಜಯವೆಂಬ ಹೆಣ್ಣು ಈಗ ಎಲ್ಲರನ್ನೂ ಕಳೆದುಕೊಂಡ ಸೋಲಿನ ವೃದ್ಧಾಪ್ಯದಲ್ಲಿ ದೊರೆಯುವುದೇ ಛೇ ನಾವು ಏಕಾಂಗಿಗಳಾದೆವು ಎನ್ನುವ ಬಹಳ ತಡವಾದ ಅರಿವು ಅವನಿಗಾಗುತ್ತದೆ. ಸ್ವಪ್ರತಿಷ್ಠೆ, ಎಲ್ಲರ ಸಲಹೆ ಸೂಚನೆಗಳನ್ನು ಧಿಕ್ಕರಿಸಿ ಮುನ್ನುಗ್ಗಿದ್ದರ ಆವೇಶದ ವೈಪರೀತ್ಯ ದುರ್ಯೋಧನನಿಗೆ ಅರಿವಾಯಿತು ನಿಜ, ಆದರೆ ಅದು ಅವನಿಗೆ ತಿಳಿಯುವಷ್ಟರಲ್ಲಿ ಕಾಲ ಮಿಂಚಿ ಹೋಗಿತ್ತು.

ಸರಿದಾರಿಗೆ ತರುವ ಸದುದ್ದೇಶ ನಮ್ಮದಾದರೂ ನಮ್ಮ ಮಾತುಗಳಿಗೆ ಅಪಮಾನ, ಅವಮಾನಗಳು ಆಗುವುದಾದರೆ ಅಲ್ಲಿ ನಮ್ಮ ಮನಸ್ಸು ಜಾಗೃತವಾಗಬೇಕು. ಕಂಡಕಂಡವರಿ ಗೆಲ್ಲ ನಾವು ಬುದ್ಧಿ ಹೇಳುವ ತಿಳಿಹೇಳುವ ವ್ರತನಿಷ್ಠ ಹಠ ತೊಟ್ಟು ಅವರ ಮನಸ್ಸನ್ನು ತಿಳಿಯಾಗಿಸುವ ಪ್ರಯತ್ನ ಮಾಡುವಲ್ಲಿ ನಮ್ಮ ಅಂತರಂಗದ, ಆತ್ಮಗೌರವಕ್ಕೆ ಕುಂದು ಉಂಟಾಗಿಸಿಕೊಳ್ಳುವುದು ಖಂಡಿತ ಸರಿಯಲ್ಲ. ಜೀವನವೇ ಅಂಥವರಿಗೆ ಪಾಠ ಕಲಿಸುತ್ತದೆ. ಏಕೆಂದರೆ ಬದುಕೆಂಬ ವಿಶ್ವವಿದ್ಯಾನಿಲಯದಲ್ಲಿ ಅನುಭವವೆಂಬ ಗುರು ಕಲಿಸುವ, ತಪ್ಪುಗಳನ್ನು ತಿದ್ದುವ ಕೆಲಸ ಮಾಡೇ ತೀರುತ್ತದೆ. ಅದಕ್ಕೆ ಎದುರು ಜವಾಬು ನೀಡುವ ಅಥವಾ ಅದನ್ನು ಧಿಕ್ಕರಿಸುವ ಧೈರ್ಯ ಯಾರಿಗೂ ಇರುವುದಿಲ್ಲ. ಏಕೆಂದರೆ ಅದು ಸಾಧ್ಯವೂ ಆಗುವುದಿಲ್ಲ.

ಹಾಗಾಗಿ ನಮ್ಮ ಸಲಹೆ, ಬುದ್ಧಿವಾದಗಳಿಗೆ ಬೆಲೆ ಸಿಗುವ ಕಡೆ ಮಾತ್ರ ನಮ್ಮ ಮನಸ್ಸು ಅಂಥ ಕಾರ್ಯಕ್ಕೆಮುಂದಾಗಬೇಕು. ಆಗ ಆತ್ಮಗೌರವದ ಘನತೆ ಸದಾ ಉಳಿಯುತ್ತದೆ. ಪಾಠ ಕಲಿಸಲು ಬದುಕು ಸದಾ ಸನ್ನದ್ಧವಾಗಿ ಇದ್ದೇ ಇರುತ್ತದೆ. ಕಾಲಾಯ ತಸ್ಮೈ ನಮಃ ಎನ್ನುವುದೇ ನಮ್ಮ ಬದುಕಿನ ಮಾನದಂಡ ಮತ್ತು ಮನೋಧರ್ಮವಾಗಿರಬೇಕು. ಆಗಲೇ ನಮ್ಮತನಕ್ಕೂ ನಮ್ಮೊಳಗಿನ ವ್ಯಕ್ತಿತ್ವಕ್ಕೂ ಮೌಲ್ಯಾಧಾರಿತ ನಿರಾಳತೆ ಸಾಧ್ಯ.

www.ingramcontent.com/pod-product-compliance
Lightning Source LLC
LaVergne TN
LVHW100311051026
849517LV00006B/2259